எண்கோண மனிதன்

எண்கோண மனிதன்

யுவன் சந்திரசேகர்

எழுத்து பிரசுரம்

Title: Enkona manithan
Author's Name: Yuvan Chandrasekar

Published by Ezutthu Prachuram

Zero Degree Publishing
No. 55(7), R Block, 6th Avenue,
Anna Nagar,
Chennai - 600 040

Website: www.zerodegreepublishing.com
E Mail id: zerodegreepublishing@gmail.com
Phone : 98400 65000

Ezutthu Prachuram First Edition: December 2021
ISBN: 978-93-90884-23-0
TITLE NO EP: 280

Sculpture: Josef Csaky
Layout: Vijayan, Creative Studio

இந்த நாவலை எழுத ஆரம்பிக்கும்போது இருந்து
முடிக்கும்போது இல்லாமல் போய்விட்ட
என் பிரிய நண்பன், வகுப்புத் தோழன்

அமரன் மு. குமாருக்கு...

திக்குத்தெரியாத காட்டில் - உன்னைத்
தேடித் தேடி இளைத்தேனே!

- அமரகவி சுப்பிரமணிய பாரதியார்.

பீடிகை

இவ்வளவு பெரிய புத்தகத்தை நான் எழுதுவதற்குத் தூண்டுதலாய் இருந்தவை இரண்டு விஷயங்கள். இரண்டாவதைத்தான் முதலில் சொல்ல வேண்டும். 'காரண - காரியம்' என்றுதானே பெரியவர்கள் சொல்லியிருக்கிறார்கள்...

> *சிறிய விபத்தோ பெரியதோ, தீயை அணைப்பதுதான் முதல் வேலை என்றாலும், நெருப்பு முழுக்க அவிந்தபின்னர் கருகிக் கிடக்கும் குவியலைக் கிளறி விபத்தின் மூல காரணத்தை அறிவது இன்னும் முக்கியமானது.*

என்று சம்பந்தமூர்த்தி மாமா சொல்வார். பார்க்கப்போனால், பற்றியெரியும் தீயை அணைப்பதைவிடவும் இது முக்கியமானது என்று அழுத்திச் சொல்வார். என்ன, அடிக்கடி இதைச் சொல்வார் - கேட்பவருக்கு அலுக்கும் அளவுக்கு. ஒருவேளை, திரும்பத் திரும்பச் சொன்னால்தான் மற்றவர்கள் மனத்தில் அழுத்தமாய்ப் பதியும் என்று நினைத்தாரோ என்னவோ. ஏனென்றால், எங்கள் குடும்பத்தின் பிற பெரியவர்கள் அளவு அசட்டுத்தனங்கள் இல்லாதவர் மாமா - என் அப்பாவைப் போலவே. இந்த விஷயத்தில் மட்டும் ஏன் இப்படி அலுப்பூட்டினார் என்பதற்கும் ஏதாவது காரணங்கள் இருந்திருக்கும்; நாங்கள் கேட்டதில்லை.

மாமா ஆரம்பிக்கும்போதே எங்களுக்கு அடுத்தடுத்த வார்த்தைகள் நினைவுக்கு வந்துவிடும். அவர் சொல்லி முடிக்கும்போது எங்களுக்குள்ளும் அதே தருணத்தில் முடியும். நானும் சின்னக்காவும் ஒருவரையொருவர் பார்வையால் தீண்டிக்கொள்வோம் - புன்சிரிப்பை அடக்கும்போது அவள் முகத்தில் விசேஷமான ஒளி கூடியிருக்கும்!

இரண்டாவது சம்பவம், மிகவும் எளிமையானது. நேரடியானது. புத்தாயிரத்தின் ஆரம்ப வருடங்களில், ஹொகேனக்கல்லில் ஒரு இலக்கியப் பட்டறை நடந்தது. அழைப்பாளர்களில் நானும் ஒருவன். என் எழுத்தின் பெறுமதி கருதி அல்ல - நட்பு கருதித்தான் அழைத்திருந்தார்கள். ஆமாம், நான் நிறைய எழுத ஆரம்பிக்கும்வரை நண்பர்களும் நிறையப் பேர் இருந்தார்கள்.

ஒரு லாரி அளவுக்கு எழுதியபிறகு திரும்பிப் பார்த்தால், வாசகர்களாக அறிமுகமாகிறவர்கள் இருக்கிறார்கள்; தம் இஷ்டப்படி அர்த்தம் கொண்டு திட்டுபவர்கள் இருக்கிறார்கள்; இலக்கியமல்லாத காரணங்களை முன்னிட்டு நிரந்தரமாய் வெறுப்பவர்கள் இருக்கிறார்கள்; என்னுடைய ஒரு வரியைக் கூடப் படித்ததில்லை என்று பெருமையாய்ச் சொல்லிக்கொள்ளும் ஃபேஸ்புக் பதிவர்கள் இருக்கிறார்கள் - நண்பர்கள் வெகுவாகக் குறைந்துவிட்டார்கள். பாவம், அவர்களிலும் அநேகம்பேர் எழுதுகிறவர்கள்தானே.

நட்பு குறைந்ததன் பலன், பட்டறைகளுக்கான அழைப்புகளும் தாமாகவே குறைந்துவிட்டன. தவிர, அந்த நாட்களில் நிகழ்ந்த எண்ணிக்கையில் இப்போது நடக்கின்றனவா என்பதும் தெரியவில்லை. ஒன்று மட்டும் உறுதியாய்ச் சொல்வேன், அவற்றில் இருந்த தீவிரமும், ஜனநாயகமும், மறைமுகமாக அவற்றில் பொதிந்திருந்த உத்வேகமும் கிளர்ச்சியும் இந்நாள் முகாம்களில் கிடைப்பதற்கில்லை. உங்களை ஏற்காத அமைப்புகளைப் பற்றி வேறென்ன சொல்வீர்கள்!

இலக்கியப் பட்டறைகளுக்குப் போவதில் என்னை வசீகரித்த அம்சம் ஒன்று உண்டு. பகல் முழுக்க நடக்கும் விவாதங்களைவிட, முன்னிரவுகளில் தொடங்கும் உரையாடல்கள். பாவனைகளும் பாசாங்குகளும் இல்லாமல் மனம்விட்டு உரையாடத் தொடங்குவோம். சில சமயம் சில்லறைச் சண்டைகள் நடக்கும். அதுவும் இலக்கியத்தை முன்வைத்துத்தான். பகிர்ந்து அருந்திய மது ஒரு காரணம். என்றாலும், குடித்தபிறகும் இலக்கியம் மட்டுமே பேசுவது என்ற கடப்பாடு உள்ள குழாம் அமைவது சுலபமா என்ன!

தான் எழுதிய மதிப்புரைக்கு மன்னிப்புக் கேட்பதில் தொடங்கி, அடுத்தவர் எழுத்தில் தமக்கிருக்கும் மோகம், பொறாமை, கேவலமான அபிப்பிராயம் என்று சகலமுமே தயக்கமின்றி வெளிவரும்... அதிதீவிரவாதிகள் மட்டும் நள்ளிரவு தாண்டியும்

விழித்து உரையாடிக்கொண்டிருப்பார்கள். குடியும் தூக்கமின்மையும் இல்லாமல் ஒரு இலக்கியவாதியா என்பான் மோகன்தாஸ்!

இன்னொரு சுவாரசியம், கூட்டத்துக்குச் செல்வதற்கான பயணம் ஆரம்பிக்கும்போதே ஒரு விசித்திரப் பறவை எனக்குள் வந்து அமர்ந்துவிடும். ஓயாமல் க்ளக் க்ளக் என்று குரல் விடுக்குமா, சமீபத்தில் படித்தவை, சமீபத்தில் எழுதியவை, சமீபத்தில் பிரசுரமானவை என்று ஒரு பெரும் பட்டியல் மனத்தில் மேலெழும். அவற்றைப் பற்றி இன்னின்னார் என்னென்ன சொல்வார்கள் என்ற ஆவலும், சிலவேளை பதைப்பும் என உணர்வுநிலைகள் ஏறிஏறித் தாழும். ஒரு கட்டத்தில், நானே அந்தப் பறவையாக உருமாறியிருப்பேன்.

ஹொகேனக்கல் செல்லும்போது, காவிரிக்கரையில் வறுபடும் புத்தம்புது மீன் மணம், அருவிக் குளியல், பரிசல் பயணம், முழங்கால் ஆழம் மட்டுமே கொண்ட கிளைக் கால்வாயின் நட்டநடுவில் நீருக்குள் சம்மணமிட்டு அமர்ந்து புகைக்கும் சிகரெட் என்று ஞாபகம் வந்த எதிர்பார்ப்புகளின் வரிசையில் அந்த மாத ஆரம்பத்தில் வெளிவந்த ஒரு சிறுபத்திரிகையின் முதல் இதழில் பிரசுரமாகியிருந்த என் குறுநாவலும் சேர்ந்துகொண்டது...

வங்கியொன்றில் தணிக்கை உதவியாளனாய்ப் பணிபுரிந்த, குறுகியகாலப் பரிச்சயத்திலேயே கதைசொல்லியின் அந்தரங்க நண்பனாகிவிட்ட, சில பல கடிதங்களை எழுதியபின் திடீரென்று தொடர்பறுந்துபோன ஒருவனைப் பற்றிய குறுநாவல் அது. சில ஆண்டுகள் கழித்து, வங்கிப் பணியிலிருந்தே காணாமல் போனதாக அறிவிக்கப்பட்டவன். அவன் காணாமல் போனதற்கான தடயங்களை அவன் எழுதிய கடிதங்களிலேயே தேடுவதாக வளர்வது...

மேற்சொன்ன குறுநாவலை எழுதும்போது எனக்கிருந்த இரட்டை மனநிலையை நண்பர்களிடம் பகிர்ந்துகொள்ள வேண்டும் என்று தோன்றியது. ஆமாம், கதைசொல்லியும் நானே, காணாமல் போனவனும் நானே என உணர்ந்திருந்தேன். அச்சான பின்னர் வாசிக்கும்போது, என்னுடைய கண்ணாடி பிம்பத்தை இரண்டாகப் பிரித்து ஆளுக்குக் கொஞ்சமாக வழங்கியிருந்தது உறுதிப்பட்டது. பிரசுரமானதை நானே வாசித்தபோது, ‘சின்முத்திரை பிடிக்கும் தட்சிணாமூர்த்தத்தின் விரல்களில் தொடும் விரல் எது, தொடப்படும் விரல் எது’ என்று முன்னாள் நண்பராகிவிட்ட மூத்த எழுத்தாளர்

புன்னகையோடு கேட்ட கேள்வி என்னுள் எழுந்தடங்கியது; மூக்குப்பொடியைச் சிட்டிகை பிடித்த மாதிரி விரல்களைக் குவித்திருந்தார் அப்போது...

ஆனால், பகல் முழுவதும் கிடைத்த இடைவேளைகளில் யாருமே அந்தக் குறுநாவலைப் பற்றி என்னிடம் பேசாதது ஒருவித அவமான உணர்வைக் கிளப்பியது.

மோகன்தாஸ் காப்பாற்றினான். கிட்டத்தட்ட நள்ளிரவு நெருங்கும்போது, எச்சில் சிகரெட்டைப் பறித்து உறிஞ்சியவன், திடீரென்று புகையோடு என் கன்னத்தில் அழுத்தி முத்தமிட்டான்.[1]

> மாப்ளே, நீ எழுத்தாளண்டா. நீதாண்டா எழுத்தாளன். நாங்கல்லாம் சும்மா ஜல்லியடிச்சிட்டிருக்கோம். என்னா ஃப்ளோ என்னா ஃப்ளோ. நாலஞ்சு தடவ படிச்சுட்டேண்டா. ஒவ்வொரு வாட்டியும், அந்தச் சண்டாளன் காணாமப் போயிட்டானேன்னு இருக்கு. அதுலேயும், 'செத்துப்போனவர்களை மன்னித்துவிடலாம்; காணாமல் போனவர்கள் பறித்துப்போகும் நம் சுயத்தின் பகுதியும் உயிரோடு எங்கோ உலவிக்கொண்டுதானே இருக்கும்?'ன்னு ஒரு வரி வருதே... அபாரம்டா. அது சரி, அவன் எழுதின லெட்டர்லெ வர்ற பேர்கள்லெ நெஜமான எழுத்தாளர்களும் பாடகர்களும்கூட இருக்காங்களே, மத்தவங்களுமே நெஜமாடா?...

என்று ஆத்மார்த்தமான பிரியமும், தழுதழுப்பும் வழியும் குரலில் பேசிக்கொண்டே போனான். 'என்ன இந்தப்பயல் திடீரென்று இப்படிப் பொங்குகிறானே' என்று நான் வியந்து முடிப்பதற்கு முன்பே பாலகிருஷ்ணன் குறுக்கிட்டான்:

> இந்த நாலு வார்த்தெ சொல்றதுக்கு, இவ்வளவு குடிக்க வேண்டியிருக்கு!

---

1 என்னைப் பற்றிய புகழ்மொழிகளை இங்கே எழுதத் தயக்கமாயும் கூச்சமாயும் இருக்கத்தான் செய்கிறது. ஆனால், பேசுபொருளின் மையவோட்டத்துக்குத் தொடர்புள்ளது என்று கருதியே பதிவு செய்திருக்கிறேன்.

எல்லாரும் சிரித்தோம்.

அவர்களை சாமானியமாக நினைத்துவிட வேண்டாம் - முன்னவன் தீவிர இலக்கியத்தைவிட்டு மெல்லமெல்ல நகர்ந்து போனானே தவிர, மிகப் பெரிய திரைக்கதாசிரியனாக இருக்கிறான். நிறைய சம்பாதிக்கவும் செய்கிறான். மற்றவன், மத்திய அரசில் மிக உயர்மட்ட அதிகாரியாக இருக்கிறான்.[2] அதிகம் எழுதுவதில்லை; மொழிபெயர்ப்பதில் ஆர்வம் காட்டுகிறான்; தமிழிலிருந்து ஆங்கிலத்துக்கும், ஹிந்திக்கும். ஆமாம், மும்மொழி வல்லுநன் அவன். முதன்முதலில் இருமொழிகளுக்கும் அவன் கொண்டுசென்றது, அன்றிரவில் அவர்கள் கொண்டாடித் தள்ளிய, மேற்சொன்ன என்னுடைய குறுநாவலைத்தான்.

அந்த மாய இரவில், கொழுந்துவிட்டெரியும் கேம்ப்ஃபயரின் முன்னிலையில், போதையும் நட்பின் ஆழமும் தந்த அக எழுச்சியில் சில நிமிடங்கள் மட்டுமே நண்பர்கள் வழங்கிய பாராட்டு வாசகங்கள் இப்போது இதை எழுதும்வரை என்னைச் சுமந்து வந்திருக்கின்றன என்பதை, ஒருபோதும் நவின்று தீர்த்துவிட முடியாத நன்றியுணர்ச்சியுடன் பதிவுசெய்கிறேன்...

---

2 மைல்கல்லான படைப்பு ஒன்று வெளியாகிவிட்டால் அதன் தாக்கம் லேசில் குறையாது. உதாரணமாக, தமிழில் மட்டுமல்ல, இந்திய மொழிகள் எதிலும் எழுதப்பட்டுத் தமிழுக்கு வருகிற, இசையைக் களமாகக்கொண்ட நாவல் எதுவானாலும், தமிழ் வாசக மனம் 'மோகமுள்'ளுடன் ஒப்பிட்டுப் பார்க்கத்தானே செய்யும்? 'ஜே ஜே: சில குறிப்புகள்' இன்னொரு உதாரணம். அதன் வருகைக்குப் பிறகு, எந்த நாவலில் எழுத்தாளர்கள் பற்றி வந்தாலும், நிஜத்தில் உள்ளவர்களுடன் இணைத்துப் பார்த்து இன்னார் என்று கண்டுபிடிக்க முனையத்தானே செய்கிறோம். புனைகதைகளுக்கு மட்டுமில்லை; வாழ்க்கை வரலாறுகளுக்கும் இதே நடைமுறைதான். சுயசரிதம் என்ற மாத்திரத்தில் மகத்தான அளவீடாக 'என் சரித்திரம்' வந்து நின்றுவிடாது?

ஆனால், ஒன்று உறுதியாகச் சொல்வேன்: ஏற்கனவே புனைபெயர்களில் எழுதும் இந்த இருவருக்கும் நானும் தலைக்கொன்றாகப் புனைபெயர் சூட்டியிருக்கிறேன். ஆகவே, நீங்கள் யூகிக்கும் எழுத்தாளர்கள் அல்ல இவர்கள். அதற்காக, கற்பனைப் பாத்திரங்கள் என்றும் நினைத்துவிட வேண்டாம்!

சொல்ல வந்த விஷயத்திலிருந்து வெகுவாக அகன்று சென்றுவிட்டேன் என்று உறைக்கிறது. அன்றைய உரையாடலில் பாலகிருஷ்ணன் சொன்ன ஒரு வாக்கியமும், ஒரு தகவலும் - அவற்றைக் குறிப்பிடுவதற்காகத்தான் இந்தப் பத்தியையே ஆரம்பித்தேன். குறுநாவலைத் தொடர்ந்து, காணாமல் போகிறவர்கள் பற்றிப் பேச்சு தொடர்ந்தது. பாலகிருஷ்ணன் சொன்னான்:

> துயரத்துலேர்ந்து விடுபடுறதுக்காகத்தான் ஒருத்தன் ஓடிப்போகணும்ங்குறது இல்லப்பா. சந்தோஷம் தாங்காமெக்கூட ஓடிப்போலாம். எங்கூடப் படிச்சவன் ஒர்த்தன் அப்பிடித்தான் காணாமெப் போனான்.[3] வசதியான வியாபாரக் குடும்பம். சொந்தக்காரப் பொண்ணுக ரெண்டுமூணு விடாமெத் தொரத்திக்கிட்டிருந்துச்சுக. நாலாவது ஸெமஸ்டர் லீவுக்கு ஒட்டன்சத்திரம் போயிட்டேன். லீவு முடிஞ்சு திரும்பி வந்தா ரெண்டு தகவலையும்

3 இந்த நபர் பற்றி, பின்னொரு சமயமும் என்னிடம் சொல்லி-யிருக்கிறான்: ரிஷிகேசத்தில், கையில் திருவோடுகூட இல்லாமல் சாவகாசமாக வெறித்துப் பார்த்துக்கொண்டு உட்கார்ந்திருந்த சாமியார், மேற்படி வகுப்புத் தோழனேதானாம். அடையாளம் கண்டு இவன் அணுகி விசாரித்திருக்கிறான். முதலில் ஏதோ கவனத்தில் ஆமோதித்தவன் சடாரென்று சுதாரித்து வேறு ஒரு பாஷையில் மறுப்பான குரலில் பேசி விலகிப் போய்விட்டானாம். உத்தரப்பிரதேசத்தின் உட்பகுதியில் பழங்குடிகள் பேசும் ஏதோ மொழியின் சாயலில் ஒலித்தது அது என்றான் பாலன். அதன் பெயரைக்கூடச் சொன்னான்; எனக்குத்தான் மறந்துவிட்டது. ஆனால், அவன் சொன்ன இன்னொன்று பசுமையாக நினைவிருக்கிறது:

> ஆனா, அந்தக் கண்ணுலெ முதல்லெ இருந்த ஆச்சரியம் பத்தி எனக்கு சந்தேகமேயில்லடா. அவன் அப்பிடி நடந்துக்கிட்டதுலெயும் ஆச்சிரியம் ஏதுமில்லே. அவந்தான் வேணாம்னு விட்டுட்டு வந்துருக்கானே. அதே ஒலகத்திலிருந்து ஒரு ஜீவராசி எதுக்குத் திரும்பத் தன்கிட்டெ வரணும்னு நினைச்சிருக்கலாம். கையிலெ கொஞ்சம் பணம் குடுக்கலாமான்னு ஒரு நிமிஷம் தோணுச்சு. அப்பறம், ரெண்டாவது தப்பையும் செய்ய வேணாம்னு விட்டுட்டேன்.

நான் பாலகிருஷ்ணனாக மாறி, எனக்கு நேர்ந்த சம்பவமாக அதை உருவகித்து, ஒரு குறுங்கதை எழுதியிருக்கிறேன்!

> சொல்றானுக; ரெண்டாவது தகவல், அந்த ஸெமஸ்டர்லயும் க்ளாஸ் டாப்பர் அவன்தான்!...

எனக்குத் தூக்கிவாரிப் போட்டது. அட, இது எனக்குத் தோன்றாமல் போய்விட்டதே; காணாமல் போனவனின் ஒரு கடிதத்தில் இந்த அம்சத்தைச் சேர்த்திருக்கலாமே. கதையில் இன்னும் கொஞ்சம் மர்மம் சேர்ந்திருக்குமே. என் மனவோட்டத்தை அறியாமல் அடுத்ததையும் சொன்னான் பாலகிருஷ்ணன்:

> கொஞ்சமாவது சுரணையுள்ளவனுக்கு தான் இருக்குற இடத்தைப் பத்தி திருப்தி இருக்குமா சொல்லு...

படுக்கப் போகலாம் என்று நாங்கள் எழுந்தபிறகு, நின்றவாறே கடைசி சிகரெட்டைப் புகைத்தோம். அப்போது, பாலன் இன்னொன்று சொன்னான்:

> ...தமிழ்லெ வி வி சடகோபன்னு ஒரு சினிமா ஸ்டார் இருந்தாருடா. அவரும் இப்பிடித்தான் காணாமப் போனாரு - எய்ட்டீஸ்லெ.
>
> கேள்விப்பட்டிருக்கேன். எங்க தாய்மாமா ஒருத்தர் சொல்லியிருக்காரு...

அவ்வளவுதான், என்மேல் மெல்ல மெல்லக் கவிந்துகொண்டிருந்த உறக்கம் சட்டென்று ஆவியாகிவிட்டது. முன்னரே சொன்ன பறவை, சிறகை விதிர்த்துக்கொண்டு ஆகாயமேறியது.

முதல் காரணம், இரண்டாவதாய்ச் சொல்கிறேன் என்றேனே அதுதான் - ஆரம்பத்திலும், சற்றுமுன் பாலனிடமும் குறிப்பிட்ட சம்பந்தமூர்த்தி மாமாவேதான்.

என் அம்மாவின் ஒன்றுவிட்ட தம்பி அவர். அப்பா வழியில் அவளுக்கு எஞ்சியிருந்த ஒரே உறவு. அந்தக் கால ஐப்பியெஸ். முழுக்க முழுக்க வடநாட்டிலேயே பணிக்காலத்தை முடித்தவர். இடையில் ஒரு தடவை தமிழ்நாட்டுக்கு டெப்புட்டேஷன் வாங்கிக் கொண்டு வந்திருந்தார். தீயணைப்புத் துறையில் கேந்திரமான பதவி வகித்துவிட்டு, மறுபடி மத்தியப் பிரதேசம் திரும்பிவிட்டார். அம்மா சொல்வாள்:

> பாவம், உள்ளூருக்கு வந்த பிள்ளையை நிம்மதியா இருக்கவிட்டுதோ, பாழாப்போன உத்யோகம்? வந்துருக்கவே வேண்டாம். எங்கியோ கண்காணாத எடத்துலே என்ன கஷ்டம் பட்டுருந்தாலும் நம்பளுக்குத் தெரிஞ்சிருக்கவா போறது?

ஆமாம், மாமா தமிழ்நாட்டில் தற்காலிகமாய்ப் பணிபுரிந்த காலகட்டம் காங்கிரஸ் அரசாங்கத்தின் அந்திம காலம். இந்தி எதிர்ப்புப் போராட்டம் கொழுந்துவிட்டு எரிந்த சமயம். ஆர்ப்பாட்டக்காரர்கள் தீ வைக்கிறார்களோ இல்லையோ, அதற்கான வாய்ப்பு பிரகாசமாக இருக்கும்போது, தற்காப்பும் மும்முரமாகத்தானே இருக்க வேண்டும்?...

அம்மாவின் கூடப்பிறந்த சகோதரர்களைவிட நெருக்கமாயிருந்தவர் சம்பந்தமூர்த்தி மாமா. அவருக்கு உடன்பிறந்த இரட்டைச் சகோதரிகள் இருந்தார்களாம். இவரை விட மூன்று வருடம் மூத்தவர்கள். பத்து வயதில் வைசூரி தாக்கி ஒருத்தி மாண்டு போனாள். மற்றவள் அவளை நினைத்து ஏங்கியே போய்ச்சேர்ந்தாள் என்பாள் அம்மா. இரண்டாவது சித்தி எப்படி இறந்தாள் என்று அவளும் சொன்னதில்லை, நானும் கேட்டதில்லை. பார்க்கப்போனால் நான் பிறப்பதற்கு முன்பே அவர்களெல்லாம் வெறும் கதையாகி விட்டிருந்தார்கள்.

மாமாவே, உடன்பிறப்புகள் தவறினபோது தமக்கு ஏழு வயதுதான் என்றும், மிகவும் மங்கலான ஞாபகங்கள்தாம் இருக்கின்றன என்றும் சொல்வார். என் அம்மாவிடம் அவருக்குப் பாசம் அதிகமாய் இருந்ததற்கு இரட்டையர் இறந்ததுவும் காரணமாய் இருக்கலாம்.

கிராமப் பள்ளிக்கூடத்தில் பள்ளியிறுதிவரை படித்து, பட்டப் படிப்புக்குத் திருச்சி போனார். பட்டமேற்படிப்பு மதறாஸில். அப்போது ஏற்பட்ட உந்துதலால், ஸிவில் சர்வீஸ் எழுதித் தேர்வானார். பணிக்காலத்தின் இறுதியில் டெல்லியில் குடியமர்ந்தார்.

> சும்மாயில்லடா க்ருஷ்ணையா. பரமபதத்திலெ ஒவ்வொரு சின்ன ஏணியா ஏறியாக்கும் கடைசிக் கட்டம் வரை போனேன்...

என்று இடைவெளி விடுவார். அபரிமிதமான குறும்பு கொப்பளிக்கும் பார்வையை மாமி மீது வீசுவார். நாங்கள் காத்திருந்தோம். அவர் தொடர்ந்தார்:

> என்ன செய்ய, கடைசிக்கி முந்தின கட்டத்திலெ வாயெத் தெறந்துண்டிருந்த பாம்புகிட்டெச் சிக்கி, ஒரே சறுக்கு. இந்தோ, கரட்டுப்பட்டியிலெ வந்து ஒக்காந்திருக்கேன்!

தானேதான் அந்தப் பாம்பு என்கிற மாதிரிப் பெருமை பொங்கும் முகத்துடன் புன்சிரிப்பாள் சீதா மாமி.

> ஏன், ஒனக்கென்ன ராஜாவுக்கு!

என்று பெருமிதமாய்ச் சொல்வாள் அம்மா. 'என் பிள்ளைகள் படிச்சு அந்த அளவு மேலே வராட்டா என்ன, சம்பந்தனும் எனக்கு ஒரு பிள்ளைதானே' என்று அடிக்கடி சொல்வாள்.

மாமாவின் ஒரு சிறப்பம்சம், ஒரு விஷயத்தில் இறங்கிவிட்டால் லேசில் விடமாட்டார்! அவர் வருவதற்காகக் காத்திருக்கும் கடிகாரங்கள், காற்றாடிகள், ட்ரான்ஸிஸ்டர்கள், பம்ப்பிங் ஸ்டவ்கள் என்று பகல்பொழுது முழுக்க எதையாவது நோண்டிக்கொண்டிருப்பார். கை தன்பாட்டுக்கு வேலை செய்ய, ஏகப்பட்ட சம்பவங்களை, அனுபவங்களை கதைமாதிரிச் சொல்லிக்கொண்டிருப்பார். ஏதேனும் காரணத்தால் தடைபட்டுப்போனாலும், அடுத்துக் கிடைக்கும் சந்தர்ப்பத்தில், விட்ட இடத்திலிருந்து தொடர்வார்!!

வருடம் ஒருமுறை கரட்டுப்பட்டி வந்து போவார் மாமா. என்னுடைய ஆரம்ப காலச் சிறுகதைகள் ஓரிரண்டில், பட்டாளத்து மாமாவாக உருமாறி வந்துபோயிருக்கிறார். விதவிதமான இனிப்புகள், பார்த்தறியாத சாக்லெட் வகைகள், தன் அக்காவுக்கு அபூர்வமான வண்ணங்களும் வடிவங்களும் கொண்ட கைத்தறிப் புடைவைகள், கொடைரோடு ரயில் நிலைய வாசலில் வாடகைக்கார் பிடிக்கும் முன் வாங்கிய ப்ளம் பழக் கூடை என்று பெட்டி நிறைய அன்பளிப்புகளுடன் வந்துவிட்டு, ஒருவாரத்துக்குக் குறையாமல் தங்கிவிட்டு, திருநெல்வேலி போவார் - தாய்தகப்பனைப் பார்க்க. சாஷ்டாங்கமாக நமஸ்கரித்த பின்பு புறப்படுகிறவரை, கண் தளும்ப வழியனுப்புவாள் அம்மா.

நாங்கள் மதுரைக்குக் குடிபெயர்ந்த பிறகும், அம்மா காலமான பிறகும்கூட, வருடத்துக்கொருமுறை வந்துகொண்டுதான் இருந்தார் 2010 வரை. சீதா மாமியை நிகம்போத் காட்டில் தகனம்

செய்துவிட்டு, பத்தாம் நாள் காரியத்தை மதுரை டிவிஎஸ் தோப்பில், தன் அக்கா காரியம் நிகழ்ந்த அதே இடத்தில் செய்ய வேண்டும் வந்திருந்தார். பழைய மாமாவின் நிழல்போலத் தெரிந்தார். அவர் சம்பந்தமான சகலமும் கம்பீரம் குறைந்திருந்தன. அலங்காரமாய்ச் சொல்வதென்றால், அவர் புகைக்கும் பைப்கூட பலவீனமாகிவிட்ட மாதிரித் தெரிந்தது.

ஊர் திரும்பிய மறுமாதம், ஒரு தடவை விழுந்து எழுந்தாராம். அதற்கப்புறம் வீட்டுக்குள் நடமாடவே கைத்தடி உபயோகிக்க வேண்டியிருக்கிறது என்று தொலைபேசியில் என்னிடம் விசனத்துடன் தெரிவித்தார். அப்போது அவருக்கு வயது தொண்ணூறு.

மாமாவின் பேச்சில் விசித்திரமான தர்க்கம் இருக்கும். ஒரு உதாரணம் சொன்னால் தெளிவாகிவிடும்...

நான் கல்லூரியில் சேர்ந்த வருடம் அது. என்னுடைய முதல் சிறுகதை பிரபல வாராந்தரியில் வெளியாகியிருந்தது. என் கால்கள் தரையில் பாவ மறுத்தன. அந்தச் சமயத்தில் சம்பந்தமூர்த்தி மாமா மதுரைக்கு வந்தார். அவரிடமும் உற்சாகமாய்க் காட்டினேன். அதுவரை சுமார் நூறு பேர்களிடமாவது காட்டியிருப்பேன். யாருமே கேட்டிராத கேள்வியைக் கேட்டார் மாமா:

> அது சரிடா கிஷ்ணையா. இந்தக் கதை நீ எழுதினதுதான்ங்கறதுக்கு என்ன ப்ரூஃப்?

சட்டென்று என் கால்கள் தரையில் அழுந்தின. பலவீனமான குரலில் சொன்னேன்:

> என் பேர் போட்டிருக்கே மாமா?!

> பார்றா. தமிழ்நாட்டுலே நீ ஒர்த்தன்தான் க்ருஷ்ணனாக்கும்?

தொடர்ந்து அந்தப் பத்திரிகையில் இருந்த இன்னொரு கதையை வாய்விட்டுப் படிக்க ஆரம்பித்தார். என் நெற்றிப்பொட்டுகளில் வியர்த்தது. கையாலாகாத ஆத்திரமும், விலகி நகர முடியாத நிர்ப்பந்தமும் என்னைப் படுத்தியெடுத்தன. முதல் இடியிலிருந்தே நான் மீண்டிருக்காதபோது, அடுத்த அஸ்திரம் பாய்ந்தது. ஆனால், அது என்னைக் காயப்படுத்துவதற்குப் பதிலாக, என் கழுத்தில் மாலையாய்க் கிடக்கிறது - இன்றுவரை. மாமா சொன்னார்:

த பார். ‘ரங்கேசன்’ னு ஒர்த்தன் எழுதியிருக்கான். இந்தப் புனைபேருக்காகவே இவனை ஷூட் பண்ணலாம். இவனோட லாங்வேஜுக்கும் நீ காட்டின கதையோட லாங்வேஜுக்கும் ஏதானும் வித்தியாசம் இருக்கா? பேர்களை மாத்திப்போட்டா ஏதாவது கெட்டுப்போகுமா?

வாய்விட்டு மனம்விட்டு நீண்டநேரம் சிரித்தார். அப்புறம், அபூர்வமான வாஞ்சையுடன் சொன்னார்:

என்னடா, மனசு விட்டுடுத்தா! இதுவரைக்கும் நீ காட்டினவன் அத்தனைபேரும் ஆஹா ஓஹோன்னிருப்பான். நீயும் அதே ஜோர்லெ இன்னும் நூறு கதை எழுதித் தள்ளிடுவே. அதுவா பெரிசு? ஒனக்குன்னு ஒரு தனித்தன்மை வேணாம்? ஒன்னோடெ லாங்வேஜைக் கண்டுபிடிக்க வேணாம்?... எழுத்தாளனாறது எவ்வளவு பெரிய விஷயம்! எல்லாருக்கும் அந்த பாக்கியம் வாய்ச்சுடுமா என்ன. எங்கக்கா பையன் எழுத்தாளனாக்கும்னு பெருமைப்பட்டுக்க மாட்டேனா நான்?

சைகையால் அருகில் அழைத்து, வலது கையால் தன் உடம்போடு இறுக்கிக்கொண்டார்.

ஒனக்கே ஒனக்குன்னு பிரத்தியேக லாங்வேஜ் உருவாகற வரைக்கும் எழுதிண்டே இருக்கணும். ஆனா, பப்ளிஷ் பண்ணக் கூடாது. நீ லா ச ரா, கு ப ராஜகோபாலன்லாம் படிச்சிருக்கியோ?...

இல்லையென்று தலையாட்டினேன். கல்கி தேவன் சாண்டில்யன் சுஜாதா என்று பெயர்கள் எனக்குள் ஓடின. அவற்றை மாமாவிடம் சொல்ல நா எழவில்லை.

...ஒண்ணு இந்தக் கோடின்னா, மத்தது அந்தக் கோடி. ஒவ்வொரு சொல்லையும் இழைச்சு இழைச்சு எழுதுவார் இவர். அவரானா, ஃப்ரெண்டுக்கு எழுதற லெட்டர் மாதிரி நேரடியா எளிமையா எழுதுவார். கனத்த சொல் ஒண்ணுகூட இருக்காது. அவாள மாதிரி அபூர்வமான ரைட்டர்ஸ் கொஞ் சப்பேரு இருக்கா. அவாளையெல்லாம் நெறையாப் படி. என்ன?

அன்று சாயங்காலம் என்னை சர்வோதய இலக்கியப் பண்ணைக்கு அழைத்துச் சென்றார். அசோகமித்திரனின் ‘பதினெட்டாவது

அட்சக்கோடு'ம் கி. ராஜநாராயணனின் 'வேட்டி' தொகுப்பும் வாங்கினார்.

வீட்டுக்கு வந்ததும், இரண்டையும் என் கையில் கொடுத்தார். தமக்காக வாங்கியிருக்கிறார் என்றே நினைத்துக்கொண்டிருந்தேன், அதுவரை. இரண்டையும் பத்திரமாக வைத்திருக்கிறேன். மாமாவின் ஸ்டைலான ஆங்கிலக் கையெழுத்து மட்டும் லேசாக மங்கியிருக்கிறது:

> *வருங்கால எழுத்தாளரும், என் பிரிய மருமானுமான ஸ்ரீமான் க்ருஷ்ணனுக்கு, ஒரு எளிய வாசகனாக, சம்பந்தமூர்த்தி மாமா/ **29 10 1980.***

ஆமாம், ஆங்கிலத்தில் 'ஸ்ரீமான்' என்றே எழுதியிருந்தார்!

இவ்வளவு சொன்ன பிறகு, மூன்றாவதாக ஒரு காரணத்தையும் சொல்லிவிடுகிறேன். 2015 ஜனவரியில், டெல்லியில் அவரைக் கடைசியாகப் பார்த்துவிட்டுத் திரும்பினேன். டிசம்பர் இறுதியில் இறந்துபோனார். இன்னும் ஒரு மூன்று மாதம் போயிருந்தால் தொண்ணூற்றாறு பிறந்திருக்கும்...

இந்த ஆண்டு ஏப்ரல் பிறந்த அன்று எனக்கு ஒரு புதிர் போட்டாள் பத்மினி. நானுமே உல்லாசமான மனநிலையில்தான் இருந்தேன். கண்ணுக்குத் தெரியாத வைரஸைப் பார்த்து உலகமே மரணபயத்தில் தத்தளித்துக்கொண்டிருக்கும்போது சில்லறைச் சண்டைகளுக்கெல்லாம் ஏதாவது பெறுமானம் உண்டா என்று வெளிப்படையாகப் பேசிக்கொள்ளாமலே நாங்கள் ஓர் உடன்படிக்கை செய்துகொண்டிருந்தோம். வீட்டின் சூழலில் அபூர்வமான அமைதி நிலவியது. குழந்தைகள் இருவரும் அவரவர் ஊரில், வீட்டை விட்டே வெளியில் வரமுடியாத நிலையில் இருந்தனர்.

மணமான புதிதில் இருந்த அதே அளவு காதல் பரஸ்பரம் ஊறுவதாக நினைத்துக்கொண்டோம் - அதை ஓரிருமுறை சொல்லிக்கொள்ளவும் செய்தோம். 'முத்தத்தில் உண்டோடி உன் முத்தம் என் முத்தம்' என்று ஒரு அமர வரியை என் வாலிபப் பிராயத்தில் வாசித்திருக்கிறேன். இன்னொரு வரியையும் சேர்த்துக்கொள்ளலாம்: 'உண்டோடி இள முத்தம் கிழ முத்தம்...'

இந்த வருஷம் என்ன விசேஷம்னு சொல்லுங்கோ பாப்பம்! நானாச் சொல்ல மாட்டேன். எங்கே, நீங்க நெஜமாவே கெட்டிக்காரர்தானான்னு பாத்துடலாம்...!!

பகல் முழுக்க மண்டையைக் குடைந்துகொண்டேன். ம்ஹூம். ஒன்றும் வேலைக்காகவில்லை. ராத்திரி படுக்கப்போனபோது, தாள மாட்டாமல், கேட்டேன்:

நாள்பூரா யோசிச்சும் ஒண்ணும் பிடிபடலயேம்மா.

இதெ எதிர்பாக்கலையே! உங்ககிட்டே எவ்வளவு பிரியமா இருந்தார் அந்த மனுஷன்?!

குழப்பம் இன்னும் ஜாஸ்தியானது.

சரி விடுங்கோ. நானே சொல்லிடறேன். தூக்கம் கெட்டுறப் போறது...! சம்பந்தமூர்த்தி மாமாவுக்கு நூற்றாண்டுப்பா இது!!

ஆஹா. எனக்கு எப்படி மறந்தது!

ஆனால், அவள் ஞாபகப்படுத்திய பிறகுதான் தூக்கம் நிஜமாகவே கெட்டது. பக்கத்தில் அவள் நிச்சிந்தையாக உறங்கத் தலைப்பட்டுவிட, நான் என் பால்ய நாட்களுக்குள் புகுந்து புறப்படுகிற மாதிரி ஆகிவிட்டது.

மறுநாள் காலை, பாரதியின் வரிகளை வைத்துப் பிள்ளையார் சுழிபோட்டேன்...

என்னைப் பற்றியும் மாமாவைப் பற்றியும் நிறையச் சொல்லிவிட்டேன் என்று தோன்றுகிறது. ஆனால், நாங்கள் இருவருமே இந்த நூலைப் பொறுத்தவரை ஆறாவது விரல்கள்தாம். கட்டைவிரலைப் பற்றிச் சொல்வதற்கு முன்னால் இதையெல்லாம் சொல்லித்தீர்த்துவிடலாம் என்று நினைத்தேன்...

அன்சாரி

2015 ஜனவரியில் பொங்கல் விடுமுறையையொட்டி சம்பந்தமூர்த்தி மாமாவைப் பார்க்க டெல்லி போனேன். ‘கோயம்புத்தூரில் சகோதரன் குடும்பத்துடன் சென்று ஒரு வாரம் இருந்து விட்டு வருகிறேன்’ என்று சொன்னாள் பத்மினி. அவளுடைய சகோதரன் மகன் ஒரு ஆண் குழந்தையை சுவீகாரம் எடுத்திருக்கிறான்; அந்த மைத்துனன் வீட்டில் சென்று தங்குவது எனக்கு அவ்வளவாக ஒத்துவராது. அதிலும், கொடுக்கை சதா உயர்த்தியே வைத்திருக்கும் அவன் மனைவி. நான் ஊரிலில்லாத சந்தர்ப்பத்தைப் பயன்படுத்திக் கொள்ள பத்மினி முடிவெடுத்தது சரிதான் என்றே பட்டது. எனக்கும் தனியாகப் பயணம் செய்யப் பிடிக்கும்.

ஆனால், நான் போய்த் திரும்பிவந்த நாலைந்து மாதத்தில், முதியோர் இல்லம் ஒன்றில் போய்ச் சேர்ந்துகொள்வார் சம்பந்தமூர்த்தி மாமா; அந்த டிசம்பரில் இறந்தேபோவார் என்று இருவருமே எதிர்பார்க்கவில்லை.

> உங்களோட வராமெப் போனேனே. இப்பிடிக் கடைசி முழிகூடக் கிடைக்காதுன்னு தோணாமெப் போச்சே...

என்று அரற்றித் தள்ளினாள் பத்மினி.

ஹோமிலிருந்து, அதன் செயலாளர் திரு. தாண்டன் என்பவர் என்னை அழைத்துப் பேசினார். பதிவுசெய்த உயிலின் நகலைத் தங்களிடம் திரு.சம்பந்தமூர்த்தி கொடுத்திருப்பதாகவும்; அதன் பிரகாரம், அவருடைய உடலை அரசு மருத்துவக் கல்லூரிக்கு தானம் வழங்கவிருப்பதாகவும்; தொடர்பு எண்ணாக என்னுடையதைத்தான் கொடுத்திருந்தார் என்பதால் உடனே கூப்பிட்டுச் சொல்வதாகவும் தெரிவித்தார். நான் வருவதாய்ச் சொன்னால், உடலைப் பாதுகாத்து

வைத்திருக்க முடியும்; ஆனால் அதற்கான செலவு என் பொறுப்பு என்றும் சொன்னார்.

செலவென்ன செலவு, மாமாவுக்காகக் கோடி கொடுக்கலாம். கால அவகாசமும் பிரச்சினையில்லை. விமானத்தில் போகுமளவு எங்கள் குடும்பப் பொருளாதாரம் மேம்பட்டு விட்டது. ஆனால், போய் என்ன பிரயோசனம். தானம் வழங்கவிருக்கும் உடல்; கிரியைகளுக்கு இடமுண்டா என்று தெரியவில்லை; என்னிடம் நானே துக்கம் கேட்டுக் கொள்வதை இங்கிருந்தே செய்யலாமே. ரத்தமும் சதையுமாக நினைவில் பதிந்திருக்கும் மனிதரை வெறும் சடலமாகப் பார்க்காமலிருப்பதே உத்தமம் என்றுகூடப் பட்டது. டெல்லி சென்று திரும்ப ஆகும் செலவை இங்கேயே ஏதாவது முதியோர் இல்லத்துக்கு நன்கொடையாக வழங்கலாம்...

அத்தனை வருடமாக இல்லாமல், மாமாவைப் பார்க்க நேரில் போகவேண்டும் என்று பிடிவாதமாகத் தோன்றியதற்கு என்ன காரணம் என்று தெரியவில்லை. ஆனால், உள்ளுணர்வுக்கு உறுதியாய்த் தெரிந்திருக்க வேண்டும். இல்லாவிட்டால், முடிவெடுத்த பதினைந்தாவது நாள் ரயிலேறியிருக்க மாட்டேன்.

மாமாவின் வீடு இந்தர்புரியில் இருந்தது. முற்பகல் பன்னிரண்டு மணிக்கு அதிகாலைபோலப் பனிமூட்டம் படர்ந்த சாலைகளில், நான் போன ஃபட்ஃபட்டியும் முன் விளக்கைப் போட்டுக்கொண்டுதான் நகர்ந்தது - நத்தை வேகத்தில். ஆமாம், விரையும் வாகனம் எதையுமே பார்க்க முடியவில்லை. நான் வந்த விரைவு ரயிலே, ஆக்ராவில் ஐந்து மணி நேரம் நகராமல் நின்றிருந்தது - அவ்வளவு பனி.

ஃபட்ஃபட்டியில் போகும்போது, டெல்லிக் குளிரின் தீவிரத்தை அறியாமல் பயணம் வந்தது பிசகோ என்றொரு எண்ணம் ஓடத்தான் செய்தது. ஆனால், அப்படியொரு பனிமூட்டத்தை மெனக்கெட்டுப் போய்ப் பார்ப்போமா என்ன? கிடைக்கும்போது விடலாமா? பின்னால் ஏதாவது எழுதும்போது உபயோகப்படவும் கூடுமே.

கீழ்ப் போர்ஷனை வாடகைக்கு விட்டுவிட்டு, மாடியில் குடியிருந்தார் மாமா. அழைப்பு மணியை அழுத்தி, பணிப்பெண் வரும்வரை சில விநாடிகள் காத்திருந்தேன். மாமாவின் முகம் இப்போது எப்படியிருக்கும் என்று யூகிக்கத் தடுமாறினேன்.

கதவு திறந்த மாத்திரத்தில் வீட்டினுள் நிரம்பியிருந்த மெல்லிய ரசாயன நறுமணம் என்னை வரவேற்றது. எதிரில், சாய்வுநாற்காலியில் அமர்ந்து மோடாவின்மீது கால்கள் இரண்டையும் வாசலைப் பார்த்து நீட்டிக் கிடத்தி தினத்தாள் வாசித்துக்கொண்டிருந்த மாமா பார்வையை உயர்த்தி என்னை உற்றுப் பார்த்தார். தலையசைத்தார். நீண்ட பெருமூச்சு ஒன்றை விடுத்தார். உணர்ச்சிவேகத்தை அடக்கிக்கொண்டு புன்னகைக்க முயன்ற முகம் முழுசாக மலர முடியாததைப் பார்க்க சகிக்கவில்லை. மிகுந்த பிரயாசையுடன் எழுந்து நின்றார்.

விறைப்பாக நடந்து திரிந்த உருவம், கைத்தடியை ஊன்றிக்கொண்டு, தரைக்கு வலிக்குமோ என்கிற மாதிரி பொத்திப் பொத்தி நடந்ததைப் பார்க்கச் சங்கடமாக இருந்தது. அதைவிட, முழுசாகத் தொய்ந்து தொங்கியிருந்த நரைமீசை... ஆனால், செருமிக்கொண்ட பின், அவருடைய குரலில் வழக்கமான கம்பீரமும் கலகலப்பும் மீண்டு விட்டன. எதிர்பாராமல் நான் வந்து இறங்கியதன் சந்தோஷமாகக்கூட இருக்கலாம். அம்மா சொல்கிற மாதிரி, ‘காளை இளைத்தாலும் கொம்பு இளைக்கவில்லை’.

முகம் வெகுவாக மாறிவிட்டது. சரிந்த கன்னச் சதைகள், முழுக்க நரைத்த புருவங்கள், விகிதப் பொருத்தம் இல்லாதவைபோல அகலமும் நீளமும் அடைந்துவிட்ட காது மடல்கள், முன்னரே நீளமாய் இருந்து இன்னும் நீண்டு, நுனி வளைந்த நாசி. பழைய மாமாவின் கேலிச்சித்திரம் மாதிரி இருந்தார். முந்தைய வருடம் காலமான, குஷ்வந்த் சிங்கின் தொண்டுகிழப் புகைப்படத்தை எங்கே பார்த்தாலும், சம்பந்தமூர்த்தி மாமாவின் தோற்றம் தவிர்க்கமுடியாமல் எழும். தலைப்பாகையும் தாடியும் மட்டும் இல்லாதது!

வீட்டோடே இருக்கும் வடகிழக்குப் பணிப்பெண் கம்லா, வராந்தா டீப்பாயில் தேநீர் கொண்டு வந்து வைத்துவிட்டுத் திரும்பினாள். முக்காலியில் ஏறி, சுவரில் மாட்டிய மாமியின் படத்துக்கு அவள் பூமாலை மாற்றுவது இங்கிருந்தே தெரிந்தது. கம்லாவின் பின்புறத் தோற்றத்தையும், மாமியின் படத்தையும் மாறிப் பார்த்துக்கொண்டிருந்த மாமா, திடீரென்று நினைவு வந்தவர் மாதிரி என்னிடம் சொன்னார்:

> கிஷ்ணையா, ரயில் அலுப்புத் தீரக் குளிச்சுட்டு, சாப்புடு. கம்லா பாத்துப் பாத்துப் பரிமாறுவ. என் வழக்கப்படி நான்

ஒரு குட்டித்தூக்கம் போட்டுட்டு வந்துர்றேன். இல்லாட்டாப் பித்துப் பிடிச்சா மாதிரி ஆயிரும்!

குளித்து முடித்து வந்தேன். ஆழ்ந்து தூங்கிவிட்டிருந்தார் மாமா. படுக்கையறைக்கு வெளியிலும் சன்னமாகக் கேட்டது குறட்டை.

சாப்பிட்டு விட்டு, அடுத்த அறையில் சென்று படுத்தேன். அந்த வீட்டின் ராசிபோல; நானுமே அயர்ந்து தூங்கிவிட்டேன். விழித்தபோது, நாலு மணி ஆகியிருந்தது.

மாமா வராந்தாவில் இருந்தார். பால்கனியில், பிரம்புச் சாய்வு நாற்காலியில் கிடந்து ஆகாயத்தை வெறித்துக்கொண்டிருந்தவரின் அருகில் சென்று அமர்ந்தேன். என் எடை தாளாமல் கிரீச்சிட்டது நாற்காலி. தணியத் தொடங்கியிருந்த இறங்குவெயில் மொஸைக் தரையில் தூசிப்படலம்போலப் படர்ந்திருந்தது. என்னையே குறுகுறுவெனப் பார்க்கும் மாமாவின் விழிகளைத் தவிர்த்து, வீட்டினுள் பார்வையை ஓட்டினேன். கம்லா தேநீர்க் கோப்பைகள் வைத்த தட்டை எடுத்துக்கொண்டு, அலுங்காமல் நடந்து வந்தாள். ஒரு கொத்து மேரி பிஸ்கட்டுகளும் வைத்திருந்தாள். ஒரு பிஸ்கட்டை எடுத்து இரண்டாக ஒடித்தபடி மாமா கேட்டார்:

கிஷ்ணையா, ஒன்னோட முஸல்மான் ஃப்ரண்டு ஒர்த்தன் இருந்தானே, எப்பிடிரா இருக்கான்?

இஸ்மாயிலைக் கேட்கிறார்.[4] அவனை இவர் சந்தித்து எத்தனை

---

4 ஊர் திரும்பியபின் சந்தித்தபோது,

அட! என்னய ஞாபகம் வச்சிருந்தாராடா அவரு!!

என்று வியந்துகொண்டான் இஸ்மாயில். அவனுக்கும் அவர் சம்பந்தமாகச் சொல்வதற்குச் சில நல்ல வாக்கியங்கள் இருந்தன.

அவ்வளவு பெரிய போஸ்ட்லெ இருந்தவரு மாதிரியே இல்லெடா. அலட்டிக்கிறாத மனுஷன். எவ்வளவு சரளமாப் பேசிக்கிட்ருந்தாரு. அநியாய ஞாபகசக்தி. படிச்ச புஸ்தகங்கள்லெருந்து வரிவரியா கொட்டேஷன் விடுவாரு. பேசிக்கிட்டே இருக்கும்போது, லேசா முனகுவாரு. உத்துக் கேட்டாத்தான் தெரியும் - கர்நாட்டிக் கீர்த்தனையோ, மராத்தி அபங்கமோ, குலாம் அலி கஸலோ ஏதாவது ஒண்ணு ரெண்டு வரி. நம்மகிட்டெப் பேசும்போதே உள்ளுக்குள்ளெ சங்கீதம்

ஆண்டுகள் இருக்கும்!

நன்னா இருக்கான் மாமா.

பதில் சொல்லும்போதே, அடுத்து வரவிருக்கும் வாக்கியங்களுக்கு மனம் தயாரானது. மாமா ஏமாற்றவில்லை.

ராட்சசண்டா அவன். ஒரு மணிநேரம் பேசினதுலே, எவ்வளவு விஷயம் சொன்னாங்கறே. அட்லஸ்லே இருக்கற ஒவ்வொரு தேசத்துக்கும் ஒரு புஸ்தகமாவது வாசிச்சு வச்சிருக்காண்டா. என்ன, புதுசாப் பாக்கறவனுக்கு, கொஞ்சம் மண்டைக்கனமாப் பேசறா மாதிரித் தோணும். அவ்வளவு சமாசாரம் சேத்துவச்சா, மண்டை கனக்கத்தானே செய்யும்!

தன்னுடைய நகைச்சுவையைத் தாமே ரசித்துச் சிரித்தார், வழக்கம்போல. ஆனால், இந்த முறை வசனத்தில் உபரியாக ஒரு வாசகம் சேர்ந்தது:

அசப்புலே அன்சாரி மாதிரியே இருந்தான்... அவம் பேரு என்ன சொன்னே? இப்ராஹிமா?

இல்லே, மாமா. இஸ்மாயில். அதுசரி, அன்சாரி யாரு மாமா?

மாமா தொண்டையைச் செருமினார்.

ஓ, அன்சாரி பத்தி நான் உங்கிட்டெச் சொன்னதில்லேல்லியா. அங்கேர்ந்து ஆரமிக்கறதுதான் சரியா இருக்கும்....

என்று சொல்லிவிட்டு என்னிடம் பதிலை எதிர்பார்க்கிறவர் மாதிரி

ஓடிக்கிட்ருக்கும்போல! எவ்வளவு தகவல்கள் சொல்லுவாருங்கிறே?!

கையெழுத்துப் பிரதியை, கடைசியாக ஒரு தடவை வாசித்து முடித்ததும் தோன்றுகிறது; அவனோடு எத்தனை வருஷமாக அல்லாடிக்கொண்டிருக்கிறேன்!

மொத்தப் புஸ்தகத்திலேயும் நீ சொல்றது எது, உங்க மாமா சொல்றது எது, அந்தந்தக் கதாபாத்திரம் சொல்றது எதுங்குறது குளம்பிக் கிடக்கு... ஆனா, அது பெரிய பிரச்சினெ இல்லெ. எவ்வளவோ பேரு சேந்து சொல்ற சோமன் கதைதானே. வாசிக்கிறவுங்களுக்கு அது கிடைச்சாப் போதுமே...

இஸ்மாயில் நிச்சயம் இந்தமாதிரித்தான் ஏதாவது சொல்வான்!

என் முகத்தையே உற்றுப் பார்த்தார் மாமா. பிறகு, லேசாகப் புகார் சேர்ந்துவிட்ட தொனியில்,

> ஏண்டா பயலே, ஒங்கம்மா தவறினதுக்கு நான் வந்தேனே, ஒரு நாள் கார்த்தாலே நாம்ப வாக்கிங் போகலே?...

என்று கேட்டார். என்னவொரு ஞாபகசக்தி! கொஞ்சம் பொறாமையாகக்கூட இருந்தது. அதைச் சொன்னேன். அவர் யோசிக்காமல் பதில் சொன்னார்:

> இத்தனை வயசுக்கப்பறம், தனியா ஒக்காந்திருக்கும்போது, ஞாபகம் கெடாம இருக்கறது அத்தனை அனுகூலமான விஷயம் இல்லேடா கிஷ்ணையா! Blessed are those, who die at a proper age...

Proper age என்பது எது, அதை யார் நிர்ணயிப்பது என்று எனக்குள் கேள்விகள் ஓடத்தொடங்கின.

> ...அதெ விடு. அன்னிக்கி பஸ்டாப்புலெ உக்காந்து உன்கிட்டேக் கதெ சொன்னேனே.

அதிசயமாய், எனக்கு உடனே ஞாபகம் வந்துவிட்டது.

> அந்தக் கால ஆக்டர் யாரையோ பத்திச் சொன்ன நினைவு இருக்கு. ஆனா, கொஞ்சூண்டுதானே சொன்னேள். இந்தப் பேர் வந்த மாதிரி ஞாபகமில்லியே மாமா.

கொஞ்சநேரம் யோசித்தார். தம்முடைய ஏதோவொரு எண்ணத்தைத் தாமே ஆமோதிக்கிறவர் மாதிரித் தலையை ஆட்டிக்கொண்டார்.

> போறது, இப்பொச் சொல்லிட்டாப் போச்சு. அது சரி, சோமனைப் பத்தியாவது முழுக்கச் சொன்னேனோ?
>
> இல்லே மாமா. ஏதோ பாஸிங் ரிமார்க்கோடெ சரி.
>
> இன்னிக்கிச் சொல்லிர்றேன். இன்னூருவாட்டி நாம பாப்போமோ என்னவோ.

என்று குறும்பாகச் சிரித்தார். எனக்கு மனத்தைப் பிசைந்தது. வேகமாய்த் தலையாட்டி மறுத்தேன். அதைக் கவனிக்காதவர் மாதிரி, தொடர்ந்தார்:

> வாஸ்தவத்திலே, சோமனோட கதையை அன்சாரிகிட்டேர்ந்து

தான் ஆரமிக்கணும். ஏன்னா, எனக்கே அவன்ட்டேர்ந்துதான் ஆரமிச்சது.

என்றவாறு உட்புறம் திரும்பி,

கம்லா, குச் கரம் பானி தேதோ.

என்று உரத்துச் சொன்னார்.

நான் க்வாலியர்லே எஸ்ப்பியா இருந்தப்போ, எனக்குக் கீழே ஸர்க்கிள் இன்ஸ்பெக்டரா இருந்தான் அன்சாரி. ஒரு வகைலெ, நான் சோமனைத் தேடி அலையக் கிளம்பினத்துக்கு அவந்தான் காரணம்ன்னு சொல்லலாம். இதே மாதிரித்தான், கிட்டத்தட்ட அம்பது வருஷம் மின்னாடி, ஒரு சங்கராந்தி சமயத்திலே, அன்சாரியோடெ வீட்டுக்குப் போகற சந்தர்ப்பம் அமைஞ்சது.

பழைய நாட்களைப் பற்றிப் பேச ஆரம்பித்தபோது, மாமாவின் குரலில் அபாரமான வலிமை கூடிவிட்டது. தயக்கமேயின்றி நினைவின் அடுக்குகளை சரளமாகப் புரட்டி, சொல்லிக்கொண்டே போனார். அவருடைய பேச்சின் ஒவ்வொரு அம்சமும், ஒவ்வொரு தகவலும் அழுத்தமாக எனக்குள் பதியத் தொடங்கின...

திரு. அன்சாரியின் வம்சம் நுட்பத்துக்குப் பெயர்போனது. பல தலைமுறைகளுக்கு முன்னால், மொகலாய ராஜாக்கள் காலத்தில் வாசனைத் திரவியங்கள் தயாரிப்பது குடும்பத் தொழிலாக இருந்திருக்கிறது. டெல்லியின் புறநகர்ப்பகுதியில், யமுனைக் கரையில், சொந்தமாக மிகப்பெரிய ரோஜாத் தோட்டமே வைத்திருந்தார்களாம். பட்டத்து இளவரசர் தாரா ஷுகோவுக்கு அணுக்கமான குடும்பம்.

ஔரங்கசீப் தலையெடுத்து, மூத்த சகோதரனைக் கொன்று ராஜ்யத்தைக் கைப்பற்றிய பிறகு, இந்தக் குடும்பம் தானாகவே வெளியேறியது. உத்தரப்பிரதேசத்தின் அவத் பகுதியில் சென்று குடியேறியது.

அடுத்த தலைமுறையில், பிரசித்திபெற்ற ஓவியர்கள் இருந்திருக்கிறார்கள். ஓரிரு நூற்றாண்டுகளுக்குப் பின், மொகலாய வம்சத்தைப் பற்றிய ஆராய்ச்சிப் பதிவுகள்

வெளியாகத் தொடங்கியபோது, இவர்கள் வரைந்த ஓவியங்கள் பாதுஷா காலத்திய நிகழ்வுகள் பலவற்றுக்கு நிரூபணங்களாய் உதவியிருந்திருக்கின்றன; உலகின் பல்வேறு அருங்காட்சியகங்களில் இடம்பெற்றுள்ளவை. நெதர்லாந்தில் உள்ள ஓவியம் மிகப் பிரசித்தமானது; தலைப்பாகையைச் சுற்றி நல்முத்துச் சரம் அணிந்து முழந்தாளிட்டிருக்கும் மன்னரின் முகத்தில் துயரம் அழுத்தமாகப் பதிந்திருக்குமாம். ஆறுதல் சொல்கிற மாதிரி அவருடைய கன்னத்தை நோக்கி நாவை நீட்டும் மான்குட்டி... மாமா அந்த ஓவியத்தை நேரில் பார்த்து பிரமித்திருக்கிறார்...

அடுத்த தலைமுறை, கம்பளங்கள் நெய்வதில் விற்பன்னர்கள். அரசாங்க ஆவணங்களை நிரந்தரப்படுத்த பட்டுச் சீலைகள் தயாரிப்பதையும் அவற்றில் நுட்பமாக எழுத்துக்கள் நெய்வதையும் சிறப்பாகச் செய்து வந்திருக்கிறார்கள். அப்போது பயன்பட்ட தையல் ஊசிகளும், பூப்பின்னல் ஊசிகளும் பரம்பரைச் சொத்தாகக் கைமாறி வந்து சேர்ந்திருக்கின்றன. தம்முடைய சேகரிப்பில் அவற்றை பத்திரப்படுத்தியிருந்த அன்சாரி, சம்பந்தமூர்த்தி மாமாவிடம் ஒவ்வொன்றாய்க் காட்டி, விளக்கவும் செய்திருக்கிறார்...

வெள்ளையர் காலத்தில், வணிகக் குடும்பமாக அவதாரமெடுத்தது அன்சாரியின் வம்சம். ஆங்கிலேயப் பிரபுக்களுக்கு, மாமிசம் விற்பதைப் பிரதான தொழிலாக வைத்திருந்திருக்கிறது. இந்த நிலையில்தான் அன்சாரியின் தகப்பன்வழிப் பாட்டனாருக்கு யாரோ ஒரு ஜைனமுனியுடன் தொடர்பு ஏற்பட்டிருக்கிறது. குருவின் சொல்படி, புலால் உண்பதையும், மதுவையும் அறுதியாக நிறுத்திவிட முடிவெடுத்திருக்கிறார். கசாப்புத் தொழிலைத் தமது உடன்பிறந்த சகோதரரிடம் ஒப்படைத்துவிட்டு, குவாலியர் ராஜாங்கத்துக்கு இடம்பெயர்ந்தார். தானிய வணிகத்தில் ஈடுபட்டார்.

தாம் வியாபாரியாக இருந்தும், மகனை சங்கீதவித்வானாக்கத் தீர்மானித்தார். 'நமது வம்ச ரத்தத்தில் பதிந்திருக்கும் கலையின் தடங்களை அடுத்தடுத்த காலகட்டங்கள் அறிய வேண்டாமா' என்பாராம். இப்படித்தான் அன்சாரியின் தகப்பனார் த்ருபத் சங்கீதம் பயிலத் தொடங்கினார். அவருடைய சங்கீத மனோதர்மம் அத்தனை விசேஷமானது அல்ல; அதனால், தனியாகக் கச்சேரி செய்யும் அளவு உயரவில்லை. க்வாலியர் அரண்மனையின் ஆஸ்தான வித்வான்களுக்கு தம்பூரா மீட்டப் போவார். தற்போதைய பிரபல ஸரோட் கலைஞர் அம்ஜத் அலிகானின் தகப்பனார் ஹஃபீஸ்

அலிகானுக்கும் சுருதி கூட்டியிருக்கிறார். சம்பந்தமூர்த்தி மாமா அன்சாரியைச் சந்திப்பதற்கு இரண்டு வருடங்கள் முன்புதான் பெரியவர் காலமானாராம்.

அன்சாரிக்கு இசைக்கலைஞராக உருவாவதே விருப்பம். ஆனால், அவருடைய அண்ணன் ஸித்தார் கற்கப் போனார். ‘இசைத்துறையை நம்பி வாழ்க்கை நடத்துவதற்குத் திறமை மட்டும் போதாது, அதிர்ஷ்டமும் ஒத்துழைக்க வேண்டும். ஒரு குடும்பத்துக்கு ஒருவர் ஆற்றில் இறங்கினால் போதும், மற்றவர்கள் அவர்களுக்கு அனுசரணையாகவும் உறுதுணையாகவும் கரையில் இருந்து இடுப்புக்கயிறை இறுக்கமாகப் பிடித்துக்கொண்டு இருக்க வேண்டும்’ என்று குடும்பம் தீர்மானித்தது.

உடன்பிறந்த எட்டுப்பேரும் சம்பாதித்துக் கொடுக்க, நிச்சிந்தையாக ஸித்தார் வித்வானாக உருவெடுத்தார் முஹம்மது காஸிம். வெகு சீக்கிரமே விலாயத் கான், நிக்கில் பானர்ஜி என்று தமது தலைமுறையின் முன்னணி ஸித்தார் கலைஞர்களுக்கு நிகராகப் புகழ்பெற்றார். இரண்டு கைகளாலும், வாத்தியத்தாலும் அத்துவானத்திலிருந்து செல்வத்தைக் கறந்தெடுக்க அவர் முற்பட்ட வேளையில், அகாலமாக மரணம் குறுக்கிட்டுவிட்டது, பாவம்.[5]

அண்ணன் விட்ட இடத்திலிருந்து இசை சாகசங்களைத் தொடரவே

5 மாமா விவரித்துக்கொண்டு போன விதமும், சரளமாக அடுக்கப்பட்ட தகவல்களும், துன்புறுத்தாத, நயமான ஆங்கிலமும் என்று, என் வியப்பின் அளவு கூடிக்கொண்டே போனது. அவருடைய அனுபவங்களின் ஆழத்துக்கும், ருசிகரத்துக்கும் அதில் இருந்த பல்முனை சுவாரசியத்துக்கும், மாமா மட்டும் எழுத முனைந்திருந்தால், தேசிய அளவில் அறியப்பட்ட எழுத்தாளராகியிருப்பார். உப்புச்சப்பேயில்லாமல் எழுதி, பிரபலமும் ஆகியிருக்கும் இந்திய-ஆங்கில எழுத்தாளர்கள் எத்தனை பேரை வாசிக்க ஆரம்பித்து, பாதியிலேயே நிறுத்தியிருக்கிறேன்! பெயர்கள் எதற்கு, வேண்டாத வம்பு...

உண்மையில், திரு. அன்சாரியின் வம்ச வரலாற்றை ஒரு குறுநாவலாக எழுதினால் எப்படியிருக்கும் என்று ஊர்திரும்பும்போது யோசித்துக்கொண்டே வந்தது நினைவிருக்கிறது. தீவிரமாக உத்தேசித்து, துளிர்த்த மாத்திரத்திலேயே பழுத்த இலைபோலத் தானாகவே உதிர்ந்து சருகாகி அடித்துச் செல்லப்பட்டுவிட்ட எத்தனையோ திட்டங்களில் ஒன்றாய், எப்போதோ மறந்துபோயிருக்கவேண்டும் அது!!

அன்சாரிக்கு விருப்பம். ஆனால், காலம் தப்பிப் போயிருந்தது. ரியாஸுக்கே அவகாசமற்ற போலீஸ் வேலையில் இரண்டு பதவி உயர்வுகளும், உடல்நலம் அவ்வளவாக உறுதியற்ற மனைவியும், மூன்று குழந்தைகளும் என்று வலுவாக வேர் ஊன்றிவிட்டிருந்தார்.

ஆனால், கொஞ்சம்கூடக் குறையாமல் மீந்திருந்த இசைக் காதல், வேறுவிதமாக ஆக்கிரமித்தது. மிகப் பெரிய இசைச் சேகரிப்பாளராக ஆனார். ரிக்கார்டுகள் வாங்கிச் சேகரிக்கத் தொடங்கினார். ஆயிரக்கணக்கில். பூர்விகச் சொத்திலிருந்து வந்த வருமானத்தை இதற்கும், காவல்துறை வழங்கிய சம்பளத்தை வாழ்க்கை நடத்துவதற்கும் என்று வகிர்ந்துகொண்டார்!

இரண்டாம் தடவை கேட்க வாய்ப்பிருக்குமா என்றே தெரியாதபோதும், கண்ணை மூடிக்கொண்டு வாங்கிவாங்கிச் சேர்த்தார். இசைத்தட்டுகளைக் கேட்பதைவிட, அவற்றை மொத்தமாகப் பார்ப்பதிலேயே தமக்குத் திருப்தி உண்டாகிவிடுவதாகச் சொன்னாராம் மாமாவிடம். எனக்கு, பிராயத்தில் நான் புத்தகங்கள் வாங்கிச் சேர்த்த வேகம் ஞாபகம் வந்தது. ஒன்றுவிடாமல் அவற்றைப் படிக்க நேரமோ ஆர்வமோ குறைவாகவே இருந்ததும்தான்!...

> ஒரு தபா, யதேச்சையா அவன் வீட்டுக்குப் போற மாதிரி ஆச்சு. மெரண்டு போனேன் மெரண்டு...

ஏதோ நினைவு வந்தவர் மாதிரி மாமாவின் முகம் பெரிதாக மலர்ந்தது. மேலுதட்டின் இருபுறமும் தொய்ந்து கிடந்த மீசையைக் கோதிக்கொண்டார். விரல்கள் இழுக்கும்வரை நிமிர்ந்து நீண்டு, மறுபடியும் தொய்ந்து தொங்கியது அது...

> ...மூணு விஷயம் என்னை ப்ரமிக்க வச்சது. ஒண்ணு, அவன் சம்சாரம் கொண்டு தந்த டீ. அவ்வளவு கச்சிதமான, ருசியான டீயை என் ஆயுசிலெ குடிச்சதில்லே. ஆனா, அய்யங்கார் வீட்டு அக்கார அடிசில் தேவாமிருதமா இருக்கறதுலே ஆச்சரியப்படறதுக்கு என்ன இருக்கு! ரெண்டாவது, டீயைக் கொண்ணந்து தந்தவ. மொகலாய சாம்ராஜ்ய உப்பரிகைலே நின்னிருக்க வேண்டிய தேவாம்சம் அது. ஆள் உசரத்துக்கு ரோஜாப்பூ நடந்து வந்தா எப்பிடி இருக்கும் சொல்லு! ஆனா, இந்த ரெண்டையும் தூக்கிச் சாப்புட்டது வேறெ

ஒரு சங்கதி...

முகம் கனிந்து புன்னகைத்தார். வெகு இயல்பாக மறுபடி ஆங்கிலத்துக்கு மாறினார்:

> ...அவன் சம்சாரம், அதுதான் அந்தப் பேரழகி கலிமா, சொல்கிறாள்: 'ஸாப், நான் இவருக்கு இரண்டாவது மனைவிதான். முதல் பெண்டாட்டி அதோ அந்த அறைக்குள் இருக்கிறாள். அவர்களுடைய அந்தரங்க அறைக்குள் நுழைந்துவிட்டாரென்றால், யார் கூப்பிட்டாலும் கேட்காது என் கணவருக்கு'. அவள் என்ன சொல்கிறாள் என்று எனக்குப் புரியவில்லை. ஆனால், இத்தனை சந்தோஷமாகத் தன் சக்களத்தி பற்றி ஒரு பெண் சொல்கிறாள் என்றால், அவள் இன்னொரு மனிதப் பிறவியைச் சொல்லவில்லை என்று மட்டும் புரிந்தது!... அவனே கூட்டிச்சென்று காண்பித்தான் - ஒரு பெரிய ரூம் முழுவதும், அலமாரி அலமாரியாய் அவன் சேர்த்து வைத்திருந்த ரெக்கார்டுகள்...

மாமாவின் புன்னகை முழுச் சிரிப்பாக மாறியது.

> ...சும்மாவே வில் மாதிரி நேர்த்தியாக வளைந்த அடர்த்தியான புருவங்கள் அந்தப் பெண்ணுக்கு. குறும்பு கூத்தாடும் முகத்தோடு இதைச் சொன்னபோது, இன்னும் உயர்ந்து வளைந்தது என் கண்ணுக்குள்ளேயே இருக்கிறது... எம்ஜீயார் நடிச்ச 'உள்ளம் ரெண்டும் ஒன்று' பாட்டுப் பார்த்திருக்கிறாயோ! மொகலாய டூம்களைச் சுற்றிச்சுற்றி இறங்கிவருவாள் அந்த நாயகி; அது மாதிரிப் புருவம்...

வயோதிகம் தந்த சலுகையோ என்னவோ, அந்தப் பெண்மணியை வர்ணிக்கும்போது, மாமாவின் கண்களில் அப்படியொரு பிரகாசம்! சட்டென்று அவர் குரல் மாறும் என்று நான் எதிரே பார்க்கவில்லை:

> ...ஆனால் வயிற்றெரிச்சல் என்ன தெரியுமா, நான் பார்த்துத் திகைத்தது உளுத்துப்போயிருந்த மூங்கிலை. வெகு சீக்கிரமே, முதல் மனைவியோடு மட்டும் வாழ்க்கை நடத்த வேண்டியதாகி விட்டது அன்சாரிக்கு. தடயமே காட்டாமல் உள்ளூரப் புரையோடியிருந்த வியாதி, ஒரே மாதம் படுக்கையில் கிடத்திவிட்டு, அவளை முழுவதுமாக எடுத்துக்கொண்டது. இன்னொரு திருமணத்தை யோசிக்கக்

> கூட மாட்டேன் என்று கண்கலங்கினான் அன்சாரி. 'மயில் இருந்து ஆடிவிட்டுப் போன இடத்தில் ஆந்தையைக் கொண்டு வந்து குடிவைக்க முடியுமா ஸார்' என்றான்...

கம்லா வந்து குறுக்கிட்டாள். சப்பாத்தியும் சப்ஜியும் தயாராகிவிட்டன. ஸாஹேபுக்கு இரவுணவு நேரம் வந்துவிட்டதே.

> வாடா. சாப்புட்டுறலாம். இல்லேன்னா, அஞ்சு நிமிஷத்துக்கு ஒருக்கா காரணமே இல்லாமே வந்துட்டு வந்துட்டுப் போவா!

என்று சிரித்துக்கொண்டே எழுந்தார்.

மூடிய பாத்திரங்களைத் திறந்தபோது குபீரென்று பொங்கிய மணம் பசியை எவ்வளவு மூர்க்கமாகக் கிளர்த்தியது! பொதுவாகவே எனக்கு வடக்கத்திய உணவின்மீது ஈர்ப்பு உண்டு. கம்லாவின் கைப்பக்குவம் அலாதியாய் இருந்தது. நாசியையும் நாவையும் ஒரே சமயத்தில் கிறங்கடித்தது.

> தேவலோகத்தில் அமிர்தம் என்று கொண்டாடுவார்களாமே, இரண்டே இரண்டு சுட்ட கத்திரிக்காயை வைத்து அதையெல்லாம் தோற்கடித்துவிடுவாள் இவள்!

என்று பெருமிதமாய்ச் சொன்னார் மாமா. கம்லாவுக்கு ஆங்கிலம் தெரியாது போல. முகபாவத்தில் சலனமேயில்லாமல் பரிமாறினாள்.

தானும் உட்கார்ந்து சாப்பிட்டுவிட்டு, பாத்திரங்களையும் சமையலறை மேடையையும் கழுவித் துடைத்துவிட்டு, கம்லா தயாராகவும், அழைத்துச் செல்ல அவளுடைய கணவன் இரண்டு சக்கர வாகனத்தில் வரவும் சரியாக இருந்தது.

ஹார்ன் சப்தம் கேட்டவுடன் தன் ஸ்வெட்டருக்குமேல் ஒரு கோட் அணிந்து, தொப்பியையும் மாட்டிக்கொண்டு மாமாவிடம் விடைபெற்றாள். அவர்களுடைய வண்டி தெருமுனையில் திரும்பும்வரை வேடிக்கை பார்த்துக்கொண்டு நின்றேன்.

***

பீடிகை 2

2002-ல் மதுரைக்கு வந்திருந்தார் மாமா. எண்பத்திரண்டு வயதுக்கு, தெம்பாகவே இருந்தார் என்றாலும், மனத்தளவில் மிகவும் உடைந்து போயிருந்தார். அந்த முறை அவருடைய வருகை, தன் அருமை அக்காவின் பத்தாம் நாள் கிரியைகளை முன்னிட்டு. காரியம் நடந்த இடத்தில், எனக்குப் பக்கத்து இலையில் உட்கார்ந்து சாப்பிடும்போது,

> தமிழ்நாட்டோட எனக்கு இருந்த கடைசி ஒட்டுதலும் போயிட்டதுடா.

என்றார்.

> ஏன் மாமா, நாங்கள்லாம் இல்லியா?

என்னை ஒரு கணம் தீர்க்கமாகப் பார்த்தார்.

> எங்கக்கா வைக்கற வத்தக்கொழம்பும் மாங்காப் பச்சடியும் கிடைக்குமாடா? இனிமே யாரு மடியிலேடா கிஷ்ணையா நான் தலைகவுந்து அழுவேன்?

என்றவாறே பெரிதாகக் கதறத் தொடங்கினார். சுற்றியிருந்த அனைவருமே உடல் நடுங்கப் பார்த்துக்கொண்டிருந்தோம். சீதா மாமி, இரண்டு கைகளாலும் தலையைப் பிடித்துக்கொண்டு குனிந்து குலுங்கினாள்.

சாயங்காலம் எல்லாரும் சமனப்பட்டிருந்தோம். வராந்தாவில் பைப் பிடித்துக்கொண்டு உட்கார்ந்திருந்தவரை நெருங்கினேன்.

> மாமா, இந்த வாட்டி நீங்க நம்பாம இருக்க முடியாது.
>
> என்னடா சொல்றே கிஷ்ணையா?

முதுகுப்பக்கம் ஒளித்து வைத்திருந்த என் முதல் சிறுகதைத் தொகுப்பை எடுத்து நீட்டினேன். வாங்கிப் பார்த்தார். திருப்பிப் பார்த்தார். பின்னட்டையில் என் புகைப்படம் இருந்தது. நிமிர்ந்து பார்த்தவர், பெருங்குரலெடுத்துச் சிரித்தார்:

ஆமாமா, இது நீயேதான்.

மறுபடியும் சிரித்தவர், வெறுமையாய் இருந்த முதல் பக்கத்தைக் காட்டிச் சொன்னார்:

ஆட்டோக்ராஃப் போட்டுக் குடுறா. என் மருமான் எழுதின புஸ்தகம்னு காட்டினா, அடுத்தவன் நம்ப வேணாமா?

அப்ப்.....ப்பா, அந்தக் குரலில்தான் எத்தனை விஷமம், எத்தனை பிரியம்!

என் பிரிய மாமாவுக்கு, அவரது அறிவுரையின் நடைமுறை நிரூபணமாக...

அவரைப்போலவே ஆங்கிலத்தில் எழுதிக் கையெழுத்திட்டுக் கொடுத்தேன். பாவனையான பவ்யத்துடன் இரண்டு கைகளாலும் வாங்கினார். இரவு வெகுநேரம் படித்துக்கொண்டிருந்தார்போல. இரவு இரண்டுமணிவரை அவரும் மாமியும் இருந்த அறையில் விளக்கெரிந்தது. கிழவருக்கு இவ்வளவு உத்வேகம் கூடவே கூடாது என்று காலைக் காஃபியை நீட்டிய பத்மினியிடம் கூறிச் சிரித்தேன்.

என்னம்மா சொல்றான் உன் புருஷன்? அவம் புஸ்தகத்தெ சரியாப் படிக்கலேன்னு கேலி பண்றானா!

என்று கேட்டுக்கொண்டே வந்தவர்,

எனக்கும் காஃபி குடு. நான் பல் தேய்ச்சாச்சு...

என்றார். அவள்,

பெட்காஃபியெல்லாம் கிடையாதா மாமா!

என்று சீண்டினாள். மாமா பெருமூச்சு விட்டார்.

அதெல்லாம் டெல்லீலேதாம்மா. இங்க வந்தா எங்கக்கா ரொம்ப ஸ்ட்ரிக்ட்டு. பல் தேய்க்கலேன்னா ஜலம்கூடத் தரமாட்டேன்னுடுவா. ஏண்டா கிஷ்ணையா, என்கூட வாக் வறியாடா?

ஓ. போலாமே.

என்று உற்சாகமாகக் கிளம்பினேன்.

பீபிகுளம் ஜங்ஷனை நெருங்கும்போது திடீரென்று என் கையைப் பிடித்து நிறுத்தினார். அவ்வளவு நேரம் பேசாமலே வந்திருந்தார் என்பது அப்போதுதான் உறைத்தது எனக்கு.

மிஸ்டர். கிருஷ்ணன், நான் ஒரு கதை சொல்றேன். அதெ நீங்க எழுதுவேளா!

சொல்லுங்கோ ஸார். மொதல்லே கேட்டுப் பாப்போம்!

என்று சிரித்தேன். இடைப்பட்ட காலத்தில் இன்னும் தகவல்கள் சேரும், பதினெட்டு ஆண்டுகளுக்குப் பிறகு நிஜமாகவே எழுதிவிடுவேன் என்று அப்போது எனக்குத் தெரியாது...

சோமன்னு ஒரு நடிகர் இருந்தார் கேள்விப்பட்டிருக்கியோ?

மலையாளத்துலெயா மாமா?

அவர் என்னை உற்றுப் பார்த்தார்.

இல்லேடா. தமிழ்லெதான். பாகவதர் காலத்துலே இருந்தவர். ரெண்டு படம் நடிச்சிருக்கார். ஒண்ணு ரிலீஸாயி சுமாராப் போயிருக்கு. மத்தது, முக்காத் திட்டம் வளந்து நின்னுடுத்து. நெறையக் கச்சேரி பண்ணியிருக்கார். ட்ராமாலேந்து வந்தவர். அதுசரி, விவி சடகோபன் கேள்விப்பட்ருக்கியோ நீ?

இல்லையே மாமா.

தமிழ் சினிமாலே வேகமா உசந்த நடிகர்டா அவர். ரொம்ப வெர்ஸட்டைல் பெர்ஸனாலிட்டி. ஐஸியெஸ்ஸுக்குக் கூடத் தயாரானவராம்.

ஓ.

நான் சொல்ற சோமனுக்கும் அவருக்கும் ஒரு ஒத்துமெ உண்டு. ரெண்டுபேருமே ஒரே மாதிரி முடிவெ மீட் பண்ணவா.

புரியலையே மாமா.

ஆமாடா, சுமார் இருபது வருஷத்துக்கு மின்னாடி சடகோபன்

திடீர்னு காணாமெப் போய்ட்டார் - சோமனெ மாதிரியே. ரெண்டுபேருக்கும் ஒரு வேத்துமையும் உண்டு. அவர் கூடூர் ஸ்டேஷன்லெ இறங்கிக் காணாமெப் போனதாச் சொல்றா. சோமன் கூடூர் ஸ்டேஷன்லே ரயிலேறித்தான் காணாமெப் போயிருக்கார். இன்னொண்ணு, விவியெஸ்ஸைப்பத்தி இன்னிவரை பேசிண்டிருக்கா. சோமனெ அநேகம் பேருக்குத் தெரிஞ்சிருக்காது. அவரோட சொந்தப் பேரைச் சொன்னாத் தெரியவே தெரியாது...

சொந்தப்பேர் என்னது மாமா?

சௌமிய நாராயணன். அப்பிடித்தான் அந்த ரிக்காடோட கவர்லெ போட்ருந்தது.

கம்லா போனபிறகு, கீழே சென்று மாடிப்படி ஆரம்பத்தில் உள்ள கதவைப் பூட்டிவிட்டு மேலே வந்தார் மாமா.

ஏன் மாமா, என் கிட்டேச் சொன்னாப் பூட்டிட்டு வரமாட்டேனா?

இன்னிக்கிப் பூட்டிட்டு வருவே. நீ ஊருக்குப் போனப்பறம்? சீதா போனதுக்கப்பறமே என் வேலைகளை நானேதாண்டா கிஷ்ணையா பண்ணிக்கறேன். படுபாவி, இப்பிடித் தனியா விட்டுட்டுப் போவான்னு யாரு நெனச்சா...

குரல் லேசாகக் கம்மியிருந்தது. வராந்தாவில் கிடந்த நாற்காலிகளில் ஒன்றை ஹாலுக்குள் கொண்டுவந்து போட்டார். ஒரு கையில் நாற்காலியும், மறுகையில் டீப்பாயும் தூக்கிக் கொண்டுவந்து போட்டு நானும் உட்கார்ந்தேன். விட்ட இடத்திலிருந்து தொடர்ந்தார்:

இரண்டு மூன்று கிராமஃபோன்களும் வைத்திருந்தாராம் திரு. அன்சாரி. சுத்தமான, விலங்குகளின் மயிர்த்தோல் போன்று புசுபுசுவென்றிருந்த பருத்தித்துணியால் இசைத்தட்டைத் துடைப்பதும், சர்வஜாக்கிரதையாக கிராமஃபோனின் வட்டத் தகட்டில் கிடத்துவதும், அருகிலுள்ள மேஜையின் இழுப்பறையிலிருந்து புதிய ஊசியை எடுத்துப் பொருத்திச் சுழலவிடுவதும் என எல்லாமே மிகுந்த தியான உணர்வுடனும், நடன அசைவுகள் போலவும் இருந்தன என்றார் மாமா. சும்மா இருக்கும் நேரங்களில், ஏதாவது ஒரு

தட்டைச் சுழலவிட்டுவிட்டு, ஏதோவொரு அடுக்கில் உள்ளவற்றை எடுத்துத் துடைத்துக்கொண்டிருப்பாராம்.

அப்போது இசை நாடாக்கள் புழக்கத்துக்கு வந்துவிட்டிருந்தன. உள்ளங்கை நீள கேஸட்டுகளும், அவற்றை முடுக்கும் கருவிகளும் சரளமாகிவிட்டன. அன்சாரியின் தொகுப்பில் கொஞ்சம் கேஸட்டுகளும் இருக்கத்தான் செய்தன. அவற்றின் வருகைக்கு முன் இசைப்பிரியர்களிடம் புழங்கிய, கைப்பெட்டி அளவுக்குப் பெரிய, கிடைமட்டமாக இரண்டு சக்கரங்களில் நாடாவைச் சுழற்றி வைத்திருக்கிற, தானே அதை இசைக்கக்கூடிய[6] கருவிகளும் ஓரிரண்டு வைத்திருந்தார்.

> எத்தனை வந்து என்ன ஸார். இந்த அரக்கு ரிக்கார்டு கொடுக்கிற துல்லியமும் ஆனந்தமும் வேறு எந்தக் கருவியிலும் கிடைக்காது.

என்று சொன்னாராம். பழைய ஆஸம் பாய், கௌஹர் ஜான், அப்துல் கரீம் கானில் தொடங்கி, அப்போதைய பிரபலங்களான பீம்ஸேன் ஜோஷி, ஜஸ்ராஜ்வரை[7] எல்லாருடைய இசைத்தட்டுகளும் அன்சாரியிடம் இருந்தன. பெரும்பாலும் வாய்ப்பாட்டுதான். கருவியிசையைவிட வாய்ப்பாட்டே தமக்கு விருப்பமானது என்றார் அன்சாரி. 'ஒவ்வொரு நாளும் அதிகாலையில் கேட்பதற்கு ஒரு புதிய குரல் கிடைத்துக்கொண்டேயிருந்தால் போதும்; வேறென்ன வேண்டும் - வாழ்க்கைக்கு அர்த்தம் தர' என்று கேட்டாராம்.

---

6 Grundig Spool என்று சொன்னார் மாமா. அது Xerox மாதிரி, முன்னோடித் தயாரிப்பாளரான ஜெர்மானிய நிறுவனத்தின் ப்ராண்ட் பெயர்தான். கருவியின் பெயர் அல்ல என்று ஒரு நண்பர் சொன்னார்.

7 கிட்டத்தட்ட அதே சமயத்தில்தான் நானும் ஹிந்துஸ்தானி இசைக்குள் அமிழ ஆரம்பித்திருந்தேன். இந்தப் பெயர்கள் எனக்கு அலாதியான கிளர்ச்சியை அளித்தன. ஆனாலும், நவீனகாலக் கருவிகளுக்குப் பழகிவிட்டிருந்தேனா, ஒற்றைத் தடப் பதிவில் கரகர ஒலியோடு கேட்கக் கிடைக்கும் பலபேரை என்னால் தொடர்ந்து கேட்கவே இயலாது. கர்நாடக இசையின் மதுரை மணியும் டி கே பட்டம்மாளும் விதிவிலக்கு. ஆகப் பாடாவதியான கருவியில்கூட, அவர்கள் குரலைக் கேட்டால் செவியை அகற்ற மனம் வராது!

அன்சாரியைப் பற்றிய தகவலிலிருந்து எனக்கு ஒரு புதுப்பழக்கம் தொற்றியதையும் குறிப்பிட வேண்டும்...

இலாகா சம்பந்தப்பட்ட விஷயங்களைப் பேசும்போது இருக்கும், குரலோ, த்வனியோ, மனோபாவமோகூட அப்போது இல்லை அவரிடம். சங்கீத ஞானம் சற்றும் இல்லாத நிரட்சரகுட்சி என்று தம்மை நினைக்கிறாரோ என்றுகூட மாமாவுக்கு சந்தேகம் தட்டியதாம். ஆனால், தாம் எந்த அளவு இசை கேட்கிறவர் என்பதை அன்சாரியிடம் நிரூபிக்கவேண்டிய அவசியம் என்ன என்றும் தோன்றியதாம். அவனவன் நிலமும் வீடும் சொந்தமானாலே தன்னை மிகவும் உயர்வாக நினைத்துக்கொள்ளும்போது, இப்படி ஒரு சேகரம் உள்ளவன் கொஞ்சம் தலைக்கனமாக இருந்துவிட்டுப் போகட்டுமே, நமக்கென்ன நஷ்டம் என்றும் தோன்றியதாம்.

> *தவுர, சாமானியப் பாரம்பரியமா அவனுது? எனக்கெல்லாம் எங்க கொள்ளுத் தாத்தாவெப் பத்தியே அவ்வளவாத் தெரியாது. என்ன, புரோகிதம் பண்ணியிருப்பர், இல்லேன்னா, கோவில்லெ அர்ச்சகரா இருந்திருப்பர். அதுவும் இல்லையா, ஜோசியம் பாத்திருப்பர். ஆக மோசமாப் போனாலும், பிராமணார்த்தம் சாப்பிட்டிருப்பர். அவ்வளவுதானே! இதே, அன்சாரியெ நெனச்சுப் பாரு!!*

அன்சாரி அளித்த ஆச்சரியங்களில் மகத்தானது, அவரிடமிருந்த தமிழ் இசைத்தட்டுகள்! தமிழில் ஒரு சொல்கூடத் தெரியாது என்றாலும், சில இசைத்தட்டுகளை இசைத்துக் காட்டியபோது தாமும் கூடவே முணுமுணுத்தார் என்றார் மாமா.

> *அது பெரிய விஷயமில்லை. இந்தி சினிமாப் பாட்டுகளை அர்த்தமே தெரியாமல், மோசமான உச்சரிப்பில் முனகி இன்புறுகிறவர்கள் தமிழ்நாட்டில் எத்தனை பேர் இருக்கிறார்கள்! ஆனால், அன்சாரிக்கு அந்தப் பாடல்களைப் பாடியவர்கள் பற்றியும், பாடல்களின் பொருளும் தெரிந்திருந்தது. தமிழ் மாத்திரமல்ல, கர்நாடக இசையில் புழங்கும் தெலுங்கும் கன்னடமும் மலையாளமும்கூட அவனுக்குத் தெரிந்திருந்தது. ஆனால், பேசவோ வாசிக்கவோ தெரியாது! வாழ்நாள் வெறியாக சங்கீதத்தை வரித்திருப்பவனுக்கு மட்டுமே அது சாத்தியம்...*

தண்ணீர் சீசாவை எடுத்து வாய்க்கு நேரே உயர்த்தினார். மடக்மடக்கென்று விழுங்கும் ஒலி பெரிதாகக் கேட்டது. அதிலும், அதன் சீரான தாளகதி...!

...ஜிஎன்பியோட திக்குத் தெரியாத காட்டில், பட்டம்மாளோட ஆடு ராட்டே, மணி ஐயர், அரியக்குடி, எம்க்கேட்டின்னு எவ்வளவு வச்சிருந்தான்ங்கறே! அவன் கூடவே நாள் கணக்கா இருந்து, பாட்டுக் கேட்டுண்டே இருக்கணும்ன்னு ஆசையா இருந்தது. அதெல்லாம் நடக்கற காரியமா சொல்லு!

இருந்தாலும், நாலைந்து மணிநேரங்கள் கேட்டுக் கொண்டிருந்திருக்கிறார்கள். உரிய இடைவெளியில் தேநீர்க் கோப்பைகள், பேரீச்சம்பழம், வறுத்த முந்திரி என்று வந்து கொண்டிருந்தன. திடீரென்று நினைவு வந்த மாதிரி, தன் சேகரத்தைத் துழாவி, இரண்டு இசைத்தட்டுகளை எடுத்தார் அன்சாரி.

இதைக் கேட்டுப்பாருங்கள் சார்...,

என்று சொல்லிக்கொண்டே ஒன்றை ஓட விட்டிருக்கிறார். கிட்டப்பா, பிஎஸ் ராஜாவையங்கார், முசிறி இவர்களைப்போல க்ரீச்சென்று உச்சஸ்தாயியில் ஒலிக்கிற, சற்றே பெண்மையின் நளினம் கலந்த குரல். ஆனால், அவர்களிடம் இல்லாத அழுத்தம் இந்தக் குரலில் இருந்தது. உச்சரிப்பில் ஏதோ ஒரு விநோதம் தெரிந்தது - வார்த்தைகளைச் சற்று உதாசீனத்துடன் உச்சரித்த மாதிரிக்கூட இருந்தது. ஆனால், சட்டென்று சொல்லிவிட முடியாத வசீகரம் கொண்ட குரல்.

முதல் பக்கத்தில் ராக ஆலாபனை. கரகரப்ப்ரியா. ஒரே நிமிடம் ஒலித்த வயலினைத் தொடர்ந்து, 'சக்கனி ராஜ.... மார்க்கமு...' என்று பாட்டு தொடங்கியது. அடுத்த பக்கத்தில் கீர்த்தனை தொடர்ந்தது - நிரவல் ஆரம்பித்தபோது,

இந்த இடத்தைக் கவனியுங்கள் ஸார். எத்தனை விசித்திரமாக இழுக்கிறார் பாருங்கள்!

என்று அன்சாரி சுட்டிக்காட்டினார். அது சரிதான், மற்றவர்கள் மாதிரி இல்லாமல், 'காண்ண்ண்டீ ஈஈஈஈக்கீ... சூஊஊஊஊந்தாஆஆஆரா... என்று நெடில்களின் வழியாகவே ஊர்ந்தார் பாடகர். மாமா பிரமித்தே போனார். எவ்வளவு உன்னிப்பாகக் கேட்கிறான் இந்த அன்சாரி! கலிமா சொன்னது சரியேதான்!!

தொடர்ந்து இரண்டாவது தட்டையும் ஓடவிட்டார். கே பி எஸ் பாடி மாமா முன்னரே கேட்டிருந்த 'தனித்திருந்து வாழும் -

மெய்த் தவமணியே'தான். விருத்தம் பாடும்போது, பாடகரின் மொழி அமைப்பில் குறில்களே கிடையாதோ என்று இன்னொரு தடவை வியக்கவேண்டி வந்தது. ஆனால், வெகு ஆத்மார்த்தமான, உயிரைச் சுண்டியிழுக்கும் பாணி. அடக்க முடியாமல்,

> யார் இது, அன்சாரி?

என்று கேட்டதற்கு அவர் பதில் கேள்வி ஒன்றைப் போட்டிருக்கிறார்.

> சோமன் தெரியுமா உங்களுக்கு?

> மலையாளத்துக்காரரா?

('அட, இதே கேள்வியைத்தானே நானும் கேட்டேன்!' என்று மானசீகமாக முதுகில் தட்டிக்கொண்டேன்...)

> இல்லை ஸார். சுத்தமான தமிழ்க்காரர். முழுப்பெயர் சௌமிய நாராயணன். இரண்டே தட்டுகள்தான் கொடுத்திருக்கிறார். சினிமாவில்கூட நடித்திருக்கிறாராம்... அவற்றில் இடம்பெற்ற பாட்டுக்கள் கிடைக்குமா என்று எவ்வளவோ தேடிப் பார்த்துவிட்டேன். அகப்படவில்லை. படப் பிரதிகள்கூட எங்காவது இருக்கிறதா தெரியவில்லை. கிடைத்தால், சாஸ்திரீய சங்கீதத்தில் அவர் பின்பற்றும் தனித்துவமான பாணி, சினிமா சங்கீதத்தில் என்னவாய் இருக்கிறது என்று பார்க்கலாம்... அது போகட்டும், இந்த உறையை வாசித்துப் பாருங்கள்.

என்று மாமாவிடம் நீட்டினார் அன்சாரி. இவரிடம் கொடுப்பதற்கு முன்னால், உறையையும் மாமாவின் முகத்தையும் மாறிமாறி நாலைந்துமுறை பார்த்தாராம்.

வாசிக்கத் தொடங்குமுன்பே, இசைத்தட்டு உறையின் பின்பக்கம் அச்சாகியிருந்த புகைப்படம் மாமாவின் பார்வையில் பட்டது. மின் அதிர்ச்சிபோல உணர்ந்தார். பின்னே, அச்சு அசல் இவருடைய புகைப்படம் மாதிரியே இருந்ததாம் அது![8]

---

8 'அதுலெ ஆச்சரியப்பட ஒண்ணுமில்லேடா கிஷ்ணையா. ஒலகத்துலே ஒரே ஜாடையுள்ள ஏழுபேர் இருப்பான்னு எங்கயோ வாசிச்சிருக்கேன். ஆக, நம்மளை மாதிரியே இருக்கற இன்னும் ஆறுபேர் இருக்கறதுக்கு வாய்ப்பிருக்கு. ஆனாக்கெ, என்னெ பிரமிக்க வச்சது வேறெ சங்கதி...' என்று சொன்னார் மாமா. பொருத்தம் கருதி, விஸ்தாரமாக இதே அத்தியாயத்தின் பின்பகுதியில் கோத்திருக்கிறேன்.

உறையில் அச்சாகியிருந்த வாழ்க்கைக் குறிப்பை வாசிக்கத் தொடங்கிய மாத்திரத்தில் தமக்கு மூச்சுத் திணறத் தொடங்கியது என்றார் மாமா. ஆமாம், ஆரம்ப வரிகள் ஒவ்வொன்றிலும் ஒரு வெடிகுண்டு இருந்து அதிரவைத்திருக்கிறது. உடனடியாக அன்சாரியின் புகைப்படக் கருவியை வாங்கி, அந்த உறையின் முன்பக்கத்தையும் பின்பக் கத்தையும் புகைப்படங்கள் எடுத்திருக்கிறார்.

எழுந்து மெல்ல நடந்து சென்று, மேஜையின் இழுப்பறையிலிருந்து, பெரிதாக்கப்பட்ட புகைப்படம் ஒன்றை எடுத்துவந்து காட்டினார் மாமா.

> ...தென்னிந்தியாவின் மதுரைக்கு அருகில் வாடிப்பட்டி என்ற சிறுநகரின் அரசாங்க மருத்துவமனையில் ஏப்ரல் **02, 1920** முன்னிரவு பதினோரு மணி சுமாருக்குப் பிறந்த திரு.சோமன் என்ற சௌமிய நாராயணனின் வாழ்க்கை, அந்த இரவைப் போலவே மர்மமும் பூடகமும் நிரம்பிய ஒன்றுதான். சூரியனின் முதல் ரேகை எழுந்ததும் அஸ்தமனப் பாதையில் பிரவேசித்துவிடும் பௌர்ணமி நிலவையொத்த பிரகாசமும், ஒரு ஜாமப் பொழுது மட்டுமே ஒளிவீசி, அடுத்த ஜாமத்தில் காணாமல் போகும் வால்நட்சத்திரம் போன்ற தீர்க்கமும் விசையும் நிலவிய வாழ்க்கை அவருடையது. தாம் பிறந்த இடத்தையும் தேதியையும் தவிர, சுய விவரத் தகவல்கள் எதையுமே யாரிடமும் பகிர்ந்துகொள்ளாத அளவுக்கு ரகசியம் பேணியவர் திரு.சோமன்.
>
> நமது நிறுவனம் பதிவு செய்திருக்கும் இரண்டாவது இசைத்தட்டு இது. முதலாவதில் போலவே ஆத்மார்த்தமான இசையை இதிலும் வழங்கியிருக்கிறார். ‘வருங்காலத்தில் இன்னும் பல இசைத்தட்டுகளைப் பதிவேற்றி வெளியிட்டு அவரை அகில இந்திய அளவில் அறியச் செய்யும் திட்டம் எம்மிடம் இருந்தது’ என்று சொல்லும் இந்நிறுவனத்தின் கல்கத்தா தலைமையக மேலாளர் திரு. சௌரவ் குமார் சாட்டர்ஜீ, ‘ஆனால், அதற்குக் கொஞ்சமும் வாய்ப்பளிக்காத விதமாய் அவர் திடீரென்று காணாமல் போனது எங்கள் நிறுவனத்துக்கு மட்டுமல்ல, இந்திய, குறிப்பாக கர்நாடக, இசையுலகுக்கும், தரம் குன்றாத, தனித்துவமான

சாஸ்திரீய இசையை நேசிக்கும் ரசிகமணிகளுக்கும், புதிய உத்வேகத்துடன் புறப்பட்டிருக்கும் தமிழ்த் திரையுலகுக்கும்கூடப் பேரிழப்பே' என்று தொடர்கிறார். 'தவசீலன்' என்ற, அவ்வளவாக வெற்றிபெறாத படத்தில் நாயகனாகத் தோன்றியவர் திரு. சோமன். இரண்டாவது படம் பாதியளவு வளர்ந்து நின்றுவிட்டிருந்தது. 'ஒரு வேளை, அந்தப் படம் முழுமையடைந்து வெளியாகியிருக்கும் பட்சத்தில் திரு. சோமன் என்ற புதிய நட்சத்திரம் தமிழகத்தைப் பித்துப்பிடிக்க வைத்திருக்கும்' என்று அதில் பணியாற்றிய பலரும் வெவ்வேறு சந்தர்ப்பங்களில் தெரிவித்திருக்கிறார்கள்.

1947ன் இறுதிப் பகுதியில், வட இந்தியா நோக்கிய ஒரு பிரயாணத்தின் இடையில், அந்தர்த்தியானமான திரு. சோமன் என்ற சௌமிய நாராயணன் பற்றி இன்றுவரை எந்தச் செய்தியும் இல்லை. அவரைப் பற்றிய தகவல் கைவசம் உள்ளவர்கள், இந்த இசைத்தட்டு நிறுவனத்தின் சென்னைக் கிளைக்கு எழுதலாம். ஒரு மேதையைப் பறிகொடுத்துப் பரிதவிக்கும் தாய்க்குடும்பத்துக்கு அது அளப்பரிய ஆறுதலாய் அமையக்கூடும்.

குறிப்பு: திரு. திரிபுவன் லால், இசை விமர்சகர்.
படம் உதவி: திரு. தனவேல்பிள்ளை, கருவியிசைஞர்.

வாசித்து முடித்து நிமிர்ந்தேன். பைப்பை வேகவேகமாக உறிஞ்சிக் கொண்டிருந்தார் மாமா.

ஒரு விஷயம் ஞாபகமிருக்கா, கிருஷ்ணையா?

என்னது மாமா.

பொட்டமடை தாண்டி ஒன்னெக் கூட்டிண்டு போனேனே ஒரு மடம்...

ஆஹா, நன்னா ஞாபகமிருக்கே!

அன்னிக்கித் திரும்பி வந்தப்பறம் ஒங்கம்மைட்டே ஒரு இண்ட்டர்வ்யூ எடுத்தது ஞாபகமிருக்கோ?

இல்லாமே!

அன்றிரவு, களத்தில் சபை கூடியிருந்தது. அப்பாவின் சுபத்துக்கு வந்தவர்களில் அநேகம்பேர் முந்தின நாளே போய்விட்டிருந்தனர். எஞ்சிய ஓரிருவரும் அன்று காலைக் காஃபிக்குப் பிறகு கிளம்பிவிட்டனர். இன்னும் பார்வைக்குப் பழகாத அம்மாவின் முகம்போல மூளியாகி வெறிச்சென்று ஆகியிருந்த வீட்டினுள் இருப்பதற்கு யாருக்குமே விருப்பமில்லாத மாதிரி, திண்ணையிலோ வேறெங்காவதோ இருந்தவர்கள், சாயங்காலக் காஃபிக்குப் பிறகு, மௌனமான கருத்தொற்றுமையை எட்டிய மாதிரி, ஒவ்வொருவராகக் களத்துக்கு வந்து சேர்ந்தனர். அப்போதுதான் ஒரு பாட்டம் அழுது, இமைகள் லேசாக வீங்கியிருந்த மாமியின் முகத்தை உற்றுப் பார்த்தபடி, அம்மாவிடம் கேட்டார் மாமா:

அக்கா, நான் வாடிப்பட்டியிலேதானே பெறந்தேன்?

ஏதுடா, திடீர்னு அம்புட்டுப் பழைய கதைக்கிப் போயிட்டே?

இதற்குள் சீதா மாமி குறுக்கிட்டாள்.

அது என்ன கதை? எனக்குச் சொன்னதேயில்லியே?!

ஆமாக்கா, முழுசாச் சொல்லு. நானும் கேட்டு நாளாச்சே.

அண்ணன்மாரும் அக்காமாரும் நானும், சற்றுத் தள்ளி படுக்கைவசமாய்க் கிடந்தபடி தலையை மட்டும் உயர்த்தி, வேகமாக இளைகிற சுவாசமும் வெளியே தொங்கும் நாவின் நுனியில் ஒரு துளி உமிழ்நீருமாய் அம்மாவையே பார்த்துக்கொண்டிருந்த டைகரும், ஏன் வளாகச் சுற்றுச்சுவரையொட்டி வரிசையாக நின்றிருந்த ஏழெட்டுத் தென்னைகளும் கூட அம்மா சொல்லப்போகும் கதையைக் கேட்கத் தயாரானோம்.

...நம்ம வாடிப்பட்டி மாட்டாஸ்பத்திரி[9] இருக்கோல்லியோ...

அங்கெயா பெறந்தேன் நான்?!

எல்லாரும் அதிர்ந்து சிரித்தோம். அம்மா செல்லமாகத் தம்பியின் தலையில் குட்டினாள்.

நிம்மதியாச் சொல்லவிடுறா, கிறுக்கா!

---

9 கரட்டுப்பட்டியிலிருந்து போகும் மண்சாலை, வாடிப்பட்டி நோக்கித் திரும்பும் இடத்தில் இருந்தது.

அந்த இடத்திலிருந்து ஓரிரு ஃபர்லாங்குகள் நடந்தால் பொன்பெருமாள் மலையை நோக்கிச் செல்லும் வண்டிப்பாதை ஆரம்பிக்கும். மலையுச்சியில் இருக்கும் பாலமுருகன் மிகுந்த கீர்த்தி உள்ளவர். பங்குனி உத்திரத்தன்று, பால்குட உற்சவம் விமரிசையாக நடக்கும். பெரும் ஜனக்கூட்டம் அம்மும்.

அம்மாவின் சித்தப்பாவும் சித்தியும் பால்குடம் பார்க்கவென்று கரட்டுப்பட்டி வந்திருந்தார்கள். வெயில் தாழ, ஜெயராம நாயக்கரின் கூட்டுவண்டியையும், வண்டியோட்டியையும் இரவல் வாங்கிக்கொண்டு, பூப்பல்லக்கு பார்க்க வாடிப்பட்டி கிளம்பியிருக்கிறார்கள். பெண்களெல்லாம் வண்டிக்குள்ளும், ஆண்கள் கூடவே கால்நடையாகவும் புறப்பட்டுப் போனார்கள். சின்னப் பாட்டி சம்பந்தமூர்த்தி மாமாவை உண்டாகியிருந்தாள்.

இப்பிடியாடி ஒர்த்தி வயித்தைத் தூக்கிண்டு வந்து சேருவே?

என்று, பால்குடத்துக்கு வந்திருந்த தாயம்மாப் பாட்டி ஓரகத்தியை ஆதங்கமாய்க் கேட்டாளாம்.

இன்னும் ஒரு மாசம் தவணை இருக்கேக்கா.

என்று சிரித்தபடி சொன்ன பாட்டி, வண்டிப் படியில் கால்பதித்து ஏறக் கொஞ்சம் சிரமப்பட்டிருக்கிறாள்.

எனக்கு ஏழு வயசோ எட்டோ. சித்தியோட கையைப் பிடிச்சிண்டு, வண்டிக்கு வெளிலே காலைத் தொங்கப்போட்டுண்டு, குச்சி ஐஸையும் மயிலாட்டத்தையும் நெனச்சிண்டு ரொம்ப ஜாலியாப் போனேனாக்கும்!

என்று சிரித்தாள் அம்மா. வாடிப்பட்டி சாலையில் திரும்பியபோது, வண்டியின் பின்பக்கக் குறுக்குக் கம்பியைப் பிடித்திருந்த சித்தியின் கை வழுக்குகிற மாதிரி இருந்ததாம்; அம்மாச் சிறுமி பிடித்திருந்த முன்னங்கையும் ஈரமாகிவிட்டது. ஆமாம், பிள்ளைத்தாய்ச்சிக்கு வியர்வை கொட்ட ஆரம்பித்திருக்கிறது.

வண்டியை நேரே சந்தைப்பேட்டைக்கி விடச் சொல்லிட்டா எங்கம்மா.

என்று சொல்லிக்கொண்டே, தம்பியின் தலையைப் பிரியமாய் அளைந்தாள் அம்மா. பேட்டையில் புதிதாக ஒரு கிறிஸ்தவ டாக்டர்

வந்திருந்தார். அவரிடம் கொண்டு காண்பித்தார்கள். நாடியைப் பிடித்துப் பார்த்தவர், உடனடியாக அரசாங்க ஆஸ்பத்திரிக்குக் கொண்டுபோய்விடச் சொன்னார். ஏழெட்டுப் படுக்கைகள் உள்ள சிறிய ஆஸ்பத்திரி அது. ஒரேயொரு பிரசவ அறை கொண்டது.

அந்த அறையில் ஏற்கனவே ஒரு பெண் பிரசவ வேதனையுடன் கிடத்தப்பட்டிருந்தாள். அந்தப் பெண்மணியும் திருவிழா பார்க்க வந்தவள்தானோ என்னவோ. அல்லது உள்ளூர்க்காரியாகவும் இருக்கலாம். பணியில் இருந்த பெண் மருத்துவர், சக மருத்துவருக்கு ஆளனுப்பி வரச்சொன்னார். இரவுப் பணியில் இருந்த செவிலியை அவருக்குத் துணையாய் அமர்த்தினார்.

மருத்துவமனையின் பின்முற்றத்தில் சக்கரப் படுக்கை ஒன்றை நிப்பாட்டி, அதையே சின்னப் பாட்டிக்குப் பிரசவ மேடையாக ஆக்கிக்கொண்டார். தமக்கு ஒத்தாசையாக, அனுபவஸ்தியான மலையாளத்து ஆயாவை வைத்துக்கொண்டார். நல்லவேளை, இரண்டுமே சாதாரணப் பிரசவம்.

> நாங்க வெளியிலே வராந்தாவிலே காத்திருந்தோம். படம் போடும்போது ஜெமினி ரெட்டை ஊதுமே அதே மாதிரி ரெட்டை நாயனம் ஒரே சமயத்திலே கேட்டது பாத்துக்கோ! மூணு நாள் ஆசுபத்திரிலே வச்சிருந்து அப்பறம்தான் ஆத்துக்கு அனுப்பினா. ஆனாக்கெ, அந்த மூணு நாள்லெ பாத்தவாளுக்கெல்லாம் ஒரே ஆச்சரியம். பின்னே, அச்சுல வாத்த மாதிரி ஒரே ஜாடெலேன்னா இருந்தது ரெண்டும்?! எங்கம்மா, கொழந்தையெப் படுக்கைக்கிக் கொண்டுவந்தவொடனேயே, பழனிக் கயிறைக் கையிலெ கட்டிட்டா. காத்துக்கருப்பு அண்டவும் அண்டாது, குழந்தை மாறியும் போகாது! அவ்வளவு முன்யோஜனைக்காரியாக்கும் எங்கம்மா...

அம்மாவின் பார்வை எங்கள் எல்லாரையும் கடந்து வேறெங்கோ நிலைத்தது. மானசீகமாகத் தன்முன்னால் நிற்கும் யாரிடமோ சொல்கிற மாதிரி, தணிந்த குரலில் சொன்னாள்:

> என்ன, சகல சவுரியத்தோடயும் மதுரெ அகஸ்டின் ஆஸ்பத்திரிலே பெறந்த ரெட்டெ போன எடம் புல்லு மொளைச்சிடுத்து. தர்மாஸ்பத்திரிக் கொல்லையிலே,

> கூரையில்லாத வெட்டவெளியிலெ பெறந்தது வைரக் கட்டியா இந்தோ உக்காந்துருக்கு...

தம்பியின் தோள்பட்டையை அழுத்திப் பிசைந்தாள் அம்மா. தன்னினைவின்றி அனிச்சையாய் அவளுடைய கை அசைவது மாதிரி இருந்தது... கணநேரத்தில் எனக்குள் ஓடி முடியும் காட்சிதான் எவ்வளவு துல்லியமாய் இருக்கிறது!...

> **ஆ**க, நான் பிறந்த அதே இடம், அதே நாள், அதே நேரம். ஆளும் என்னை மாதிரியே இருந்திருக்கான்...

இழுத்துப் பெருமூச்சு விட்டார். ஓரிரு நிமிடங்கள் மௌனமாய் இருந்தார்.

> 1920 ஏப்ரல் ஏழாம் தேதி வெள்ளிக்கிழமைதான் நானும் பிறந்தேன். அந்த உறையிலே அதே தேதி போட்டிருந்ததா. சிலுத்துப் போச்சு எனக்கு.

இன்னொரு பெருமூச்சு. துயரமும் கனிவும் இழையோடும் குரலில் சன்னமாய்த் தொடர்ந்தார்:

> ...இத்தனை வருஷம் கழிச்சும், சிலவேளை, நடு ராத்திரிலே முழிப்பு வந்துர்றது. இப்போ இங்கே படுத்துண்டிருக்கறது நானா அந்த சோமனான்னு மனசு கொழம்பறது. எங்கம்மா தலெப் பிரசவத்திலெ பெத்ததும் ரெட்டெதானே. வம்சத்திலேயே அப்பிடியொரு டெண்டென்ஸி இருந்துருக்கும் போல! என்ன ரெண்டாவது பிரசவத்திலே பெறந்த ரெட்டெ ஆளுக்கொரு வயத்திலெ பிறக்கற மாதிரி ஆயிடுத்து!

மாமா சிரித்தார். நானும் சிரித்தேன்.

> சிரிக்காதே கிஷ்ணையா! பாக்கப்போனா, நானும் ஒங்கம்மாவுமே ரெட்டையாப் பெறந்திருக்க வேண்டியவாதான்!!

மாமாவின் சிரிப்பு நீண்டது. ஆனால், ஓரிரு கணங்கள்தாம். அவருடைய முகம் தீவிரமடைந்தது.

> நான் அவனாவே இருந்திருந்தாலும், 'நான்'னுதானே தன்னை நெனைச்சிப்பன். ஆனா, அவனை மாதிரிப் பாடறதெ

விடு, முனகக்கூட என்னாலெ முடியாதுங்கறது ஞாபகம் வந்தவொடனே எல்லாம் தெளிவாயிடும்... தூக்கம் மட்டும் போனது போனதுதான்... உருண்டுண்டே கிடப்பேன். அதிலேயும் உங்க மாமி போனதுக்கப்பறம், ஞாபகங்கள் மட்டும்தானே எனக்குத் தொணை. இப்பொச் சொல்லும்போது, பழைய ஞாபகம் எதுவுமே, தொணையில்லே; தொந்தரவுன்னு தோணறதுடா கிஷ்ணையா. ஒவ்வொரு ராத்திரியும் படுக்கப்போகும்போது, நாளைக் கார்த்தாலே விடியாமலே இருந்துட்டாத் தேவலைன்னு தோணும். ஒங்கம்மா மாதிரியே, தூங்கப் போனவன் எழுந்திருந்து வரலையேன்னு எல்லாரும் ஆச்சிரியப்படற மாதிரி, போயிடணும்...

மாமாவின் குரலில் இருந்த தனிமை என்னை மிகமிகத் தொந்தரவு செய்தது. எழுந்து இரண்டு எட்டு நடந்து அவருடைய தோளை அழுத்திப் பிடித்தேன். உயிரின் பளபளப்பு நிறைந்திருந்த விழிகளை உயர்த்தி என்னை உற்றுப் பார்த்தார் சம்பந்தமூர்த்தி மாமா.

...ஆனா, வேறெ எதுவோ இந்த விவகாரத்தில் என்னை ஈடுபடுத்த முடிவெடுத்துடுத்து போல. '68 வாக்குலே, அப்போ மெற்றாஸிலேர்ந்து க்வார்ட்டர்லியா வந்த 'சுஸ்வரம்'ங்கிற சங்கீதப் பத்திரிகைக்கு சந்தாதாரனாயிருந்தேன். ஒருநாள், தபால்ல வந்திருந்த இஷ்யூலே, ஒரு பேட்டி படிக்கக் கிடைச்சது. அந்தக் கால கர்நாடக இசை மேடைகள்லெ பிரசித்தமாயிருந்த வித்வான் தனவேல் பிள்ளை பேட்டி. இந்தப் பேரு ஞாபகமிருக்கா ஒனக்கு?

ஆமா மாமா. இப்பொ நீங்க காட்டின கவர்லே 'படம் உதவி'ன்னு அவர் பேர்தானே போட்டிருந்தது!

அதெச் சொல்லு. எங்க புலிக்குட்டியா சும்மாவா!

ஒரே கணத்தில் உடம்பும் வயதும் சுருங்கி, டவுசர் மாட்டிய சிறுவனாய் அவருக்கெதிரே உட்கார்ந்திருப்பதுபோல உணர்ந்தேன். மாமாவை இறுக்கிக் கட்டிக்கொள்ளும் ஆவல் உந்தியது. நான் பரபரப்பதைக் கவனிக்காமல், அவர் தன் பேச்சில் கவனமாயிருந்தார்:

யதேச்சையாப் பாத்த ஒரு கேள்வி- பதில் இப்பிடிப் போச்சு:

நீங்கள் பக்கவாத்தியம் வாசித்தவர்களிலேயே உங்களை மிகவும் கவர்ந்த இசைக்கலைஞர் யார்?

இதுவரைக்கும் சாப்பிடக் கிடைத்த பாயசங்களிலேயே உசத்தியானது எது என்று கேட்கிறமாதிரியான அபத்தம் இந்தக் கேள்வி. வாசித்த எல்லாக் கச்சேரிகளிலுமே மனப்பூர்வமாகத் தோய்ந்துதானே லயித்திருக்கிறேன். இசையுலகத்தில் உங்களுக்கு நேர்ந்த உச்சபட்ச இழப்பு எது என்று வேணுமானால் கேளுங்கள் சொல்கிறேன்.

'புகழின் உச்சத்தை நோக்கிப்போகும் மலைப்பாதையில் காணாமல் போன இரண்டு பேர். ஒருவர் புல்லாங்குழல் மேதை யதிராஜன். போதபூர்வமாக, 'இனிமேல் கச்சேரிகள் செய்யமாட்டேன்' என்று அறிவித்து விலகியவர். சங்கீத உலகத்திலிருந்து காணாமல் போனாரே தவிர, நிஜத்தில் பலவருடங்கள் சந்தித்துக்கொண்டுதான் இருந்தோம் - நுரையீரல் புற்றுநோய் காரணமாக அவர் இறக்கும்வரை. குழல் வாசிப்பதைப் புறக்கணித்த ஆளுக்கு நுரையீரல் எதற்கு என்பது இயற்கையின் சித்தமாய் இருக்கலாம். ஆனால், பிற்காலச் சந்திப்புகளில் அத்தனை ஆத்மார்த்தம் இருக்கவில்லை என்பதுதான் என் நினைப்பு. அவரைக் குற்றம் சொல்ல முடியாது - என்னுடைய தவறாகத்தான் இருந்திருக்க வேண்டும். 'உன்னையும் என்னையும் பிணைக்கும் உயிர்க்கயிறே சங்கீதம்தான்; இனி வாசிக்க மாட்டேன் என்று சொல்லி நீயே அதை அறுத்துவிட்டாய். மற்றவனுக்கு உன்னிடம் என்ன வைத்துக்கிடக்கிறது இனி?' என்று என் உள்மனம் நினைத்ததோ என்னவோ. ஆனாலும், யதிராஜன் இரண்டாவதுதான். முதல் தாரகை, திரு. சோமன். பெரும் துர்ப்பாக்கியத்தை இசையுலகுக்கும் திரையுலகுக்கும் வழங்கிவிட்டுப் போனவர். அவரை இந்தத் தலைமுறையினர் அறிந்திருக்க வாய்ப்பில்லை. திரு. சோமன் என்ற சௌமிய நாராயணன் தொடர்ந்து இருந்திருந்தால் இன்றைய நட்சத்திரங்கள் பலர் முன்னணிக்கே வந்திருக்க மாட்டார்கள் - மேடையிலும் திரையிலும். என்ன செய்ய, எங்கோ மாயமாகிவிட்டார். தமிழ்நாடும் தாட்சண்யமேயின்றி அவரை மறந்துவிட்டது...

ஆனால், நாற்பதுகளின் மத்தியில் இப்போது மாதிரி இவ்வளவு பத்திரிகைகளும், இத்தனை விரிவான தகவல் தொடர்பும் இருக்கவில்லையே!'

ஏனோ தெரியவில்லை கிருஷ்ணையா, அந்த தனவேல் பிள்ளையை நேரில் போய்ப் பார்க்க வேண்டும் என்று ஆவல் பிறந்தது. ஏனென்றால், அதற்கு முன்னரே எனக்குள் அந்த விஷக்கடி தொற்றியிருந்தது...

உன்னுடைய அப்பா காலமானப்போ வந்திருந்தேனில்லையா, மெற்றாஸில் தனவேல்பிள்ளையைப் பாக்கப் போனேன்... கிட்டத்தட்ட நாலு வருஷம் கழித்து. அப்போதுதான் அவகாசம் கிடைத்தது...

தமக்குள் சில நிமிடங்கள் ஆழ்ந்திருந்தார்.

மாமாவுடன் நான் இருந்த அடுத்த மூன்று நாட்களுக்கும் ஒரே விஷயத்தை அவர் சுற்றிச்சுற்றி வந்தது எனக்கு ஆச்சரியமாகவே இல்லை. முதல் நாள் இரவு முற்றும் வேளையில் அவர் வழங்கிய பீடிகை அப்படிப்பட்டது:

அறுபத்தஞ்சிலேர்ந்து அறுபத்தேழுவரைக்கி ஹோம் ஸ்டேட் போஸ்ட்டிங்லெ இருந்தேனே, அது நானாக் கேட்டு வாங்கிண்டுவந்த டெப்புட்டேஷன்தான். சோமன் காணாமெப் போயி அப்பவே இருபது வருஷம்கிட்டெ ஆயிருந்தது. இருந்தாலும், உசிரோடெ இருந்தாக் கட்டாயம் பிடிச்சிருப்பேன். நான் இருந்த டிப்பார்ட்மெண்ட் அப்பிடி - தமிழ்நாட்டுலே எனக்கிருந்த ஸ்நேகிதாளும் அப்பிடி.

ஆனா, என்ன ஆச்சு? நான் அங்கெ வந்தேன். இந்திப் போராட்டம் ஆரமிச்சது. எலக்ஷன் வந்தது, எம்ஜீயார் குண்டடி பட்டார். அவ்வளவுதான், ஆட்சி மாத்தம் நடக்கிறவரைக்கும் வேறெ எதையுமே நினைச்சுப்பாக்க முடியலே.

அப்பறம் எழுபத்ரெண்டுலெ ஒங்கப்பா தவறினப்பத்தான் ரெண்டு வாரம் சேந்தாப்பல கிடைச்சது. அப்பத்தானே, ஒன்னையும் கூட்டிண்டு அலைஞ்சேன்!

அடுத்தவாட்டி, மெற்றாஸ் வறதுக்கு கேப் அதிகமா ஆயிடுத்து. அஞ்சு வருஷம் கழிச்சு, எமெர்ஜென்ஸி முடிஞ்சு அடுத்த கவர்ன்மெண்ட் வந்ததுக்கப்பறம்தான் எங்களுக்கெல்லாம் மூச்சு

விடவே அவகாசம் கிடைச்சது. அந்த ட்ரிப்லெதான் தனவேல் பிள்ளையப் பாக்க முடிஞ்சது. அவர் சொன்னதையிட்டு நாலஞ்சு பேரெப் பாத்தேன்.

அதுக்கப்பறமும், லீவுலெ வரும்போது அவகாசம் கிடைச்சா யாரையாவது போய்ப் பாப்பேன். எவ்வளவு பேரெப் பாத்துருப்பேங்கறே? ஒங்கிட்டெச் சொல்லப்போறது பத்திலெ ஒரு பங்குதான். யாராவது சொன்னான்னு யாரையாவது போய்ப் பாப்பேன். விலாசம் மாறிருக்கும். நம்மகிட்டெச் சொன்னவன் தப்பாச் சொல்லியிருப்பான். இல்லே, ஆளே போய்ச் சேந்திருப்பார். இருபத்திச்சொச்சம் வருஷத்திலே என்னெல்லாம் நடக்க வாய்ப்பிருக்கு, இல்லையா?

சோமனுக்கு நெருக்கமா இருந்தவர்ன்னு யாரோ சொன்னதாலே, மெற்றாஸ்லெ ஒரு சபா செக்கரட்டரியைப் பாக்கப் போனேன். நல்லபடியா ரிஸீவ் பண்ணி நன்னாத்தான் பேசினார். மனுஷனுமே நல்லவர்தான். வயித்தெரிச்சல் என்னன்னா, ஒரு ஆக்ஸிடெண்ட்லெ தலையிலெ அடிபட்டு, சௌச்சௌ மாதிரி ஆயிருந்தார். அரைமணி நேரம்தான் அவர்கூட இருந்தேன். 'உங்க பேரு என்ன சொன்னேள்'ன்னு இருபது தடவெ கேட்டுட்டார். பாத்த மறுநிமிஷத்திலே, 'சோமனெ எனக்கு நன்னாத் தெரியுமே. என் சொந்தத் தம்பியாட்டம்ன்னா அவன்'னு ஆரமிச்சார். பத்தே நிமிஷம்... 'என்னது சோமனா, அப்பிடி யாரையும் கேள்விப்பட்டதேயில்லையே'ன்னு ப்ளேட்டெத் திருப்பீட்டார். அப்பறம் என்ன, அவர் சம்சாரத்துக்கிட்டெ என் அனுதாபத்தெத் தெரிவிச்சுட்டு எழுந்து வந்தேன்... பாத்தவங்கள்லெ பாதிப்பேரு ஏதாவது புளுகிட்டு அஞ்சு பத்து தேறாதான்னு பாப்பானுக...

ஒரு வெட்டிவேலைலே அவ்வளவு ஆசையா எதுக்கு அலைஞ்சோம்ன்னு பலதடவெ நெனச்சுப் பாத்திருக்கேன். உத்தியோகம், புஸ்தக வாசிப்பு, பிரயாணம்ன்னு எவ்வளவுதான் ஈடுபடுத்திண்டாலும், மிச்சமிருக்கற நேரத்திலெயெல்லாம் ஒரே கவலைதான் என்னை ஆக்கிரமிக்கும். என் வரலாறு என்னோடெ நின்னு போயிடறதில்லையா. இந்த நெனைப்பு எப்பப் பாத்தாலும் பிறாண்டிண்டே இருக்கும். வீடு திரும்பினா, உலகத்துலெ உள்ள சோகமெல்லாம் மொத்தமாச் சேந்து ஒரு மனுஷ முகமாயி, சீதான்னு

பேர் வச்சுண்டு காத்துருக்கும். ஸ்நாக்ஸ் தரும். சாயா தரும். சப்பாத்தி சப்ஜி தரும். சிரிச்சுப் பேசக்கூடச் செய்யும். ஆனாக்கெ, நல்ல சுத்தமான பேப்பர்லெ கறுப்புப்புள்ளியெ வச்சவொடனே, மொத்த வெள்ளையும் கலங்கிடற மாதிரி, ஒரு க்ஷணம் கறுப்பு மின்னல் வெட்டும் அந்த மொகத்திலெ. அவ்வளவுதான், மொத்தமாக் கொட்டிப் பரவற இருட்டுலேர்ந்து தப்பிக்க, விதவிதமான காரியங்கள்லெ ஈடுபடுவேன். குதிரை ஓட்டறது, குடிக்கறது, சங்கீதம் கேக்கறது, ட்ராயிங் போடறதுன்னு... அப்பறம், மிஸ். ஸின்ஹா[10]வோடெ பேசிண்டிருக்கறது. ஒரு கிழவனார்ட்டெ தபலா வாசிக்கக் கத்துக்கப் போனேன். மாவா அதக்கிக்கக் கத்துண்டு வந்தேன்...! ஒரே மாசம்தான். தலையாலெ நின்னு போராடி அந்தப் பழக்கத்தை நிப்பாட்டிப்பிட்டா சீதா. 'இருபத்நாலு மணிநேரமும் பைப்போடெ நாத்தம் இருக்கே, போறாதா. ஒண்ணொண்ணாச் சேத்துண்டு போறயே'ன்னு ஒரே அழுகை.

தமிழ்நாட்டுக்கு வரும்போது, இந்த சோமனெத் தேடறது மிக முக்கியமான வேலையா என்னைப் பிடிச்சு வச்சிக்கும். 'என்னாச்சு, இன்னுமா இல்லே?' துக்கம் கேட்டு ஆறுதல் சொல்லிக் கொல்ற சொந்தக்காரங்க சிநேகிதங்ககிட்டேர்ந்து தப்பிக்கறதுக்கு அது எவ்வளவு அனுகூலமா இருந்ததுங்கறே?

போக, இன்னொரு ஆசையும் என்னைப் பொடனிலெ கைவச்சு நகட்டித்து. கண்ணாடியிலே மட்டும்தானே நம்மளைப் பாத்துக்கறோம்? நேர்லெயே நம்மோட பிம்பத்தெப் பாக்கக் கிடைச்சா எவ்வளவு சுவாரசியமா இருக்கும்! ஒருவேளெ, அந்த சோமன் கிடைச்சிருந்து, அவனுக்கு ஒரு குடும்பம் இருந்து, பிள்ளைகுட்டியும் இருந்திருந்ததுன்னு வையி... என்ன பண்ணிருப்பேன்னு நினைக்கறே?...

வண்டிபிடிச்சு நேரெ அந்த மூக்கரை ஜோசியனைப் பாத்து அவன் மண்டையெ உடைச்சிப்பிட்டு வந்திருப்பேன். பின்னே, 'எனக்குக் குழந்தையில்லையே, ஏன்னு பாத்துச் சொல்லுய்யா'ன்னு ஜாதகத்தெக் காட்டினா, கிரகக் கோளாறுதான் காரணம்னு அவன்தானே சொன்னான்? நீயும் கூட வந்திருந்தயே!

---

10 இந்த இடத்தில் அந்த அம்மணியைப் பற்றியும் கொஞ்சம் சொன்னார். பேசும் விஷயத்தின் தீவிரம் கெட்டுவிடவேண்டாம்; உரிய இடம் வரும்போது விரிவாகச் சொல்கிறேன்.

மூக்கரையனோடெ நல்லநேரம், அந்த சோமன் கடைசிவரைக்கி ஆப்பிடலெ...

மாமா வெகுநேரம் சிரித்துக்கொண்டிருந்தார். விழியோரங்களில் நீர் கோக்கச் சிரித்தார்.

***

கஞ்சிரா தனவேல் பிள்ளை

மாமா உணர்ச்சியமயமாய்ப் பகிர்ந்துகொண்ட ஒரு சம்பவம் நினைவு வருகிறது...

ங்கொப்பாவும் நானும் மச்சினன் மாப்பிளையாவே பழகினதில்லேடா கிஷ்ணையா. அத்யந்த சிநேகிதன்கள் மாதிரியாக்கும் இருந்தோம். ஒருதபா, திருநவேலியிலே ஒரு கல்யாணம். நம்ம மூக்குறிஞ்சி வரதன் இருக்கானோல்லியோ, அவனோட பெரிய அக்காவுக்கு. முகூர்த்தம் முடிஞ்சு மத்தியானச் சாப்பாடு ஆனதுக்கப்பறம், ஒங்கப்பா என்கிட்டே வந்தார்.

> சம்பந்தா, ஒரு காரியம் பண்ணறியா?
>
> சொல்லுங்கோ அத்திம்பேர்.
>
> ஒன்னோடெ செல்வாக்கை உபயோகிச்சு ஒரு வண்டி வர வையேன்.
>
> எங்கெ போணும் அத்திம்பேர்.
>
> இங்கே பக்கத்திலே கிருஷ்ணாபுரம்னு ஒரு ஊர் இருக்கு. ரொம்ப விசேஷமான சிற்பங்கள்லாம் அங்கே இருக்குன்னு கேள்விப்பட்டிருக்கேன்...

கைலாசத்துக்கு ஒடனடியாப் பேசினேன். கார் அனுப்பி வச்சான்.

> கூட்டம் சேத்துராதே. நிம்மதியாப் பாக்க முடியாது.

ன்னு சொல்லத்தான் செஞ்சார். ஆனாக்கே, வண்டி வந்து சத்தரத்து வாசல்லெ நின்னப்போ, ரெண்டுமூணு ஐட்டம் எங்ககூடத்

தொத்திண்டதை ஒண்ணும் செய்ய முடியலே! இதையும் சொல்லத்தான் வேணும், நாலஞ்சு பேராப் போனாலும், இவரும் நானும் தனியாப் போன மாதிரித்தான் பேசிண்டு போனோம். முன்னமே ஒருதபா, சோழவந்தான் ஜெனகை மாரியம்மன் திருவிழாவிலே, என் தோள்லெ கைபோட்டுண்டு நடந்து வந்தார். நான் சொன்னேன்:

> *அடடே, எப்பிடியாக்கொந்த கூட்டத்திலெ வந்து மாட்டினுட்டம்!*
>
> *பின்னே, மாரியம்மன் எல்லாருக்கும்தானேடா சொந்தம். பாவிமட்டெ, பெரிய உத்தியோகஸ்தனா இருந்து இருந்து, கூட்டத்துக்குள்ளெ இருக்கற பழக்கமே ஒனக்கு விட்டுப்போச்சு!*

என்று சிரிச்சார். தொடர்ந்து நடக்கறச்சே, என் தோள்லெ போட்ட கை இன்னும் இறுகித்து.

> *சம்பந்தா, சுத்தி இவ்வளவு பேரு இருக்கா. ஆனா, நாம ரெண்டுபேரு மட்டும்தான் இங்கே இருக்கோம். ஒனக்கு அப்பிடிப் படறதா? கிழடுகளானதுக்கப்பறம் நெனைச்சுப் பாத்து சந்தோஷப்பட இன்னொரு சந்தர்ப்பம் கிடைச்சாச்சு!*

என்ன, நான் இதோ கிழடுதட்டி, தூக்கமே வராத கூகை மாதிரி நடுராத்திரியிலே நெனச்சுப்பாத்துண்டு, உன்கூடப் பேசிண்டு உக்காந்திருக்கேன். இதுக்கு சந்தோஷப்படணுமா துக்கப்படணுமான்னு கூடத் தெரியலே. அந்த மனுஷன், கச்சிதமா, தெம்பு குறைய ஆரமிக்கறப்போ, சரியான வயசிலே போய்ச் சேந்துட்டார்...

இந்தப் பகுதியை எழுத ஆரம்பிக்கும் முன், ஒரு சிறு முன்குறிப்பு அவசியமாகிறது. மாமாவின் கூற்றாக வருபவற்றை, அவர் தாமே பேசிப் பதிவுசெய்த கேஸட்டிலிருந்தும், திரு.தனவேல் பிள்ளையின் கூற்றுக்களை, தொழில்முறைப் பேட்டியாளர்போல மாமா பதிவுசெய்திருக்கிற கேஸட்டிலிருந்தும் எடுத்து எழுதியிருக்கிறேன்...

‘65 முதல், ‘67 வரை தமிழ்நாட்டில் பணிபுரிந்தேன். ஆனால்,

மிகவும் நிம்மதியற்ற காலகட்டம் அது. நான் நினைத்தமாதிரி எதையுமே செய்ய முடியவில்லை - முழுநேர சீருடைப் பணி என்பது என்ன என்று உணரக் கிடைத்தது எனக்கு. ஆனால், விசையாய் ஓடும் நீரோட்டத்தின் அடியில் அனங்காமல் கிடக்கும் கூழாங்கல் மாதிரி அந்த சோமன் விஷயம் எனக்குள் அகலாமல் கிடந்தது...

பிற்பாடு எழுபத்திரண்டில் கொஞ்சப்பேரைப் போய்ப் பார்க்கக் கிடைத்தது. அப்போதுதான் திரு.தனவேல் பிள்ளையைச் சந்தித்தேன். முன்னமே சொன்னேனே, இசைக்கென்றே வெளியான பத்திரிகை ஒன்று, 'சுஸ்வரம்' என்று பெயருள்ளது, அதன் அலுவலகத்தில்தான் அவருடைய விலாசத்தைக் கேட்டு வாங்கினேன்.

என்னுடைய அதிர்ஷ்டம், அவர் அதே விலாசத்தில் வசித்துவந்தார். அதைவிடப் பெரிய அதிர்ஷ்டம், உயிரோடிருந்தார். இன்னும் பெரிய அதிர்ஷ்டம், அதிக சிரமமில்லாமல், பழைய ஞாபகங்களை மீட்டெடுக்கும் வலுவோடு இருந்தார்!

முனைந்து தகவல் சேகரிப்பதில் எனக்கு ஆர்வம் அதிகரித்ததே, அவரைச் சந்திக்க வாய்த்ததனால்தான். அவரைச் சந்திக்காதிருந்தால், இந்த அளவு முன்னேற்றம் ஏற்பட்டிருக்குமா என்று தெரியவில்லை - ஆனால், அவர் கைகாட்டியதால் நான் சென்று பார்த்த மற்றவர்களிடமிருந்து, அவ்வளவு தகவல்களோ, அவற்றைத் தேடிச் செல்லும் மார்க்கமோ கிட்டவில்லை...

தேனாம்பேட்டையில் எல்லையம்மன் கோவில் தெரு என்று ஓர் இடம் இருக்கிறது. பழையகாலப் பகுதி. வன்னியத் தேனாம்பேட்டை என்று பெயர். மௌண்ட்ரோடிலிருந்து இறங்கிப் போகும் சாலையின் கிளையாக இருக்கும் சின்னத் தெரு; அதன் இடது சிறகில் ஒரு முட்டுச் சந்து. தனவேல் பிள்ளையின் வீடு அங்கேதான் இருந்தது. நிலைவாசலின் இருபுறமும் திண்ணை வைத்த வீடு. ஒரு ஆள் படுத்தால் புரண்டு படுக்க இடமில்லாத சிறு திண்ணைகள்தான். ஆனால், நகரம் மொத்தமும் ஒரு திக்கில் விரைய, பிடிவாதமாக, இருந்த இடத்திலேயே இருக்கும் கிராமாந்தரம்போல இருந்தன அந்த வீடும், அதன் சுற்றுப்புறமும்.

தனவேல் பிள்ளை, புதுக்கோட்டைக்காரர். தலைநகரத்தில் பிழைப்புக்கான வாய்ப்புகள் அதிகம் கிடைக்கும் என்று நினைத்து இங்கே குடிபெயர்ந்தாராம். 'வாய்ப்புகள் கிடைக்கத்தான் செய்தது;

ஆனால், கச்சேரி வாய்ப்புகள் அல்ல' என்று சிரித்துக்கொண்டே சொன்னார்.

ஆமாம், வீட்டிலேயே சோப்பு தயாரித்து தெரிந்த கடைகளில் விற்பனைக்குக் கொடுப்பது, அரசாங்கம் மேற்கொண்ட லாட்டரி வியாபாரத்தின் கடைசிக் கண்ணியாகத் தாமும் பங்கேற்பது; அவ்வப்போது சினிமா ரிக்கார்டிங்குகளில் சென்று வாசிப்பது இவைபோக, கச்சேரிகளும் பண்ணக் கிடைத்தது என்று உயிர்பிழைப்பதற்காக ஈடுபட்ட பல்வேறு முயற்சிகளைச் சொல்லிவந்தபோது அவருடைய கண்களில் நிரந்தரமாக ஒரு நையாண்டி இருந்தது; பேச்சிலும் ஒருவிதத் துடுக்கு இருந்தது...

நம்ம சுளியும் சுபாவமும்கூடக் காரணம்தாங்க.

என்று சிரித்துக்கொண்டே சொன்னார். வாழ்க்கை தம் மீது ஏற்றிவைத்த சுமைகளை, சுய கேலியின் மூலம் இறக்கி எறியவோ, முகஞ்சுளிக்காமல் சுமந்து நடக்கவோ முயன்று வந்தவர் என்று பட்டது. அவரிடம் இதைக் குறிப்பிட்டால், அதற்கும் படு கிண்டலாக ஒரு பதில் சொல்லக் கூடும்!

பேச்சினிடையில், இன்னொரு தகவலும் சொன்னார்; அவரது ஊர்க்காரரான இன்னொருவரையும் நான் சந்திக்கலாம். திருவல்லிக்கேணியில் வசிக்கிறார். இவரைவிட இருபது வயது இளையவர்; எனவே, ஞாபகசக்தி அதிக அளவில் சேதமாகிவிடாமல் மீந்திருக்கலாம்!

நமக்குத்தான் களுதெ, காலையிலே சாப்புட்டது மத்தியானம் மறந்துருது. கையெ மோந்து பாத்தாலும் இன்ன கொளம்புன்னு தெரிய மாட்டங்குது. நம்ம மூக்குதான் கெட்டுப்போச்சா, மருமக கைப்பக்குவம் அப்பிடியான்னு எப்பிடி முடிவு பண்ணுறது. தானம் குடுத்த மாட்டெப் பல்லெப் பிடிச்சுப் பாக்குறான் கிளவன்னு கோவம் கீவம் வந்துறப்படாதே!

சிரிக்கும்போது அந்தக் கண்களும் உதடுகளும் குறும்பில் என்னமாய் ஒளிர்ந்தன!

அதெல்லாம் இல்லையே, தெளிவாவும் துல்லியமாவும் எல்லாத்தெயும் சொல்லத்தானே செய்றீங்க!

> *அப்பிடியா சொல்றீங்க! கிளவன் தலையிலெ கொஞ்சம் ஐஸ் வச்சமின்னா, குளுந்துபோயி, இன்னம் கொஞ்சம் சொல்லுவான்னு நெனைக்கிறீகளாக்கும்!... நான் என்னா சொன்னாலும் ஒங்களுக்கு நெசம்போலவே தெரியுமே, எங்கெ போயிச் சரிபாப்பீங்க, பாவம்...!*

என்று மறுபடியும் சிரித்தார்.

> *...ரோசிச்சுப் பாருங்க சாரு. ஒங்க சின்ன வயசிலெ நடந்த வேண்டியது வேண்டாதது எல்லாமே கச்சிதமா யாவுகம் இருக்கு; லேசாச் சொரண்டினா, ஈசல் மாதிரிப் பொறப்புட்டுரும்... அதே இப்பதைக்கி நடந்ததுன்னு வைங்க. ஒரு எளவும் யாவுகம் இருக்க மாட்டங்குது. வயசு ஏறிருச்சுன்றதுக்கு இதெல்லாம் ஒரு தடயம்தானே? அதும் போக, மொதமொதோ டெரிலின் சட்டெ போட்டது யாவுகம் இருக்கும். ஆயிரத்து முன்னூத்தி முப்பத்து மூணாவது தடவெ அதையே போட்டா, மனசு அதெ முக்கியமா நெனைக்காதுல்ல!...*

அவருடைய பேச்சின் வேகம் ஆச்சரியமாய் இருந்தது. ஆனால், சாதாரணமாகப் பேசுவதற்கே ஏன் இவ்வளவு மூச்சிரைக்கிறது? நுரையீரலிலோ, இதயத்திலோ அவருக்குப் பிரச்சினை இருக்கிறது என்று பட்டது. இதே வேகத்தில் பாய்ந்து சென்று எங்கோ மோதி வீழப்போகிறார் என்று பயமாய் இருந்தது; அவருடைய நினைவோட்டத்தில் குறுக்கிடத் தயக்கமாகவும் இருந்தது.

பொழிகிறவரை பொழியட்டும் என்று தலையாட்டிக் கவனித்துக்கொண்டிருந்தேன். ஏனோ, இன்னொரு தடவை அவரைச் சந்தித்து ஏதும் கேட்க வாய்ப்பிருக்காது என்றே திரும்பத்திரும்பத் தோன்றிக்கொண்டிருந்தது. மிகச் சரி அது. நான் டெல்லி திரும்பி ஒரு வாரத்தில் தினமணியில் சின்னதாக ஒரு பத்துவரிச் செய்தி வந்தது – 'முந்தைய தலைமுறை கஞ்சிராக் கலைஞர் தனவேல்பிள்ளை காலமானார்.' நல்லவேளை, என் டேப் ரிக்கார்டரை ஞாபகமாக எடுத்துப் போயிருந்தேன். திரு.தனவேல் பிள்ளையும், மேடைக் கலைஞர் என்பதாலோ என்னவோ, கொஞ்சமும் தயக்கம் இன்றி, சரளமாகப் பேசினார்.

அவரது மரணச்சேதி தெரியவந்தபோது, அன்சாரி வீட்டில் பார்த்த எல்ப்பீ ரிக்கார்டு உறையின் பின்பக்கம் பார்த்த இளம் முகமும், நேரில் பார்க்கக் கிடைத்த மூச்சிரைப்பும் ஒரே நேரத்தில் எனக்குள் உயர்ந்தன.

ஆனால், அந்த உறையில், மிருதங்கக் கலைஞர் என்றுதானே குறிப்பிட்டிருந்தது என்று கேட்டேன். மிருதங்கக் கலைஞராகத்தான் ஆரம்பித்தார் என்றாலும், கஞ்சிரா வாசிப்பதில்தான் தமக்கு ஆர்வம் அதிகம் என்றார். மிருதங்கம் வாசிக்கக் கூப்பிட்டவர்களிடம் மறுத்த சந்தர்ப்பங்களும் உண்டாம்! எனக்கு இது ஆச்சரியமாக இருந்தது. விசாரித்தேன்:

வாய்ப்புக்கள் குறைவாத்தான் வந்துச்சூங்கிறீங்க; கிடைச்ச வாய்ப்புகளெ மறுத்தேன்னும் சொல்றீங்களே?

பின்னே? புளிப்பு ருசி கேக்குது நாக்கு. சக்கரெப்பொங்கல்தான் கிடைக்கிதுன்னா வவுறு முட்டச் சாப்பிடுவீங்களா! சனியன், பட்டினி கெடக்குறதே தாவலைன்னு நெனைக்க மாட்டீங்க?!

சரிதான்.

தவுர, மிருதங்கம் வாசிக்கத்தான் ஊர்ப்பட்டபேரு இருந்தாங்களே! கஞ்சிரா மோர்சிங்குக்கெல்லாம் கொஞ்சப்பேருதான். தன்னோட கச்சேரிக்கி கஞ்சிரா வேணும்னு நினைச்சவுங்களும் கம்மி. அதெதுக்குச் சுத்தி வளைக்கணும் - என்னோட மிருதங்க வாசிப்பு பத்தி எனக்கே அத்தனெ சிலாக்கியமான அபிப்பிராயம் இல்லே...! இருங்க இருங்க, நான் சொல்லி முடிச்சிர்றேன். கஞ்சிரா வாசிக்கிறதுலே எனக்கு ஆசெ அதிகமா இருந்ததுக்கு இன்னொரு காரணமிருக்கு. அதெத் தட்டி வாசிக்கிற கைதான் வெளியிலே தெரியும். உள்பக்கம் மறைஞ்சிருக்குற இன்னொரு கை இருக்கே, அதுலெ அழுத்தம் கூடியும் குறைஞ்சும் நடக்குற ஜாலத்துலேதான் சூட்சுமம் இருக்கு. அதாவது, சத்தத்தோடெ சுகம் கேக்குறவங்களுக்குக் கிடைக்கும். அந்த சுகம் உருவாகுற ரகசியம் எனக்கு மட்டும்தான் தெரிஞ்சிருக்கும். என்னைக்காவது சாப்பாட்டுலெ ருசி சாஸ்தியா இருந்துச்சுன்னா, 'என்னாம்மா மாயம் பண்ணுனெ இன்னைக்கி?'ன்னு என் பொஞ்சாதிட்டெக் கேப்பேன்.

என்னைக்காவதுதான் அப்பிடி நடக்கும்ன்னு வைங்க! அதுக்கு அந்தம்மா என்னா கொணட்டு கொணட்டும்ங்கிறீங்க? கடோசி வரைக்கி சொல்லாதே! ரொம்ப அளுத்திக் கேட்டா, 'ரிசிமூலம் நதி மூலமெல்லாம் கேக்கவே கூடாது சாமீன்ரும்...! அபுரூவ ருசியோடெ புளிக்கொளம்பு வச்சன்னைக்கி ராத்திரித்தானே போய்ச்சேந்தா மகராசி... அம்பது வயசெல்லாம் ஒரு வயசாங்க?...

இப்போதும் சிரிக்கத்தான் செய்தார். ஆனால், அதில் இப்போதுவரை இருந்திராத ஒரு கைப்பு இருந்தது. உண்மையில், அவரோடு இருந்ததில் என் மனம் கசங்கியது அந்த ஒரு தருணத்தில்தான். அதுவும் நான்தான் அதிகம் கசங்கினேன்; அவர் உடனடியாய் மீண்டுவிட்டார்.

...அதெ வுடுங்க, என்னோடெ சொந்தக்கதெ சோகக்கதெ என்னாத்துக்கு. ஒண்ணு சொல்ல வுட்டுப்புட்டேனே. நான் கஞ்சிரா வாசிக்கிறதெ ரெம்ப ரசிச்ச இன்னோரு ஆளு யாரு தெரியுமா?

சொல்லுங்க.

நீங்க விசாரிச்சு வந்திருக்கீங்களே, சோமென். அவரேதான். அவருக்கு ஏழெட்டுக் கச்சேரிக்கி வாசிச்சிருக்கேன். ஹைதராபாத்திலெ ஒரு கச்சேரிக்கி ரயில்லெ சேந்து போனம். பிரயாணம் முளுக்கப் பேசிக்கிட்டுருந்தம். அப்பத்தான் சொன்னாரு: 'தனவேலு, ஒமக்குப் பிடிச்சதைச் செய்றதுதான் சரி. கோயில் யானை பிச்சையெடுக்குதே, மனமொப்பியா செய்யிது? ஒண்ணா பயம், இல்லாட்டி, பசி. ரெண்டுமே இல்லையா, பழக்கம்தானெ காரணம்?'

அட!

இன்னும் நெறையப் பேசுனாரு. 'இப்பிடி, ஓடுற ரயில் கதவுக்கிட்டெ நின்னு இவ்வளவு கத்திப் பேசுறீங்களே சாமீ, நாளெக் கச்சேரிக்கி சாரீரம் ஒத்துளைக்க வேணாமா'ன்னு கேட்டென். 'பகவான் எந்த நிபந்தனையுமே விதிக்காமெத்தான் எனக்கு சகலத்தையும் குடுத்திருக்கான் தனவேலு. யார் கண்டது, நாளைக்கி மத்தியானம் குரல் நல்லா இருந்தும், கச்சேரி செய்யவேணாம்ன்னு பட்டுருச்சுன்னா, ஒதறிட்டுப்

போற சுதந்திரமும் எனக்கு இருக்கத்தான் செய்யிது...'ன்னாரு.

ஐயையோ!

ஆமா. எனக்கும் அப்பிடித்தான் பதறுச்சு. ஆனாக்கெ, அப்பத் தெரியாமெப் போயிருச்சு - நெசமாவே ஒருநா அப்பிடிப் போயிறப்போறாருன்னு... அந்தாள்ட்டெ எனக்கு ஒட்டுதல் உண்டானதுக்குக் காரணமே அந்தத் தெனாவட்டுதான். 'போங்கடா மயிராண்டிகளா'ன்னு ஒரு சொபாவம். என்னையே எடுத்துக்கிருங்களேன், பக்கவாத்தியக்காரனா இருந்துக்கிட்டு, யாராச்சும் ஒரு வித்வானையோ சபாக்காரனெயோ அண்டியிருந்தம்ன்னா, மாசம் முச்சூடும் கச்சேரி இருந்துருக்கும். நமக்கு அதுலெ இஸ்டமில்லே. 'நீ ஆதரிப்பேன்னாடா நாயே நாந் தமிள் படிச்சேன்?'னு ஒரு பொலவர் எளுதியிருக்காராமில்லே, புல்லாங்குளல் வித்வான் ஒரு தபா சொன்னாரு...

அவரு யாரு!

என் கேள்வியைக் கவனிக்காத மாதிரி மௌனமானார். நாலைந்து வீடுகளுக்கு அப்பால், முட்டுச்சந்தின் திறந்தமுனை அகலமான வாசல்போலத் தெரியும் இடத்தையே கொஞ்சநேரம் வெறித்தார். வெயில் மொத்தமாகக் குவிந்து கொட்டிப் பிரகாசித்ததுபோலத் தெரிந்த அந்த இடத்தில் முற்பகலின் நிசப்தம் அலையடித்தது. அதைக் கீறி நகரும் படகுபோல, 'கோலப்டீய்' என்று கூவியவாறு கடந்தாள் ஒரு பெண்மணி. அவள் போய்விட்ட வெற்றிடத்தைக் கொஞ்சநேரம் கண்ணசைக்காமல் பார்த்திருந்தார் திரு. தனவேல் பிள்ளை.

சோமென் காணாமப் போனது நாப்பத்தஞ்சுலெ. அப்ப முப்பது வயசுக்குள்ளாறெதான் இருக்கும். என்னெவுடப் பத்துவருசம் சின்னவரு. ஆனாலும், 'போங்க, வாங்க'ன்னுதான் பேசுவேன். அவரும் என்னெ மருவாதியாத்தான் நடத்துவாரு. ஆனா, ஞானத்துலெ, விவேகத்துலெ ரெம்பப் பெரிய மனுசன்.

அறுபத்தேளுலே, மதுரையிலே ஒரு கச்சேரி. புல்லாங்குளல் கச்சேரி. யதிராசன். நாஞ் சொன்னேனே, அந்தப் பொலவரெப் பத்திச் சொன்னவரு, அந்தாளு வாசிக்கிறாரு. முன்னணிக்கி

வந்துருக்க வேண்டிய பெரிய வித்வான். நெசமான மேதெ. என்னா ஒரு சிக்கலுன்னா, யாருகூடெயும் ஒத்துப்போக மாட்டாரு. ஆனாக்க அந்த மடம் ஆகாட்டி சந்தெ மடம்ன்னு இருந்தவரு. சோமனெ அச்சுலெ அடிச்சு வாத்தமாதிரி, அதே சொபாவம். அவரெ மாதிரித்தான், இவரையும் பேரு சொன்னா ரெம்பப்பேத்துக்குத் தெரியாது. அதுதான் அவுக ரெண்டுபேரையும் சிநேகிதாளாக்குச்சோன்னுகூட நெனச்சுப் பாத்துருக்கேன்.

அந்த மனுசன், அதான் அந்த யதிராசன், இப்ப இல்லே; இருந்த காலத்திலியும், பேரு அடிபடுறதெ விரும்பாதவரு. ஒரு தலைமொறெக்கே ஒண்ணு ரெண்டு கலைஞ்சந்தான் அப்பிடி இருப்பான். 'நாம் பெரிசில்லடா, என் வித்தெதான் பெருசு'ன்ற மாதிரித் திமுரா இருந்துட்டுப் போயிச் சேருவான்.

யதிராசனுக்கும் சோமனுக்கும் இன்னொரு ஒத்துமெ இருந்துச்சு; இது இன்னம் பெரிய சிக்கல். ரெண்டுபேத்துக்குமே சரக்கு உள்ளே போனாத்தான் சங்கீதம் வெளிய வரும்! நானும் குடிக்காதவன் கிடையாது. அதுக்காக அண்டாவுலெ ரொப்பி மண்ட மாட்டனில்லே...

யதிக்கி எங்கிட்டே ரொம்பப் பிரியம். 'தனா, தனா'ன்னு வாய்க்குவாய் கூப்புடுவாரு.

> அய்யிரே, ஏந்தான் இந்தச் சாக்கடையிலே இப்பிடிப் போயி முங்குறீங்களோ. ஈரலு கெட்டுப்போயிராதா.

ன்னு ஒருதபா கேட்டேன். சம்பந்தாசம்பந்தமில்லாமெ, அவரு பதுலுக்குக் கேட்டாரு.

> தனா, ஒரு கொடத்துலே தண்ணி ரெம்பியிருக்குன்னு வையி, அது எப்பத் தளும்பி வளியும்?
>
> இதென்னாங்க கேள்வி. கொடத்தெ ஆட்டுனாத் தன்னாலெ வளியிது!
>
> ம்ஹூம். பாத்தரத்தெத் தொடக்கூடாதுன்றதுதான் விதி...
>
> அப்ப, மேக்கொண்டு ஒரு தம்ளர் தண்ணியெ ஊத்துனா வளிஞ்சிராது!
>
> பாத்தியா, செரியாச் சொல்லிப்புட்டே. எனக்குள்ளெ

> களுத்துமுட்ட சங்கீதம் ரெம்பியிருக்கப்பா. இதெ எவ்வளவு ஊத்துறனோ அவ்வளவுக்கு அது வெளியெ வளியும்!

நிறுத்தாமெ ரொம்ப நேரம் சிரிச்சிக்கிட்டிருந்தாரு. எங்கே வுட்டேன்? ஆங்... மதுரெக் கச்சேரி.

இத்தனெ வருசம் களிச்சும், அந்தக் கச்சேரி என் மனசுக்குள்ளெ ஆளமாப் பதிஞ்சிருக்குன்னா அதுக்குக் காரணம் இருக்கு. ஒண்ணு, அது கோவில் கச்சேரி. மைக் இல்லாத கச்சேரிக எஞ் சர்வீசுலெயே நாலஞ்சுதான் பண்ணீருக்கேன். செட்டி நாட்டுக் கலியாணம் ரெண்டு மூணு. இங்கெ மெற்றாசுலெ ஒரு பணக்கார வூட்டுலெ ஒண்ணு - வடக்கேர்ந்து ஒரு காங்கிரஸ் தலைவரு வந்தப்ப. அப்பறம் அந்த மதுரெக் கச்சேரி.

கிஸ்ணாராயர் தெப்பக்கொளத்தெருவுலெ ஒரு அனுமாரு கோவிலு. கோவிலுக்கு முன்னெயும் பின்னெயும் கொளம் எதுவும் இல்லெ. அப்பறம் ஏன் அந்தப் பேரு வந்துச்சுன்னு தெரியலெ! ஆனா, நல்லா சாந்நித்தியம் உள்ள அனுமாரு. பாத்துக்கிட்டே இருக்கணும்னு தோணும். 'இதெச் செஞ்சு குடு, அதெ நடத்திக் குடு'ன்னு வேண்டுறதுக்குக்கூட மனசு வராது.

கச்சேரிக்கி ஒரு மணிநேரம் மின்னாடி, தஞ்சாவூர்லேருந்து பெரிய மிருதங்க வித்வான் ஒருத்தரு; மதுரைக்கி சொந்தவேலையா வந்தவரு, யதிராசன் வந்துருக்காருன்னு கேள்விப்பட்டு காலையிலெ, யதேச்சையாப் பாக்க வந்தாரு. வந்த எடத்துலே, இவரோடெ சேந்து ரெண்டு மடக்கு உள்ளெ எறங்குனவொடனே, இவருக்கு வாசிக்க ஆசெப்பட்டுட்டாரு. நம்மாளு, 'தனா, ஒன் ஆசெப்படியே ஆயிருச்சப்பா. நீ இன்னைக்கி கஞ்சிராதான் வாசிக்கப்போறே'ன்னாரு எங்கிட்டெ. அந்த வாத்தியத்தெத் தொட வாய்ப்பு வந்ததே ஒரு சந்தோசம்தானெ! ஆனா, சாதகம் பண்ணியே நாளாச்சே. தலையெக் குனிஞ்சேன். 'சும்மா தட்டுறா போதும். ஒன் கை பட்டாலே நாதம் எளும்பீரும். அதும் போக, மேடைலே நீ பக்கத்துலெ இருந்தாலே எனக்கு ஆனெபலம்டா தனா.' இப்பிடிச் சொன்னபெறகு மாட்டேன்னு எப்பிடிச் சொல்றது!

சும்மா சொல்லக்கூடாது. அவரு மூச்சுலெ மட்டுமில்லே, வாக்குலேயும் சரசுவதி இருந்தா போல. என் கை என்னாமாப் பேசுச்சூன்றீங்க அன்னைக்கி?

சும்மா நூறு நூத்தம்பதுபேருதான் சபை. வாத்தியச் சத்தம் எதுத்த செவுருலெ பட்டு நம்ம காதுக்கே திரும்பும். அதுவே தெய்வீகமான அனுபவம்தான். நாம வாசிக்கிறது நம்ம காதுக்குத் திரும்பி வரும்போது, எப்பயோ வாசிச்சதெ இப்பக் கேக்குற மாதிரி இருக்கும்.

அப்பறம், நம்மாளு வாசிப்பு. அதெப்பத்தியெல்லாம் சொல்லித் தீராதுங்க. கிஸ்ண பரமாத்மா பெறவி எடுத்து வந்துட்டாருன்னே தோணீருச்சு எனக்கு. 'கோவில் கச்சேரியாச்சே, குடிக்காமெத்தான் வருவாரு'ன்னு நெனெச்சிக்கிட்ருந்தனா, மத்தியானம் சாப்பாட்டு வேளெயிலே அவரெக் கூப்புடப் போறேன். ஸ்டூல்லெ சீசாவும் தம்ளருமா ஒக்காந்துருக்காரு! பக்கத்துலெ மிருதங்கக்காரரு. என்னையும் 'சாப்புடப் போகாதே, இங்கேயே வரவளைக்கிறேன்'னுட்டாரு. 'ஒரு மடக்கு எடுத்துக்கிர்றியா'ன்னு கேக்கத்தான் செஞ்சாரு. நமக்கு மேடையே கோயிலு மாதிரி; கச்சேரி நடக்குறது கோயில்லெ வச்சேதான். அப்பறம் எப்பிடி. தலைய வேகமா ஆட்டீட்டென். நம்மாளு அப்ப ஆரமிச்சவரு, கூப்புடக் காரு வர்ற வரைக்கும் ஓயலே! இதுலெ ஒரு வேடிக்கெ கேளுங்க, ஒவ்வொரு தம்ளரெ எடுக்கும்போதும்,

> தனா, இது வர்ணம். மோகனம்.
>
> இது நாட்டெ.
>
> இது வராளி.
>
> இது சங்கராபரணம்.
>
> இது கதனகுதூகலம்,
>
> இது புன்னாகவராளி.
>
> இது தேஸ்.

ன்னு சொல்லிச் சொல்லிக் குடிச்சாரு! ஆறு மணிக்கிக் குளிக்கப் போறப்ப, 'இந்தா சிந்துபைரவி'ன்னு சொல்லி முளுங்குனாரு. பட்டெச் சாராயம். அங்கெ வரும்போதே இங்கெ நாறுது. தலையைத் தொவட்டிக்கிட்டே ஒரு தம்ளரு - கமாஸ்லெ ஜாவளியாம். ஜிப்பாவை மாட்டுனபெறகு, 'மங்களம்ப்பா. மத்யமாவதி'ன்னு சொல்லி இன்னோரு கிளாஸு... ஒரே சிரிப்பு.

மிருதங்கக்காரரு அரண்டுபோனாரு. ஏறுன புருவம் அப்பிடியே நின்னுக்கிருச்சு. நல்லவேளெ, அந்தாளும் இவரு அடுத்தடுத்துக்

குடுத்தப்ப ஆட்டைக்கி வரல்லேன்னுட்டாரு! கை ஆடீரும்ன்னு சொல்லிட்டாரு...

நம்மாளு, களுத்து முட்டக் குடிச்சது பத்தாதுன்னு ப்ளாஸ்க்குலே வேற ரொப்பி வச்சிக்கிட்டாரு. மேடையிலெ தெறக்கும்போதெல்லாம் நாறுது. ஆனா, சண்டாளன், அன்னைக்கி ஒரு ஜாவளி வாசிச்சாரு பாருங்க. ஆடத் தெரியாத காலுகூட ஆடக் கெளம்பீரும்!

அவரு சொன்ன பிரகாரம், அம்முட்டுக் குடிச்சதிலே, உள்ளாறெ நெரம்பியிருந்த சங்கீதம் முச்சூடும் ததும்பித்ததும்பி வளியிது. ஆமா, ரூம்லெ சொன்ன அதே வரிசையிலெ, அதே ராகங்க! கேக்குறவங்க அடிக்கடி கண்ணெத் தொடச்சிக்கிர்றாங்க. வாசிக்கிறவர் கண்ணும் ஊறிஊறிப் பொங்குது. துக்கமுன்னுமில்லாமெ சந்தோசமுன்னும் இல்லாமே மொத்த சபையும் அல்லாடுது. மேடையிலெ இருக்குற எல்லாருக்குமே சந்நதம் வந்துருச்சோன்னு இருக்கு. அப்பிடியொரு வாசிப்பு.

யதிராசன் ஆறு வயசிலே மேடையேறுனவரு. வெரலும் மூச்சும் அப்பிடிப் பேசும். அவருக்கே அன்னைக்கி சிகரத்தெத் தொட்டுப்புட்டம்னு தோணிருக்கும்போல. ஊருக்குத் திரும்புனவொடனே சொல்லிப்புட்டாரு - ‘இன்னமே மேடையேற மாட்டேன்’. ஆமா, அதுதான் அவரோட கடோசிக் கச்சேரி. சொந்த பந்தமெல்லாம் பதறிப்போச்சு. ஆளாளுக்குப் பேசிப் பாத்தாங்க. இவரு, ‘சொன்னாச் சொன்னதுதான்’னு நட்டமா நின்னுட்டாரு. அப்பறம் அந்தக் கச்சேரியெ நான் எப்பிடி மறப்பேன்!

எதுக்குச் சொல்லவாறேன், சோமென் சினிமாவுலெ வந்தவரு, ஊருபூராத் தெரிஞ்சவரு. அவரு காணாமெப் போனா அது செய்தி ஆயிருது. நம்மாளு, வந்ததும் தெரியாது, இருந்ததும் தெரியாது, போனதும் தெரியாது. கலைஞ்சன்றவன் அப்பிடித்தான், சுபாவமாவே கொஞ்சம் கிறுக்கனாத்தான் இருப்பான்.

இதெவுட, இன்னொரு விசியம்தான் அந்தக் கச்சேரியெ இன்னும் அளுத்தமா மனசுலே பதிஞ்சு வச்சிருச்சு சாரு.

கஞ்சிரா வாசிக்கிறதுலெ ஒரு சவுரியம் என்னான்னா, மெயின் ஆளுக்குப் பின்னாடி உக்காந்திருப்பம். சபை மொத்தமும் நம்ம பார்வையிலே இருக்கும். அன்னைக்கி மூணாவது வருசையிலே, வலது ஓரத்துலெ ஒரு பொம்பளெ. மாம்பளக்கலர் பட்டுச் சேலெ.

காதுலெயும் மூக்குலெயும் வைரம் டாலடிக்கிது. வெத்து நெத்தி. சுளீர்ன்னு கலரு. வாசிக்கிம்போது என் பார்வை கெடந்து சபையெத் துருவும். அன்னைக்கி அப்பிடி அலையமாட்டேங்குது. ஒரே எடத்துலெ நிலைச்சு நிக்கிது. ஒரே மொகத்துலெயே ஊணிக் கெடக்குறேன். விரல்லெ பிரமாணம் தப்பிருமோன்னு பயம்மா இருக்கு.

திடீர்ன்னு, 'பிருந்தாவன நிலயே' எடுத்தாரு. 'ரூம்புலெ சொல்லாத ராகமாச்சே, அவ்வளவு விஸ்தாரமா வாசிக்கமாட்டாங்களே இந்தக் கீர்த்தனெயெ. சரி, கச்சேரியெ முடிக்க நெனைச்சுட்டாருபோல'ன்னு தோணுச்சு. அவ்வளவு நேரம் ஓடியும் போச்சு. ஆனா, நல்லா நீளமா வாசிக்கிறாரு. அப்பிடியொரு ரீதிகவுள நான் அதுவரைக்கிம் கேக்காததுங்க. அதுக்கப்பறமும் கேட்டதில்லே. அனுமார் கோயிலு ஆயர்பாடியாயிருச்சு. நூறு நூத்தம்பது ஊர்க்காலி மாடுக சிலைக மாதிரி ஒறைஞ்சுபோயி உக்காந்து, கேட்டுக்கிட்ருக்கு. வாசிக்கிறான் வாசிக்கிறான் - ஒடம்புக்குள்ளாறெ பேய் புகுந்துட்ட மாதிரி வாசிச்சுத் தள்ளுறான் ராச்சசன்.

தஞ்சாவூர்க்காரருக்கு நாக்குத் தள்ளிப்போச்சு. நான் ஈடு குடுத்துக்கிட்டே, அந்தப் பொம்பளையெக் கண்ணுகொட்டாமெப் பாக்குறேன். அந்தம்மா மொகம் இறுக ஆரமிக்கிது. திடீல்னு கோணுது. அத்தனெ அளகான மொகமெல்லாம் அளவே கூடாதுங்க. சும்மா பாத்தாலே சொக்க வைக்கிற மொகம். அளுதா அளகு அள்ளிக்கிட்டுப் போகுது. ஆனாக்கே, இப்ப என் மனசுக்குள்ளெ ஒரு நெனப்பு நொளையிது. ஆமா, இந்த மொகத்தெ எங்கயோ பாத்துருக்கமே. அம்புட்டுதான், திரும்பத்திரும்பத் தட்டளியிறேன்.

அந்தம்மாவானா, விசிச்சி விசிச்சி அளுவுது. அந்தப் பாட்டு முடிஞ்ச வொடனே சட்டுன்னு எந்திரிச்சுப் போயிருச்சு.

ஆனா, அது போனதுலெ ஒரு நன்மெ பாருங்க. என் மனசு சமனப்பட்ருச்சு. அவ்வளவு ஏன், கொஞ்சம் நிம்மதியாக்கூட ஆயிருச்சு.

ரூமுக்குப் போற வளியிலெ, கார்லெ பேசிக்கிட்டே போறோம். 'என்னா, தனா, பாத்தயா, உள்ளெ போனது முச்சூடும் வெளியெ வந்துருச்சு பாத்தயா! கச்சேரி எப்பிடியிருந்துச்சு?'ன்னு கேட்டாரு. நாஞ் சொன்னேன், 'ஜாவளி ஏ க்ளாஸு. அதெவுட, அந்த 'பிருந்தாவன நிலயே'வுக்கு எஞ்சொத்தெப்பூரா எளுதி வச்சிருவேன்.'

'ஏயப்பா, ரெம்ப வச்சிருக்கபோலயே'ன்னு சிரிச்சாரு. இந்த வூடும் என் சம்பாத்தியமும் யாவுகம் வந்துச்சா. எனக்கும் சிரிப்பு வந்துருச்சு. அப்பத்தான் அவரு சொல்றாரு, 'இதென்னப்பா, காணாமெப் போனானே நம்ம சோமன், அவன் பாடிக் கேக்கணும் அந்தக் கீர்த்தனையெ. சண்டாளப் பய, இப்பிடிப் பண்ணிப்புட்டானே.'

இவுரும் அவரும் ரெம்ப நெருக்கம். 'ஏயப்பா, இருபத்திச் சொச்சம் வருசம் களிச்சு இன்னமும் சிநேகிதன் யாவுகம் எம்புட்டு அளுத்தமா இருக்கு!'ன்னு ஒரு நெனப்பு ஓடும்போதே மனசு சுளுக்குறாப்புலெ இன்னொரு வார்த்தெ வுட்டாரு.

> 'அது சரி, அவெந் தொடுப்பு, அதாம்ப்பா அந்த மைசூர்க்காரி, கச்சேரிக்கி வந்துருந்தா பாத்தியா!'

அட, ஆமா! அதான் நமக்கு உள்ளாறெ மணியடிச்சிருக்கு! நம்மாளுக்கு எம்புட்டுக் கிருத்துருவம் பாருங்க. அந்தப் பொம்பளெயெப் பாத்ததுனாலெதான் மேப்படிப் பாட்டெ எடுத்துருக்காரு!

சோமனோட நடிச்சவுங்க அந்தம்மா. ராதிகா கட்கர்ன்னு பேரு. கொங்கணிப் பொண்ணு. அதான் அம்புட்டு அளகு! அவரு காணாமெப் போனவொடனே இதுவும் நடிப்புக்கு முளுக்குப் போட்ருச்சு. எங்கெ இருக்கு, என்னான்னு ஒரு வெவரமும் தெரியாது. அது ஒண்ணுங்க, பெத்த அப்பன் ஆத்தாளாவே இருக்கட்டுமே, கண்ணு முன்னாடி இருந்தாத்தாங்க. மறைவாப் போயி வருசமாச்சுன்னு வைங்க, அப்பறம் அப்பிடி அப்பிடித்தான். ஒண்ணும் சொல்லிக்கிற முடியாது...

விட்டால் நாட்கணக்காகப் பேசிக்கொண்டிருக்கக் கூடியவர். சோமனைப் பற்றி அவர் கூறியவை என்று பார்த்தால், பதரில் நெல்மணி பொறுக்குகிறமாதிரி ஆயாசம் தட்டியது. ஆனாலும், மற்றவர்களிடம் இந்த அளவுகூடத் தேறவில்லை என்பதுதானே உண்மை?

திரு. தனவேல் பிள்ளை சொன்னதிலேயே கடைசிப்பகுதிதான் என்னை வெகுவாக ஈர்த்தது. காணாமல் போனவனுக்குப் பின்புலமாய் ஒரு பெண்மணி இருந்திருக்க வாய்ப்புண்டு என்று எப்போதுமே எனக்கு சந்தேகம் இருந்து வந்தது.

'65ல் ஆரம்பித்த சந்தேகத்துக்கு, பதினேழு வருஷம் கழித்து சிறு பிடிமானம் கிடைத்தது ஆச்சரியம்தான்...

சோமனுக்கு யதிராஜனைத் தவிரவும் சிநேகிதர்கள் இருந்தாங்களா?

அதென்னா அப்பிடிக் கேட்டுப்பிட்டீங்க? ஏகப்பட்ட பேரு உண்டுங்க. ஆனா, எல்லார்கிட்டெயும் நெருங்கிப் பளகுற ஆள் இல்லே அவரு. சமுத்திரம் தன்னோடெ ஆளத்தெ எல்லாரையுமா பாக்க வுடும்!

அதுவுஞ் சரிதான்.

எத்தனையோ பொம்பளைக அந்த சோமென்மேலெ விளுந்து பிறாண்டும். ஆனா, அந்தாளுக்கு அந்தம்மா ராதிகா மேலெதான் பிரியம் சாஸ்தி. அதையும்கூட வெளிப்படையா ஒத்துக்கிட மாட்டாரு. அதுக்கும் ஒரு நாயம் இருக்கத்தான் செஞ்சது; ஊரு முளுக்கப் பரவீருச்சுன்னா, அந்தப் பொம்பளெ அலமு கோவிச்சுக்கிற மாட்டா?

அந்த அம்மாளை நான் ஏற்கனவே சந்தித்திருந்தேன். அப்படியெல்லாம் எதற்குமே கோபப்படக் கூடியவர் என்று எனக்குத் தோன்றவில்லை. ஒருவித விட்டேற்றியான மனநிலையைத்தான் என்னிடம் வெளிப்படுத்தினார். ஆனால், அதை ஒரு அளவுகோலாக வைத்துக்கொள்ள முடியுமா? அந்நிய ஆண்பிள்ளையிடம் பேசுவதும், உடன் வாழ்ந்தவனிடம் நடந்துகொள்வதும் ஒன்றாக இருப்பதற்கு வாய்ப்புண்டா என்ன!... சட்டென்று, தனவேல் பிள்ளை என் முகத்தையே பார்த்துக்கொண்டிருப்பது உறைத்தது...

நான் அதெக் கேக்கலே. ஆம்பிளை சிநேகிதங்களெக் கேட்டேன்.

ஆமா. அதுவும் அவரெச் சுத்தி ரெம்பப்பேரு இருக்கத்தான் செஞ்சாங்க. அவ்வளவு ஏன், நம்ம புல்லாங்குளல் யதிராசன் இருக்காரே, அவுக ரெண்டுபேரும் சேந்து தண்ணியடிக்க ஆரமிச்சா, விடிய விடிய முங்கி நீச்சலடிப்பாங்க!

ஒங்களுக்கும் ஓரளவு அந்தப் பளக்கம் உண்டுன்னீங்க...

அதெப்பிடிங்க, இல்லாம இருக்குமா! ஆனா, அவுங்களெயெல்லாம் மாதிரி மொடாக்குடி கிடையாதுன்னு

சொன்னன்ல்லெ. எப்பனாச்சும், அடுத்தவங்க செலவுலெ கொஞ்சோண்டு ஊத்திக்கிர்றதுதான்!

அவரு, சோமனுக்கு வேறெ யாரோடெ அவ்வளவு நெருக்கம் இருந்துச்சு?

நான் சொல்ல வாறேன், நீங்க கேட்டுப்பிட்டீங்க... ஒரு தபா, நாங்க நாலஞ்சு பேரு ஒண்ணா இருக்குற மாதிரி ஆயிருச்சு. சினிமாவுலெ லைட்பாயா இருந்து சோமனோடெ எடுபிடியா ஆனவனுக்குக் கலியாணம். ஆமா, அவனும் எங்க ஊருக்காரந்தான். மகாமுனீன்னு பேரு. நாஞ் சொன்னனே, இங்கெ திருவல்லிக்கேணியிலே கட்டெத்தொட்டித் தெருவுன்னு இருக்கு. அங்கே குடியிருக்கான். பாக்கப் போனா, என்னெவுட அவன்கிட்டெத்தான் ஒங்களுக்கு நெறையா விசியம் தேறும்... இப்போ ரோசிச்சுப் பாத்தா, அந்தக் கலியாணத்துக்கெல்லாம் சோமன் கூட்டாளிக வந்துருக்கவே வேண்டியதில்லே - ஆனாக்கே, பெரிய மனுசாள்லாம் அப்பிடித்தானே, ஆகக் கடைசிப் படியிலெ இருக்குறவன் வீட்டுக்கு, அவன் வீட்டு விசேசத்துக்கு நேர்ல போய் நின்னு, தான் ரொம்ப சகசமான ஆளுன்னு காட்டிக்கிருவாகல்லெ! பாவம், ஒரு சம்பிரதாயத்துக்காகப் பத்திரிகெ வச்சவனுக்கு நாக்குத் தள்ளிப்போகும்! இப்பிடிச் சொல்றனேன்னு, சோமனெத் தப்பா நினைச்சுராதீங்க. அவரு நெசமாவே தங்கமான மனுசன்; அந்தப் பய மேலெ கொள்ளெப் பிரியம்...

அந்தக் கலியாணத்தெ விட்டுட்டீங்க...

வாறேன் வாறேன். பளைய யாவுகத்தெப் பிடிச்சுக்கொண்டாறது என்னா கத்திரிக்கா பறிக்கிறமாரியா? தூண்டிலெப் போட்டுப்புட்டுக் காத்துருக்குறமாரி. மீனு தானா வந்து முள்ளெக் கவ்வுனாத்தான் உண்டு.[11]

11 'என்னமோ, எழுத்தாளன்னு காலரெத் தூக்கி விட்டுக்கறயே கிஷ்ணையா. ஒரு சாதாரண மனுஷன் என்ன போடு போடறார் பாத்தியா! இன்னோண்ணும் இருக்கு, ஒரு துறையிலெ கலைஞன்னா, எல்லா விஷயத்திலேயும் அவன்கிட்டெ ஒரு நுட்பம் இருக்கத்தானே செய்யும்!...' என்று கேஸட்டில் மாமா குறுக்கிட்டு என்னைச் சீண்டியிருக்கிறார்!

சிரித்தார். முகத்தில் அப்படியொரு பெருமிதம்.

நியாயம்தான். சொல்லுங்க. தோணத் தோணச் சொல்லுங்க.

புதுக்கோட்டைக்கிப் போயிருந்தமா? எங்களுக்குத் தனியா ஒரு வீடு ஒதுக்கியிருந்தாங்க. கலியாணத்துக்கு முந்தினநா ராத்திரி, நானு, யதிராசன், சோமன், ஒரு சாயபு, அப்பறம் ரெண்டுமூணு பேரு... அவுங்கல்லாம் யாருன்னு யாவுகமில்லே. மகாமுனியோடெ சேக்காளிகளா இருக்கணும். நடு ராத்திரிவரை உக்காந்து குடிச்சம். அவ்வளவு ஏன், கலியாண மாப்ளெ, அவனே ரெண்டு தம்ளர் குடிச்சுப் பிட்டுத்தானே போனான்!

மகாமுனீன்னு சொன்னீங்களே.

அட, அவந்தான் சாரு. திருவல்லிக்கேணியிலே இருக்கான்னு சொல்லலே!

ஓ, ஒரு சாயபூன்னீங்க.

ஆமா. நம்ம வஹாப்பு. அப்துல் வஹாப்புன்னு பேரு. அந்தாளும் அங்கிணெ ஐஸவுஸாண்டெதான் இருக்கான். சோமனுக்கு மேக்கப்மேனா இருந்தவன். தங்கமான மனுசன். பஞ்சு மாதிரி மனசு. பிரியமாப் பேசுவான். கட்டாயம் போய்ப் பாருங்க. பாய் காசுக்கு ஆசெப்படாதவன். இந்தப் பயதான் துட்டுக்குக் கொஞ்சம் தட்டளிவான். அஞ்சோ பத்தோ குடுத்தீங்கன்னா, அம்புட்டையும் கக்கீருவான். எல்லாரும் நம்மளெ மாதிரிக் காசாசெ இல்லாமெ இருப்பாங்களா...

சொன்னாரே தவிர, நான் கொஞ்சம் பணத்தை எடுத்து நீட்டியபோது, முகம் மலர்ந்து வாங்கிக்கொண்டார்!

முந்தின இரவு, நான் படுக்கைக்குப் போனபிறகும் மாமாவின் அறையில் வெகு நேரம் விளக்கெரிந்தது. சன்னமான பேச்சுக்குரலும் கேட்டது. இந்த நேரத்தில் யாருக்கு ஃபோன் செய்கிறார் என்று தோன்றியபோதும், கண்கள் அமட்டியதால் சீக்கிரமே தூங்கிவிட்டேன். அடுத்த நாள் காலையில் ஒரு கேஸட்டைக் கையில் கொடுத்தார் மாமா.

சாவகாசமாக் கேட்டுப்பார்றா.

என்றார்.

ஊர் திரும்பிய பிறகு, கைமறதியாய் எங்கேயோ வைத்துவிட்டேன். இந்த நூலை எழுதுவது என்று முடிவெடுத்த பின்னர், மாமாவுடன் பேசியதையெல்லாம் நினைவுபடுத்திப் பார்த்தேனா, இந்தக் கேஸட் நினைவு வந்துவிட்டது. ஏனோ, சோமனைப் பற்றிய பேச்சின் தொடர்ச்சியாகவே இருக்கும் அது என்று விடாமல் தோன்றி நமட்டியது. ஒரு ஞாயிற்றுக்கிழமை வீட்டையே புரட்டிப் போட்டுத் தேடியபோதும் கிடைக்காத கேஸட், அபிதான சிந்தாமணியை எதற்காகவோ எடுத்தபோது, புத்தக வரிசைக்குப் பின்னால் விழுந்து கிடந்தது...

நான் நினைத்தது சரிதான். படுத்த பிறகு நினைவு வந்ததை கேஸட்டில் பதிந்து வைத்திருந்தார். கனத்த அடிக்குரல் மாமாவுக்கு. அவருடைய துறைக்கு ஏற்ற கம்பீரமான குரல்; டாக்குமெண்ட்டரிப் படங்களுக்குத் தொகுப்புரை வழங்கப் பொருத்தமான குரல் என்றும் எப்போதும் தோன்றும்.

கேஸட்டில், சற்று உரத்து, வருவித்துக்கொண்ட கீச்சுக் குரலில் பேச முயன்றிருந்தார். தனவேல் பிள்ளையின் குரல் அப்படி இருந்திருக்கும் என்று அனுமானிக்கிறேன்!

அதைவிட, தனவேல் பிள்ளையின் கொச்சை வழக்கைப் பல இடங்களில் மிகவும் வெற்றிகரமாக நிகழ்த்திக் காட்டியிருந்தார் என்பது சுவாரசியமாய் இருந்தது. ஆங்கிலத்திலும் தமிழிலுமாக அவர் பொழிந்த வாக்கியங்களில், ஆங்கிலத்தை எழுத்துத் தமிழிலும், மற்றதைப் பேச்சு வழக்கிலும் எழுத முயன்றிருக்கிறேன்...

புன்னகையுடன் மறுநாள் காலையில் கேஸட்டை அவரிடமிருந்து வாங்கிக்கொண்டதும்; அப்போதிருந்த சாம்பல்நிற வெளிச்சமும், கோதிவிடப்படாத அவரது மீசையின் கீழ்ப்புறத்தில் தேநீர் ஆடை இளுவியிருந்ததும் தத்ரூபமாய் நினைவிலெழுகின்றன.

***

ஆசிரமம்

1987-ல் என் திருமணம். மாமாவும் மாமியும் ஒரு வாரம் முன்னதாகவே வந்திருந்து, திருமணத்துக்குப் பிறகு பத்துநாட்கள் தங்கிப் போனார்கள். பத்மினிக்கு மாமாவை முதல் பார்வையிலேயே பிடித்துவிட்டது. அவரும் வார்த்தைக்கு வார்த்தை,

> அக்காவுக்குத்தான் நீ மாட்டுப்பொண்ணு. எனக்கெல்லாம் பொண்ணேதான்.

என்று உருகினார். திருமணத்துக்குத் தன் அன்பளிப்பு என்று, அக்காவிடம் ஒரு கவர் கொடுத்தார். கணிசமான தொகை இருந்தது அதில். தவிர, பத்மினிக்கு ஒரு மேக்கப் செட் வாங்கிவந்திருந்தார்கள். அவளானால், முகப்பவுடர்கூட உபயோகிக்காதவள்; மலர்ந்த முகத்துடன் வாங்கிக்கொண்டாள். ஒருமுறைகூடப் பயன்படுத்தாதபோதும் அவள் ஆசையாக வைத்திருந்த அந்தக் கண்ணாடிப் பெட்டி, எத்தனையோ தடவை வீடு மாற்ற நேர்ந்ததில், ஒருமுறை கைதவறி விழுந்து உடைந்துபோனது.

எனக்குத் தனியாக ஒரு புத்தகம் பரிசளித்தார். Jacob Bronowski தயாரித்து பிபிஸியில் வெளிவந்த The Ascent of Man தொடரின் நூல்வடிவம். ஏகப்பட்ட வண்ணப் படங்களுடன் மொத்தப் புத்தகமுமே வழுவழு தாளில் இருந்தது. பின்னாட்களில் நான் எழுதிய கதைகள் ஓரிரண்டில் இந்தப் புத்தகத்தையும் குறிப்பிட்டிருக்கிறேன்.

ஒவ்வொரு வருகையின்போதும், என்னிடம் தனியாக ஒரு நீண்ட பொழுது உரையாடும் வழக்கம் உண்டு மாமாவுக்கு. அந்த முறை இன்னொரு சலுகை வழங்கினார்.

கிஷ்ணையா, நீ ஸ்மோக் பண்ணுவியா?

அசட்டுச் சிரிப்புடன் கேட்டேன்:

எப்பிடி மாமா தெரிஞ்சது?!

ஸ்மோக்கர்'ஸ் லிப்ன்னு பாத்தாலே தெரியறதே! எங்கூட இருக்கும்போதும் தாராளமாக் குடிக்கலாம்! நான் பைப் பிடிக்கலையா. நீ என்ன சின்னப்பையனா? கல்யாணமெல்லாம் வேறெ ஆயாச்சு. ஹெல்த் கெட்டுறாமெப் பாத்துக்கோ. லிமிட்டோட வச்சுண்டா என்ன வேணாச் செய்யலாம். தப்பில்லே...

சிரித்தார்.

மாமாவின் சிறப்பே அவருடைய உரையாடல்தான். சிரிக்கச் சிரிக்கப் பேசிக்கொண்டேயிருப்பவர், எப்போது வழுக்கி சீரியஸானார் என்பதையே நம்மால் அறிய முடியாது. எப்போது ஆங்கிலத்துக்கு மாறினார் என்பதையும்தான். ஹிந்துஸ்தானி சங்கீதம், க்வாண்ட்டம் மெக்கானிக்ஸ், ரோமானிய அரசியல் அமைப்பு, போப்பாண்டவரைத் தேர்ந்தெடுக்கும் முறை, ஸ்னூக்கர் விளையாட்டின் விதிகள், கொலம்பஸின் பிரயாண வரைபடம், சதுரங்கத்தில் பாப்பி ஃபிஷருக்கும் போரிஸ் ஸ்பாஸ்கிக்குமான அணுகுமுறை வித்தியாசம், புளி அரைத்துவிட்ட கூட்டு செய்முறை, ஹோமியோபதி மருத்துவம், வெஸ்ட் இண்டீஸ் கிரிக்கெட், ஷியாம் பெனகல் படங்கள், தேசிய அரசியலின் ஊழல் பிதாமகர்கள் (மறந்தும் நபர்கள் அல்லது கட்சிகளின் பெயர் சொல்லமாட்டார்!) என்று எதைவேண்டுமானாலும் சரளமாக விவரிக்கக்கூடியவர். சாதாரணமாக தினக்குறிப்புகள் எழுதும் பழக்கமில்லாத என்னை,

எழுத்தாளனாகப் போகிறேன் என்கிறாய். அவ்வப்போது தோன்றுவதைக் குறித்து வைத்துப் பழகு. பிற்பாடு எதற்காவது உதவும்.

என்று புத்திமதி சொன்னார். வேறு எதையும் எழுதிவைத்தேனோ இல்லையோ மாமா பேசுகிறவற்றின் சாரமான பகுதிகளை எழுதி வைத்தே வந்திருக்கிறேன். அவற்றிலொன்று இப்படிச் செல்கிறது.

22 08 1987 - சனிக்கிழமை

மனித மனம் என்பது மூன்று அடுக்குகள் கொண்ட ஒரே அலகு என்று இன்று விளக்கினார் மாமா.

1 கூட்டு நனவிலி (collective unconscious): சமுத்திரம் போன்ற ஆழமும் அகலமும் அளக்க முடியாத பிரம்மாண்டமும் கொண்ட சேற்றுக் குட்டை என்றே இதைச் சொல்ல வேண்டும். இதன் வளாகத்தில், செங்கிஸ்கானும் ராஜராஜ சோழனும் கம்பநாட்டாழ்வாரும் சற்றுமுன் பிறந்த சிசுவும் ஒரே குழாத்தைச் சேர்ந்தவர்கள் - ஒரே ஞாபகத் தொகுப்பைப் பகிர்ந்துகொள்கிறவர்கள். அதில் காலங்காலமாகச் சேகரமாகிக் கிடந்து, பிதுங்கி வெளியேறும் சமாசாரங்களுக்கும், அவை வெளியேறும் விதத்துக்கும் தர்க்கபூர்வ நிர்ணயம் ஏதும் கிடையாது. முந்தின ஜன்ம சம்பவங்களைப் பேசியும், அந்த ஜன்மத்தில் விட்ட இடத்திலிருந்து தொடரும் விதமாகக் காரியங்கள் நடத்தியும் திகைக்கவைக்கும் பால மேதைகளின் செயல்பாடுகள் இந்தத் தளத்திலிருந்து வெளிப்படுபவையாகவேகூட இருக்கலாம். முன்சொன்ன சிசு தான் பிறந்ததே சுதந்திர தேசப் பிரஜையாகத்தான் என்பதை இயல்பாகவே அறிந்திருப்பதும் மேற்படித் தொகுப்பின் அம்சமாகவே.

சிலவேளை எழுத்தாளர்கள் போன்ற சிந்தனை ஆசாமிகளும், நிகழ்த்துகலையாளர்களும் தாமே அதற்குமுன் யோசித்திராத எல்லைகளை எட்ட முடிவதற்கான காரணமாக இந்தத் தொகுப்பைச் சொல்லலாம்.[12]

2 அதற்கு மேலே உள்ள அடுக்கு, தனிமன ஆழ்படுகை. அவரவர் சொந்த வாழ்வில் நிகழ்ந்தவையும், நிகழத் தவறியவையும், அவை தொடர்பான நிறைவும் நிராசையும் எனப் புதைந்து கிடக்கும்

12 மாமா சொல்லும்போது மிகமிக நேரடியாய்த் தென்பட்ட சமாசாரங்கள், எழுத முனையும்போது எவ்வளவு திருகலாக, குழப்பமாக ஆகிவிடுகின்றன! எனக்கு எளிமையாய் எழுதத் தெரியவில்லை என்பதுதான் காரணமாய் இருக்க வேண்டும். அல்லது, அவர் சாவதானமாக விவரித்தவற்றைச் சுருக்கமாய் எழுத நான் முயல்வது கூடக் காரணமாய் இருக்கலாம். பேச்சுத் தமிழின் ஏற்ற இறக்கங்களை எழுத்தில் கொண்டுவர முடியாமல் போவது என்ற, மொழியின் நிரந்தர பலவீனமுமே காரணமாய் இருக்கக்கூடும். துறை சார்ந்த விசேஷ விவரணைகள் எந்த மொழியிலும் இத்தனை கெடுபிடியாகவே இருக்க முடியும் என்றுகூடத்தான் படுகிறது.

தாதுக்கள் மலிந்தது. உதாரணமாக, சிறு குழந்தை ஏதோவொன்றைச் செய்து அடிவாங்குகிறது; இரண்டுவிதமான கற்றல்கள் நிகழும் சந்தர்ப்பம் அது. 'இதைச் செய்தால் அடிப்பார்கள்' என்பது முதல் அறிதல். மனத்தின் மேற்பரப்பில் பதியும் செய்தி அது. அடுத்த முறை செய்தே தீரவேண்டிய அவசியம் எழுந்தால், மறைத்துச் செய்யலாமே என்று ஆலோசனை வழங்குவதும் அதுவே. இரண்டாவது செய்தி பதியும் இடமே இந்த ஆழ்மனம் என்று சொல்லலாம்; அதாவது, 'மற்றவர்கள் உவப்பில்லாத காரியத்தைச் செய்தால், அடிக்கலாம்' என்ற ஞானம் விதைக்கப்படும் இடம்![13]

இந்த அடுக்கைப் பற்றிய விசாரங்களும் விசாரணைகளும் தத்துவப் புலத்திலும், ஆன்மிகத் தளத்திலும், அறிவியல்பூர்வமாகவும் அநேகம் நிகழ்ந்திருக்கின்றன. ஒவ்வொரு தனிமனத்திலும் இடம்பெற்றிருப்பதாக ஸி ஜி யுங் விவரிக்கும் ஏ பி என்ற இரண்டு ஆட்கள், உபநிஷத் சாரம் விவரிக்கும் மேல் கிளைக் குருவி, கீழ்க் கிளைக் குருவி[14] என்று சொல்லிக்கொண்டே போகலாம்.

சாமானிய அறிவின் பார்வையில் சொல்வதென்றால், தர்க்கத்துக்குப் பிடிபடாத அறிதல்கள், உள்ளுணர்ச்சி என்று நாம் வரித்துக்கொள்ளும் புலத்தின் சமிக்ஞைகள் எல்லாம் இந்தத் தளத்திலிருந்து ஊற்றெடுப்பவையோ என்னவோ. பெரும்பாலான கனவுகள் இங்கிருந்தே மேலேறி வருகின்றன.

3 சூரிய உஷ்ணத்தையும், பொழியும் மழைத்துளிகளையும்; துழாவிச் செல்லும் படகுகளையும் அவற்றின் துடுப்புகளையும்; ஆழ்தள மீன்களைக் கவர்வதற்காக விரிக்கப்பட்ட வலைகளையும் அவற்றின்

---

13 இந்த உதாரணத்தை மட்டும் என்னுடைய சிறுகதையொன்றில் பயன்படுத்தியிருக்கிறேனோ என்று சந்தேகம் தட்டுகிறது. ஆனால், இப்போது எழுதுவது புனைகதை அல்லவே. தவிர, நான் எழுதியிருக்கும் சிறுகதைகள் என்ன மனப்பாடப் பகுதிகளா. நூற்றுக்கணக்கான கதைகள் எழுதும்போது, ஓரிரண்டு மீண்டும் வந்துவிடுவதில் தவறாக ஏதும் இல்லை என்பதே என் எண்ணம்.

14 இதில் ஒவ்வொன்றையும் உதாரணங்கள் சொல்லி விளக்கினார் மாமா. நான் சாரத்தை மட்டும்தான் எழுதிவைத்திருக்கிறேன். அதிலும், நான் புரிந்துகொண்ட விதமாகத்தான். அவருடைய அறிவுரையை முழுவதுமாய்ப் பின்பற்றியிருக்கலாமே; இப்போது எவ்வளவு உதவியாய் இருந்திருக்கும் என்ற ஆற்றாமையை எப்படித் தீர்த்துக்கொள்ள!

தக்கைகளையும்; ஆழ்கடலின் நிம்மதியின்மையை வெளித்தளத்தில் நிகழ்த்திக்காட்டும் அலைகளையும், பாயவும் பின்வாங்கவுமாய் அவை மேற்கொள்ளும் சலனங்களையும் எதிர்கொள்ளும் பரப்பை மேல்மனம் எனலாம். நடைமுறை உலகத்துடன் நேரடித் தொடர்புகொள்வது, நேர்த் தொடர்பின் அனுகூலங்களையும் அதிர்ச்சிகளையும் முன்னணியில் நின்று தாங்குவது என்று இதை அடையாளம் சொல்லலாம்.

பிந்தைய இரண்டு அடுக்குகளின் ஒத்திசைவு சிறப்பாக இருப்பவர்களால்தான் சமூக மனிதராகத் திகழ முடியும். ஒரே சமயத்தில் தூபத்தட்டை மேலிருந்து கீழாக நீள்வட்டப் பாதையில் ஒரு கை சுழற்ற, மறுகையால் பக்கவாட்டு அசைவில் கை மணியை இயக்கும் அர்ச்சகர்; அல்லது, தேவாலயப் பியானோவில் இரண்டு கைகளையும் இரண்டு கோடிகளின் ஒரேவிதமான கட்டைகளில் அழுத்தி ஒலியெழுப்பும் கலைஞரை உதாரணமாக முன்வைக்கலாம். ஒரு கையால் நீரூற்றி மறுகையால் மலத்துவாரத்தைக் கழுவும் செயல்பாடும் இதே வகையிலானதுதான்!

மேற்படி ஒத்திசைவு செயல்படாமல் போகும் மனங்களைத்தான் மனச் சிதைவுக்கு (schizophrenia) ஆட்பட்டவர்களாக சமூகம் கணிக்கிறது. ஒத்திசைவின் இன்னொரு பரிமாணமாக, இயற்கை எங்கெங்கும் விரித்து வைத்திருக்கும் சமத் தன்மையையும் (symmetry என்றார் மாமா) சொல்லவேண்டும். பூவரச இலையின் நடுத்தண்டுக்கு இருபுறமும் ஓடும் நரம்புகளுக்குள் எத்தனை சமாந்தரமான இயல்பு திகழ்கிறது! இதைப் பார்க்கக் கிடைத்ததோடு, சிருஷ்டிகரத்தின் உச்சம் என்று வியக்கவும் செய்யும் ஒருவனின் மனமே கடவுள் வீற்றிருக்கும் பீடமோ என்னவோ என்று சொல்லி முடித்தார்.

***

இதுலெ பாதிதான் நானாச் சொல்றதுடா கிஷ்ணையா. எங்கிட்டே ஒரு புஸ்தகம் இருக்கு. சீனிவாசராவ்ன்னு ஒர்த்தர் எழுதினது. ஸைக்காலஜி பத்திப் பிரமாதமான புஸ்தகம். ஒரு ஐடியா, அதை நிரூபிக்க ஒரு சம்பவம்ன்னு சுவாரசியமான புஸ்தகம். ஆரம்ப நிலை வாசகர்களுக்கு ரொம்ப நெருக்கமா இருக்கக்கூடியது. பொதுவா இந்தியர்கள் இங்லீஷ்லெ எழுதப்போனா சகஜமா நடக்கற விபத்துக்கள் ரெண்டு உண்டு. ஒண்ணா, மக்கடிச்ச மாதிரி ஒரு பாடப்புஸ்தக பாஷெ; இல்லையோ, இங்லாண்டிலெயே

எழுத்துப் புழக்கத்திலே இல்லாதபோய்ட்ட விக்டோரியன் இங்லீஷ். ரெண்டுமே எனக்குத் தாங்காது. ஆனா, ராவ் நடையிலெ எளிமையோட கம்பீரம் இருக்கும் பாத்துக்கோ. விஷய ஞானம் உள்ளவன் பாஷையைத் திருகித் தன்னைக் காப்பாத்திக்க வேண்டியதில்லையே! எடுத்தாக் கீழெ வய்க்க முடியாது அந்தப் புஸ்தகத்தெ!

அடுத்த தபா பாக்கும்போது தரேன்.

மேற்சொன்ன பத்தியை எழுதி முடிக்கும்போது, ஒரு கேள்வி எழுகிறது. சோமனைத் தேடி மாமா புறப்பட்டாரே, அவரைத் தன் மனத்தின் எந்த அடுக்கில் சந்திக்க முயன்றார்? தேடும் ஆசை, மேலோட்டமான ஒற்றுமை எதிலோ உதித்து, வண்டல் மண் பரப்பில் கீழ்நோக்கி இறங்கும் நீர்போலச் செயல்பட்டிருக்குமோ!

1940களின் பின்பாதியில் காணாமல் போனவரை, அவர் தொடர்பான நினைவுகளை, அறுபத்திச் சொச்சம் வருடங்களாய் ஒருவர் சுமந்து வந்திருக்கிறாரென்றால், வலுவான காரணம் வேறு ஏதோகூட இருந்திருக்கலாம். அவரே சொன்ன மாதிரி, மாமாவின் ஆழ்மனத்தில் புதையுண்டு, அவருக்கே தெரியாமலும் இருந்திருக்கலாம்...

ஆனால், அவர் என்னிடம் பகிர்ந்துகொண்டவற்றை ஓர் இடமாய்த் தொகுக்க நான் முனைந்ததுக்கு, நூற்றாண்டு அஞ்சலி என்பது மட்டுமே காரணமாய் இருந்திருக்க வேண்டும்.

மாமாவின் நிறைவேறாத கனவைப் பதிவுசெய்கிறேன். நிறைவேறுவதற்கு சாத்தியமேயில்லாத கனவு, வெறும் புகையாக மட்டுமே இருந்து காணாமல் போய்விடாதபடி எங்கோ வேரூன்றி நிற்க வைக்கிறோம் என்ற நிறைவு எனக்குள் இருக்கத்தான் செய்கிறது. ஆக, காணாமல் போனவனைப் பற்றிய, காணாமல் போகாத கனவைத்தான் விவரித்துக்கொண்டிருக்கிறேன்...

டெல்லியில் கேட்ட மாமாவின் குரல் இப்போதுபோல ஒலிக்கிறது.

...'60 முதல், '65ல் தமிழ்நாட்டுக்கு வரும்வரை, மத்திய அரசுப் பணியில் இருந்தேன். இங்கே கரோல்பாகில் ஒரு பெரியவர் இருந்தார். இப்போதைக்கு பிரம்மானந்த சுவாமிகள் என்று பெயர்

வைத்துக்கொள்வோம்! தமிழ்க்காரர்தான். ஹிந்தியும் இங்லீஷும் வெளுத்துக்கட்டுவார். அம்பாள் உபாசகர். தீர்க்கமான முகம். புடைத்து முன்னால் வந்த விழிகள். முதல் பார்வைக்கு வெறும் முட்டைக் கண் மாதிரித் தெரியும். ஆனால், காந்தம் மாதிரியான ஈர்ப்பு அந்தக் கண்களில் இருப்பது, அவரோடு புழங்கிப் பார்த்த வர்களுக்குத்தான் தெரியும். புராணகால ரிஷி மாதிரி கருகருவென்று ஜடாமுடியும் மீசை, தாடியும். மேலாடை மறைக்காத உடம்பில் கரடிக்குட்டி கணக்காய் மொசமொசவென்று சுருள் முடி. ஒட்டிய, ஓநாய் வயிறு. ஆண்டாண்டு காலமாக யோகாசனம் செய்து, ஊளைச் சதை துளிகூட இல்லாத, வடிவழகு கொண்ட உடம்பு. பலகை மாதிரி நேராகவும் விறைப்பாகவும் இருப்பார்.

மாமியின் லேடீஸ் கிளப் வட்டாரங்கள் மூலமாகத்தான் தெரியவந்தார். பிள்ளை வரம் வேண்டி எங்கெங்கோ அலைந்து நாங்கள் சோர்ந்துவிட்டிருந்த நாட்கள். டெல்லியில் மாமிக்கு நெருங்கிய சிநேகிதியொருத்தி இருந்தாள். குஜராத்திக்காரி. நார்த் ப்ளாக் உயர் அதிகாரியின் மனைவி. பொதுக்காரியத்துக்கே தன் நேரம் முழுவதையும் அர்ப்பணித்தவள். அதாவது, சமூகப் பொறுப்பு என்ற பெயரில் ஊர்சுற்றப் பிடிக்கும். அதனால்தானோ என்னமோ, குழந்தைகள் இரண்டும் தறுதலையாக வளர்ந்து, போலீஸ் ரிக்கார்டில் இடம் பிடித்தன. நல்லவேளை, என்னிடம் சிபார்சுக்கு வந்ததில்லை. என்னைவிடப் பெரிய அதிகாரிகள் தொடர்பு அவர்களுக்கு இருந்ததுதான் காரணமோ என்னவோ. கையில்லாத ரவிக்கை, பாப் தலை, ஆர்கண்டி ஸாரி, சுண்ணாம்பு அடித்ததுபோலப் பவுடர் அப்பின முகம், ரத்தநிற லிப்ஸ்டிக் என நவீனகால நாரீமணியாய்த் தென்படுவாள். எல்லாமே வெறும் திரைகள்; உள்ளுக்குள்ளே நாலைந்து நூற்றாண்டுகள் பழைய பதிவிரதையொருத்தி இருக்கிறாளாக்கும் என்று எந்நேரமும் மறைமுகமாகத் தெரிவித்துக்கொண்டே இருப்பாள்!

அவளை விடு, எங்களைப் பற்றி ஒன்று சொல்லவேண்டும் - இந்தியா முழுக்க எங்கெல்லாம் போய்ப் பிரார்த்தனை செய்திருக்கிறோம் என்கிறாய்! அத்தனை மதங்களின் தெய்வங்களும் ஒருசேரத் தோற்ற இடமாக்கும் எங்கள் தாம்பத்தியம்!!

ஆமாம், நாஸ்திகனாவதற்கான சகல காரணங்களும் என் வாழ்க்கையில் உண்டு, கிஷ்ணையா. நான்தான் பிடிவாதமாக

பக்திமானாக இருந்து வருகிறேன் - இன்றுவரை. மனசுக்குப் பிடிக்காதது நடந்துதொலைக்கும்போது, பழிபோடுவதற்கு ஒரு இடம் இருப்பது எவ்வளவு பெரிய ஆறுதல்! அபூர்வமாக நல்லது நடந்தால், நன்றி சொல்ல வேண்டிய அவசியமும் இல்லை! பக்தியை விநியோகம் செய்யும் ஏஜெண்ட்டுகள்மீதுதான் எனக்கு அபிமானம் கிடையாதே தவிர, பக்தி நிறையவே உண்டு என்பதற்காக இவ்வளவும் சொன்னேன்...

இவ்வளவு பக்திமானான ஒருத்தனைத் தொடர்ந்து வஞ்சித்திருக்கிறார் கடவுள். நானானால் தொடர்ந்து அவரை மன்னித்து வந்திருக்கிறேன் - இப்போது ஒற்றைக் கோட்டானாய் உட்கார்ந்திருக்கும்வரை. இப்படி உட்கார வைத்ததற்கும் சேர்த்து! கடவுளை மன்னிக்கிற வாய்ப்பு எல்லாருக்கும் கிடைக்குமா சொல்லு!!

சரி என் கதையை விடு, அந்த குஜராத்தி அம்மணி சொல்லித் தெரியவந்து, மாமி நச்சரித்ததால் முதன்முதல் தடவையாக அந்த பிரம்மானந்த சுவாமிகளைப் பார்க்கப் போனோம். இல்லை, மிகச் சரியாய்ச் சொல்வதென்றால், நான் பார்க்கவும், மாமி தரிசிக்கவும்! சிரிக்காதே, வேண்டுமென்றேதான் சொல்கிறேன்... வீட்டுக்குத் திரும்பியதும் நடந்ததைச் சொன்னால் இன்னும் சிரிப்பாய்.

உன் மாமி இரண்டேதடவைதான் என் காலில் விழுந்திருக்கிறாள். முதலாவது, சாந்திமுகூர்த்தப் பால் செம்பை என் கையில் கொடுத்துவிட்டு ஒரு நமஸ்காரம் செய்தாள். நான் பதறிப்போனேன்.

> சீதா, இது என்ன பழக்கம்? நீயும் நானும் சரிக்குச்சரி சமமானவர்கள். இந்தக் காலில் விழுவது, புருஷன்காரன் சாப்பிட்ட பிறகுதான் சாப்பிடுவது, அவன் சாப்பிட்ட எச்சில்தட்டில் சாப்பிடுவது, பின் தூங்கி முன் எழுவது என்கிற மாதிரி சமாசாரங்களையெல்லாம் சாம்புவர் வடகரையிலேயே விட்டுவிட்டுத்தான் என்னோடு ரயிலேற வேண்டும்...

என்று கடிந்துகொண்டேன். அவள் தலைகுனிந்து நின்றாள். முகம் இறுகிவிட்டது, பாவம்.

> ...இன்னொரு தடவை என் காலில் விழுந்தாயோ, உடனே நான் உன் காலில் விழுந்து ஈடுகட்டிவிடுவேன்!

அவள் முகம் தளர்ந்து புன்னகை விரிந்தது. பரவாயில்லை, இவனோடு

குடித்தனம் நடத்த முடியும் என்ற நம்பிக்கைகூட வந்திருக்கலாம்! இதில் ஒரு முரண்நகையைப் பார் கிஷ்ணையா, காலமாகும்வரை, அவள் கிழித்த கோட்டை நான் தாண்டியதேயில்லை - இந்த சாமியார் விவகாரங்களைத் தவிர. அதாவது, அவள் ஒருதடவை விழுந்ததுக்குப் பதிலடியாய், அவள் பாதங்களிலேயே விழுந்து கிடந்திருக்கிறேன்...!

இரண்டாவது தடவை அவள் என்னை நமஸ்கரித்தது வேறு காரணத்துக்காக - முதல்முறை 'என்னை ஏற்றுக்கொள்' என்று மனுச்செய்தாள் என்றால், இந்த முறை, 'என்னை விட்டுவிடேன்' என்று கெஞ்சினாள்; மேற்படி சுவாமிகளைப் பார்த்துவிட்டு வீடு திரும்பிய மாத்திரத்தில். ஆமாம், இப்போது பதறுவது அவளுடைய முறை. கட்டிலில் உட்கார்ந்து சாதாரணமாகப் பேசிக்கொண்டிருந்தோம் - வழக்கம்போல எதிரெதிர் முனையில் இருந்துதான்! மாமிக்கு ரத்தக் கொதிப்பு அதிகமாகிவந்தது...

ஆசிரமத்தில் கொடுத்த தீர்த்தம் பற்றிப் பேச்சுவந்தது. வழக்கமாக, குவித்த உள்ளங்கையில் வார்ப்பார்கள், நாம் உறிஞ்சிக் குடிப்போம் என்பதுதானே நடைமுறை? அங்கேயானால், சிறு வெள்ளிக்கிண்ணத்தில் ஊற்றிக் கொடுப்பார்கள், பல்லில் படாமல் வாயில் ஊற்றிக்கொள்ளவேண்டும். சுமார் இரண்டு அவுன்ஸ் அளவு இருக்கும்.

அடடா, என்ன ருசி! என்ன ருசி!! தேவாமிர்தமேதான்!!!

என்று கண்செருகிப் பிரலாபித்தாள் மாமி. நான் உடனே, 'அந்தத் தீர்த்தத்தை ஃபாரன்ஸிக் லாபுக்கு அனுப்பிப் பரிசோதிக்கவேண்டும்; அதில் ஏதோ லாகிரிவஸ்து கலந்திருக்கிறார்கள் என்று தோன்றுகிறது' என்று சொன்னேன். கட்டிலிலிருந்து சரிந்து, டமாரென்று காலில் விழுந்து விட்டாள்! 'தமாஷுக்குத்தான் சொன்னேன், அப்படியெல்லாம் செய்ய மாட்டேன்' என்று அவளை நம்பவைப்பதற்குள் போதும் போதுமென்றாகிவிட்டது. இன்னும் நாலைந்து நிமிஷம் போயிருந்தால், நான் அவளுடைய காலில் விழுந்து, 'விட்டுவிடு' என்று மன்றாடியிருப்பேன்!

தோன்றும்போதெல்லாம் அங்கே போகவேண்டுமென்பாள். அவளுக்குக் கிடைக்கும் ஆறுதலைப் பறிப்பானேன் என்று நானும் கூடப்போவேன். உள்ளே போய் பூஜையில் அமரவும்

செய்வேன். வேடிக்கை பார்ப்பதற்கு மிகவும் உகந்த இடம் அது. துக்கமயமான முகத்துடன் கண்மூடி அமர்ந்திருக்கும் வசீகரிகள் வந்துபோகும் இடம்! 'எப்போதாவது எல்லை மீறுகிறது என்று தோன்றும்போது தலையிட்டால் போயிற்று' என்று சமாதானம் செய்துகொள்வேன். கவனத்தில் பேரழகி எவளாவது பதிந்து சங்கடம் அதிகரித்துவிட்டால், எழுந்து வெளியில் வந்துவிடுவேன்; இருக்கவே இருக்கிறது பைப் - என் உயிர்த் தோழன்!

நாங்கள் போய்வந்துகொண்டிருந்த நாட்களில் சாதாரணமாகத்தான் இருந்தார். அப்போதும் நிறையப் பேர் வருவார்கள். ஆனால், அத்தனை பேரும் நம்மை மாதிரி சாமானியர்கள்.

வெள்ளிக்கிழமை பூஜை நாட்களில் வீட்டுக்குள் நிற்கக்கூட இடம் இருக்காது. சாம்பிராணி, அகர்பத்தி நெடி; பூக்களின் கதம்பமான வாசனை; நெய் வழியும் சர்க்கரைப் பொங்கலில் தாராளமாகவே பொடித்துப்போட்ட பச்சைக்கற்பூரம் மற்றும் ஏலக்காய்ப் பொடியின் நறுமணம் என்று வேற்றுலகின் தன்மையுடன் இருக்கும் அந்த இடம். தீர்த்தத்தின் வாசனையையும் ருசியையும்தான் ஏற்கனவே சொன்னேனே!

தெருவில் ஷாமியானா போட்டு, நாற்காலிகளும் போட்டு வைத்திருப்பார்கள். சில தடவை அவரிடம் பேசியுமிருக்கிறேன். 'பந்தலை வாராவாரம் கழற்றி, திரும்பவும் போடும் சிரமத்துக்குப் பதிலாக, நிரந்தரமான ஏற்பாடு ஒன்றைப் பண்ணிவிட்டால் என்ன' என்று ஒருதடவை கேட்டேன். வாய்விட்டுச் சிரித்தார். ஏண்டா கேட்டோம் என்று தோன்ற வைக்கிற சிரிப்பு. ஆனால், எனக்கு அப்போது தெரியாது. அடுத்த பத்துப் பனிரெண்டு வருடங்களில் என்னவெல்லாம் நடக்கவிருக்கிறது என்று.

அடுத்த விநாடி என்ன நடக்கப்போகிறது என்பதையே யாராலும் துல்லியமாய் யூகிக்க முடியாதுதான்; ஆனால், நடைமுறையின் அம்சங்களை வைத்துச் சற்றே முன்னே பின்னே அனுமானிக்க மாட்டோமா? மீறி ஏதாவது நடந்துவிட்டால், இருக்கவே இருக்கிறது விதி. அதன்பேரில் சுமையை இறக்கிவிட்டு, போய்க்கொண்டே இருக்கமாட்டோம்?! இதில் இன்னொரு அம்சம் பார் - அவராலும் அனுமானிக்கத்தான் முடிந்ததே தவிர, நடந்தவை எதையும் கட்டுப்படுத்த முடியவில்லை.

ஆமாம், அடுத்த சில வருடங்களில், நகரின் இதயப் பகுதியில் பண்ணை வீட்டுக்கொப்பான விஸ்தீரணம் கொண்ட பங்களாவுக்கு இடம் பெயர்வார்; அதற்கடுத்த சில வருடங்களில் அங்கிருந்தும் இடம்பெயர்ந்து திகார் சிறையில் அடைபடுவார் என்பதையெல்லாம் எந்தக் கணக்கில் வைப்பது? ஒருவேளை, அத்தனையுமே அவருடைய மானசீகத்தில் காட்சியாகவே தெரிந்திருக்கலாம்; அதனால்தான் சிரித்தாரோ என்னவோ...

எழுபதுகளின் ஆரம்பத்தில் மிஸஸ். காந்தி ஓரிரு தடவை இவரை வரவழைத்துச் சந்தித்திருக்கிறார். அப்புறம், இவருடைய ஹோதாவே மாறிவிட்டது. மேற்சொன்ன இடத்துக்கு மாறினார். வசிப்பிடத்துக்கேற்ப, வைர மோதிரங்களும் பட்டுப்புடைவைகளும் படகுக்கார்களும் என அவரைப் பார்க்க வருகிறவர்களின் தோரணையும் மாறிவிட்டது. உபாசனை என்னவாயிற்று என்பது தெரியாது - நாங்கள்தான் அவரைப் பார்ப்பதை நிறுத்திவிட்டிருந்தோமே!

எமர்ஜென்ஸி அகன்றபிறகு, கொஞ்சகாலம் பேப்பரில் அடிபட்டுக்கொண்டிருந்தார் - கோர்ட்டு, கேஸ், பாஸ்போர்ட் முடக்கம், சிறைத் தண்டனை, ஜாமீன் என்று அரசாங்கமும் அவரும் கண்ணாமூச்சி ஆடினார்கள். வெளிநாட்டுப் பணத்தை முறைகேடான வழியில் இந்தியாவுக்குள் கொண்டு வருவதற்கு உதவினார், கறுப்புப்பணம் குவித்திருந்தார், பெரிய இடத்தின் பினாமியாகச் செயல்பட்டார் என்றெல்லாம் குற்றச்சாட்டு. யாருடைய பணம் என்று அநேகமாய் அத்தனை பேருக்குமே தெரியும். என்றாலும், நடவடிக்கை இவர்மீது மட்டும்தான், பாவம்!

இன்னொரு சுவாரசியத்தைக் கேள் - அந்த வழக்கின் குற்ற விசாரணை அதிகாரி என்னுடைய பேட்ச்மேட் ரஜத் ஷர்மா; வருமான வரித்துறையில் வழக்கை நடத்த முற்பட்டவர் ஸ்ரீ விகாஸ் குப்தா. அவரையும் எனக்குப் பெர்ஸனலாகத் தெரியும். வழக்கில் தாமதத்தையோ பிறழ்வையோ அனுமதிக்காத நேர்மையாளர்கள். இருவரும், முன்னமே சுவாமிகளின் சீடர்கள்! அதிலும், ஷர்மா அவரைக் கைதுசெய்யப் போனபோது முதலில் சாஷ்டாங்கமாக நமஸ்கரித்து ஆசி வாங்கிவிட்டுத்தான் கைது நடவடிக்கையை ஆரம்பிக்கவே செய்தான். அந்தப் புகைப்படம் இந்தியா முழுவதும் அச்சாகி, அவன் பெயரும் தில்லிக் காவல்துறையின் பெயரும் நாற்றமாய் நாறின!

இதையும் சொல்லிவிடுகிறேன் - ஆரம்பத்திலிருந்தே, அவர் சம்பந்தமாக முழு ஒப்புதல் எனக்குள் இல்லாவிட்டாலும், அவருடைய பேச்சில் ஒரு விசேஷ அம்சம் இருக்கவே செய்தது. போகப்போக, அவருடன் பேசிக்கொண்டிருப்பது பிடிக்கக்கூட ஆரம்பித்துவிட்டது. ஆமாம், எனக்குள் தினவெடுத்துப் பறந்துகொண்டிருந்த பறவை கொறிப்பதற்கு எப்போதாவது கொஞ்சம் தீனி போடுவார். 'To add some poetic stuff here' என்ற முத்திரை வாக்கியத்துடன் அவர் பேசுகிற விஷயங்கள் வேறு தளத்தில் இருக்கும். ஒரு தடவை சொன்னார்:

மிஸ்டர். மூர்த்தி, ராஜேஷ் கன்னா வாயசைத்து சமீபத்தில் ஒரு பாட்டு வந்திருக்கிறது கேட்டீர்களா? எஸ் டி பர்மன் தன் வித்தையெல்லாம் கொட்டிப் போட்ட மெட்டு. லூதியான்வி எழுதியதுதான். 'திரைக்கு முன்னால் ஆட்டம்போடும் பேய் மனமே - திரை கிழிந்தால் தானே தெரியவரும் நிஜமே.'[15] இதுதான், இதேதான் எல்லாருக்கும் இருக்கும் பிரச்சினை. திரைக்கு இந்தப் பக்கம் தாங்களும் மறுபக்கம் வாழ்வின் புதிர்க்கணக்குகளும் இருப்பதாகக் கற்பிதம் செய்துகொள்கிறார்கள். என்ன, கேட்டுக்கொண்டிருக்கிறீர்களா!

ஹாங் ஜீ.

நான் சொல்கிறேன், ஒட்டுமொத்தக் காட்சியும் நடப்பதே திரையின்மேல்தான். புரிகிறதா?

ஹாங் ஜீ.

ஆமாம், சினிமா மாதிரி. திரையைக் கிழித்துப் பார்த்தால் என்ன தெரியும்? ஒன்றுமேயில்லாத வெற்றிடம்தான். புத்தர் சொல்லும் சூன்யம் என்னவென்று ஒருவிதமாக அர்த்தமாகவில்லை?!

ஜீ.

என்றேன். இருவரும் மௌனமாக இருந்தோம். நான் கேட்டேன்:

---

15 ஹிந்தி வரிகளைத்தான் சொன்னார். நான் மலங்கமலங்க விழிப்பதைப் பார்த்துவிட்டு, கொஞ்சம் யோசித்தார். பிறகு, தாமே தமிழிலும் பெயர்த்துச் சொன்னார் - சரளமாக!

> அப்படியென்றால், உடம்புதான் அந்தத் திரையோ?

அவர் மனம்விட்டுச் சிரித்தார். பதில் சொல்லவில்லை. எனக்கும் ஏனோ மறுபடி கேட்கத் தோன்றவில்லை. இன்னொரு சந்தர்ப்பத்தில்,

> ஞானிகள் யாருமே 'உண்மை' என்று எதையும் சுட்டியதில்லை. அவர்களுக்குத் தெரியும் - முழு உண்மை என எதுவுமே இல்லை என்பது. எவ்வளவு தேடினாலும் அரை உண்மைகள் மட்டுமே கிடைக்கும். இரண்டு அரை உண்மைகளை ஒன்றுசேர்த்தால் முழு உண்மை கிடைத்துவிடுமா என்று கேட்டுவிடாதீர்கள். இரண்டும் சேர்ந்து புதிய அரை உண்மையாக மாறிவிடும் - அவ்வளவுதான்! இந்த ஞானம் ஈட்டாதவர்களை ஞானி என்று சொல்வதற்கு எந்தக் காரணமும் இல்லை!!

வசீகரமான சிரிப்பு. கண்களோடு, துல்லியமான பல்வரிசையின் தூய வெண்மையும் சேர்ந்து சிரிக்கும். பார்க்கிறவன் அடிமையாகியே தீருவான்! இன்னொரு தடவை சொன்னார்:

> இதோ பாருங்கள், மிஸ்டர். மூர்த்தி, சுயலாபம் பற்றி யோசிக்காமல், அந்தரங்கசுத்தியோடு ஒரு விஷயத்துக்கு ஒருத்தர் ஆசைப்பட்டார் என்று வையுங்கள். ஒட்டுமொத்தப் பிரபஞ்சமும் அந்த ஆசையை நிறைவேற்ற உழைக்க ஆரம்பித்து விடுமாக்கும்...

மாமா எழுந்து, சிறுபிள்ளை மாதிரித் தத்தி நடந்து கழிவறை நோக்கிப் போனார். ஓரிரு இடங்களில் கைத்தடியின் லயம் தவறியபோது அச்சமாய் இருந்தது எனக்கு. தனியாக இந்த வீட்டில் அவர் நடமாடிக்கொண்டிருப்பது எந்த அளவு உசிதம் என்று கவலையாகவும் இருந்தது. அதிலும், நான் திரும்பிப்போன பிறகு அவர்மீது மீண்டும் கவியப்போகும் தனிமை, அதில் நிரம்பித் ததும்பப்போகும் பழங்கால நினைவுகள், கிழவருக்கு எவ்வளவு பெரிய சித்ரவதையாக இருக்கும்...

ஆனால், திரும்பிவந்த மாமா, பழைய உற்சாகத்துடன் சளசளத்தாரா, நானாகவே சமாதானப்பட்டேன். விட்ட இடத்திலிருந்து ஞாபகமாகத் தொடர்ந்தார்:

...**பி**ன்னால் பலதடவை என் வாழ்க்கையில் அது நிரூபணமாகியிருக்கிறது. எத்தனையெத்தனை வழக்குகள். சிறு தடயம்கூடப் பிடிபடாத குற்றவழக்குகளில், ஆகச் சீக்கிரம் குற்றவாளியை நெருங்கியிருக்கிறேன். அதைக்கூட தொழில் திறமை, ஆண்டாண்டுகாலமாய் அது வளர்த்துக்கொடுத்த உள்ளுணர்வின் பலம் என்று சுருக்கிவிடலாம், அன்சாரி வீட்டுக்குப் போய்வந்த இரண்டே மாதங்களில் ராமாமிர்தத்தைச் சந்திக்கக் கிடைத்ததே, அதை எப்படி வகைப்படுத்துவாய்?

உண்மையில், அன்சாரி வீட்டுக்குப் போய்வந்ததிலிருந்து எனக்குள் ஒருவிதப் பரபரப்பு இருந்துகொண்டே இருந்தது. அந்த சோமன் என்ற சௌமியநாராயணனின் குரலும், இசைத்தட்டு உறையில் இருந்த குறிப்பும் சதா பிறாண்டிக்கொண்டே இருந்தன. குறிப்பாக, அந்த 'கா...ண்டீக்கீ சூ...ந்தாரா'. அந்த ஈரசைச் சொற்றொடர் கிட்டத்தட்ட சுவாசம்போலவே எனக்குள் ஓயாமல் ஏறித் தாழ்ந்துகொண்டிருந்தது.

கரோல்பாக் சுவாமிகளைப் பார்க்க ஏகப்பட்டபேர் வருவார்கள் என்று சொன்னேனில்லையா. அதில் ஒருவர்தான் ராமாமிர்தம். பெயரைக் கேட்டவுடன், உனக்குள் தோன்றுவது ஆண் உருவமா, பெண்ணுருவமா?! சில பெயர்கள் இப்படித்தான், ரமணி, பகவதி இந்த மாதிரி. இது பெண். நடுத்தர வயதுப் பெண்மணி.

அதற்குள் சிரிக்காதே. அடுத்த ஆச்சரியமும் இருக்கிறது. இந்தப் பெயர் உருவாக்கும் சித்திரத்தில் அந்த அம்மாள் கொசுவம் வைத்த புடைவையும் கொண்டை நிறையப் பூவும் மஞ்சள் அப்பிய முகத்தில் ரூபாய் நாணயம் அகலக் குங்குமப் பொட்டும் என்று இருந்தாரா? பார், திரும்பவும் சிரிக்கிறாய்! இவருடைய தோற்றமே வேறு. குட்டைமுடி, நடு நெற்றியில் ஆணித்தலை அளவு சிவப்புச் சாந்துப் பொட்டு, சாக்லெட் நிற லிப்ஸ்டிக் என்று முன்னம் சொன்னேனே, அந்த குஜராத்திப் பெண்மணி - அவளுடைய ஃபோட்டோக்காப்பி போன்று, இவரும் நவீனயுக நாரீமணிதான். வெள்ளை நிறத்தில் இளஞ்சிவப்புப் பூக்கள் அச்சிட்ட கமீஸ், முழு இளஞ்சிவப்பில் சல்வார் என்று வயோதிக ரோஜா நடந்து வருவதுபோல அந்த அம்மாள் அணிந்திருந்த உடை இப்போதுகூட என் கண்களில் தெரிகிறது...

1965 அக்டோபரில், ஆசிரமத்தில் நவராத்திரி பூஜை வெகு விசேஷமாக நடந்தது. ஒரு வெள்ளிக்கிழமை நான் விடுப்பெடுத்துக்கொண்டு தன்னோடு வந்தே ஆகவேண்டும் என்று பிடிவாதம் பிடித்தாள் சீதா. அந்த வெள்ளிக்கிழமை முற்பகல், என்னுடைய அடுத்த சில வருடங்களைத் திசைதிருப்பப் போகிறது என்று எனக்குத் தெரியாது. மேற்சொன்ன ஆடை அணிகலன்களுடன் நெருங்கிய பெண்மணி, ஹிந்தியில் ஏதோ ஓரிரு சொற்கள் பேசப்போகிறார் என்றே தயாரானேன். என்ன, சாமியாரின் மகிமை பற்றித்தான் இருக்கப்போகிறது... அவரானால்,

> *ஒங்களை எங்கயோ பாத்த மாதிரி இருக்குங்களே.*[16]

என்று தமிழில் அதிர்ச்சியூட்டினார்.

> *நான் போன ஜென்மத்திலெகூட உங்களெப் பார்த்ததா நினைவில்லையே அம்மணி.*

என்று புன்னகையோடு சொன்னேன். புன்னகை எதற்கு என்று உனக்கே புரிந்திருக்குமே! அவர் முகம் லேசாகச் சுருங்கியது. அந்நியப் பெண்மணியிடம் முதல் வாக்கியத்தையே நகைச்சுவை என்ற பெயரில் உளறியிருக்கக்கூடாதோ என்று பட்டது. ஆனால், அவர் அசரவில்லை.

> *இல்லேங்க. நான் உங்களைப் பாத்திருக்கேன். நிச்சியம் பாத்துருக்கேன். ரெம்ப வருசம் ஆயிருக்கணும். இல்லாட்டி, மொகம் நல்லா நாவுகமிருக்கு - எங்கே எப்போன்ற வெவரம் மட்டும் மறந்து போகுமா!*

என்று சொல்லிக்கொண்டே எனக்கருகில் காலியாக இருந்த இன்னொரு நாற்காலியில் அமர்ந்தார். எடை தாளாமல் பிரம்பு நாற்காலி முனகியது. ஆக, என்னிடம் ஏதோ நீளமாகப் பேச விரும்புகிறார் என்பது புரிந்தது.

உன் மாமி, பூஜை முடிந்து பிரசாதமும் ஆசீர்வாதமும் வாங்காமல் வெளியே வர மாட்டாள்: குறைந்தது ஒரு மணிநேரத்துக்குக் குறையாமல் ஆகும். அவள் வற்புறுத்தினாள் என்று, வேலைநாளில்

---

16 முழுக்கவே நயமான ஆங்கிலத்தில் பேசிவந்த மாமா, அந்த அம்மாள் தன்னிடம் பேசியவற்றை மட்டும் இயல்பான கொச்சைவழக்கில்தான் சொன்னார்.

விடுப்பு எடுத்துக்கொண்டு வந்திருந்தேன். அந்த வெள்ளிக் கிழமையின் முக்கியத்துவம் அப்பேர்ப்பட்டதாம்! எனக்கானால், கடுமையாக போரடித்தது. உள்ளே நடக்கும் பூஜையின் உரத்த ஆவேசம், 'கோடிகொடுத்தாலும் நெருங்கிவிடாதே' என்று தொடர்ந்து எச்சரித்தது. தவிர, உங்கள் தலைமுறை மாதிரி இல்லை; ஒரேயொரு மொபைல் ஃபோன் கையில் இருந்தால் போதும் - எந்தத் தீவிலும் பொழுதுபோய்விடும் உங்களுக்கெல்லாம்! டவர் மட்டும் கிடைக்க வேண்டும்!!

சரி, சீதா வரும்வரை பேச்சுத்துணை ஆயிற்று என்று நானும் கேட்டுக்கொள்ளத் தயாரானேன்.

என் மனத்தின் பின்திரையாக, போலீஸ் க்ராப், பாண்ட்டுக்குள் சொருகிய சட்டை, கிருதா அளவுக்கே கனத்த மீசை என எல்லாவற்றையும் தாண்டி என்னைத் தமிழ்க்காரனாக வெளிப்படையாய்க் காட்டும் அடையாளம் எது, அதை அந்த அம்மாள் எப்படி நுண்ணுணர்ந்தாள் என்ற ஆச்சரியம் நமட்டிக்கொண்டேயிருந்தது.

***

கூடூர் ரயிலில்

ரயில் நின்ற ஓரிரு விநாடிகளில், வேகமாக உள்ளே வந்து அமர்ந்தார் அந்த ஆள். தொப்பலாக வியர்த்திருந்தது. தோளிலிருந்த தேங்காய்ப்பூத் துவாலையால் இடது கன்னத்தைப் பொத்தி மூடியிருந்தார் - கடுமையான பல்வலியால் அவதிப்படுகிறவர் மாதிரி.

கூட வந்திருந்தவர், சிறு தோல்பெட்டியை இருக்கைக்கு அடியில் நகர்த்திவிட்டு நிமிர்ந்தார். அவருடைய கையை இவர் பிடித்துக்கொண்டார்.

> ரொம்ப தாங்க்ஸு மகா. என்னாலெ ஒனக்கு எம்புட்டு சிரமம்...
>
> அதெல்லாம் இல்லீங்கய்யா. நல்லபடியா ஊருக்குப் போயிட்டு வாங்க...

என்றவர், துண்டு மூடிய இடது கன்னத்தையே கொஞ்சநேரம் பார்த்தார். சற்றுத் தயங்கிய குரலில்,

> ...எதையும் மனசிலெ வச்சிக்கிறாதீங்கய்யா. போற வேலையிலெ கவனத்தெச் செலுத்துங்க... எளவு நானும் கூட வந்திருக்கலாம். கூறுல்லாமெப் போயிருச்சே.
>
> சரிதான். உன் பொஞ்சாதி தனியா இருக்க மாட்டாங்களா. புதுப் பொண்ணு வேறெ!

முதலாமவர் சிரிக்க முயன்றார். முகத்தில் வேதனை அதிகரித்த மாதிரித்தான் தெரிந்தது. பதில் சொல்லாமல் நின்றார் இவர்.

தர்மசங்கடமான நிமிடம் ஒன்று கழிந்தது. பயணி, தோளில் மாட்டிய துணிப் பையிலிருந்து பர்ஸை எடுத்து, கைக்கு வந்த நோட்டுகளை அள்ளி இவர் கையில் திணித்தார்.

இதெல்லாம் எதுக்குங்கய்யா.

சும்மா வச்சிக்கப்பா. ஒனக்கு எவ்வளவு குடுத்தாலும் தகும்.

போற எடத்துலே தேவெப்பட்டுச்சுன்னா? இருக்கட்டுங்கய்யா. பெறகு வாங்கிக்கிர்றேன்.

அட, பிடிப்பா. அதெல்லாம் வேணுங்கிற காசு கையிலெ இருக்கு.

இவர் வாங்கிக்கொண்டார். மன்றாடும் குரலில் மீண்டும் சொன்னார்:

அய்யா, எனக்கு யோக்கியதெ இருக்கான்னு தெரியலெ. இருந்தாலும், சொல்லலாம்ங்கிறதாலே சொல்றேன். இன்னைக்கி விசயத்தெ மறந்துருங்க. திரும்ப அதே கோஸ்டியோடெதான் வேலெ பாத்தாகணும்...

அதெல்லாம் இனிமே சாத்தியமேயில்லே மகா. மிருகங்களா நாம. இனி அந்த ராஸ்கல் மூஞ்சியிலே முளிப்பேன்ங்கிறே? அவனுக்கு அழிவுகாலம் ஆரம்பமாயிருச்சு. இப்பிடித்தான், வேளெ வந்தா அவனவன் தலையிலே தானா மண்ணள்ளிப் போட்டுக்குவான்... அப்பறம், அவகிட்டே...

என்று ஏதோ சொல்ல ஆரம்பித்தார்.

யாரு விசயாம்மாகிட்டயா?

இவர் குரலில் கூடுதல் ஆர்வம் தொனித்த மாதிரி இருந்தது. அவர் சுருங்கிக்கொண்டார். மறுபரிசீலனை செய்கிறவர் மாதிரி ஜன்னலுக்கு வெளியே வெறித்தார். இவர் கேட்டார்:

சொல்லுங்கய்யா, என்னா சொல்லணும்.

இதற்குள் ரயில் கூவியது. அவர் தலையை வேகமாய் அசைத்தார்:

ஒண்ணும் வேணாம்ப்பா. நீ எறங்கு... ரயில் நகருது பாரு.

வழியனுப்ப வந்தவர், மனமேயில்லாத நடையுடன் பெட்டியின் வாசலை நோக்கிப் போனார். ஜன்னலில் ஒரு கணம் தென்பட்டவர் கையை வேகமாய் ஆட்டினார்.

பயணி, நடைமேடையை விட்டு நீங்கி ரயில் வேகமெடுத்த பிறகும் கன்னத்தில் பதித்த துவாலையை அகற்றாமலே இருந்தார். உள்ளூரப் பெருக்கெடுத்து, கண்களைக் கடுமையாகச் சிவக்க வைத்தது போக மீந்த துயரம் அவருடைய முகம் முழுக்க நிரம்பி வழிந்தது.[17]

ரெண்டாவது வாட்டி இவுங்களோடெ தில்லிக்கி வர்றேன். சின்ன வயசிலேயே பெரிய அதிகாரி ஆயிட்டாரு; பெரிய படிப்பாளீன்றது தெரியும். இன்ன லாக்காலெ இன்ன போஷ்ட்டுலெ இருக்காருன்னு சொல்லத் தெரியாது. என்னயத்தேன் பெரியபிள்ளையானவொடனே படிப்பெ நிறுத்திப்புட்டாகளே. ஏளாப்பு படிச்சிட்ருந்தேன் அப்ப. கிராமாந்தரத்துலெ அதுவே பெரிய படிப்பு நம்ப காலத்துலெ. என்னா சொல்றீக?

நியாயந்தாம்மா.

என்றேன். இணையாக இன்னொரு எண்ணமும் ஓடியது. இந்த அம்மாள் மாதிரி இல்லை சீதா. பள்ளியிறுதிவரை படித்தவள். நான் படிக்கும் புத்தகங்களில் சிலவற்றையாவது தானும் வாசிக்கக் கூடியவள். பேசும் மொழியிலும், சிந்திக்கும் விதத்திலும் ஒருவிதக் கூர்மை உள்ளவள். அசந்தர்ப்பமாக ஒரு சொல் தவறி விழாது! என்ன, உள்ளூரில், தன் வீட்டில் இருக்கும்போது அவளிடமுள்ள சுறுசுறுப்பு, பயணங்களின்போது காணாமல் போய்விடும். படுத்துப் படுத்துத் தூங்க விரும்புவாள்!

ஆனாலும், ஒருவிதத்தில் இவருக்கும் அவளுக்கும் பெரிய வித்தியாசம் இல்லை என்று தோன்றியது. திருமணம் ஆன மாத்திரத்தில், 'தான், தனது' என்று தனியாக ஒன்றும் கிடையாது; கணவனின்

---

17 'பேசுவதில் மிகப் பெரும் விருப்பம் உள்ள திருமதி. ராமாமிர்தம் போன்ற ஒருவரால் மட்டுமே இவ்வளவு துல்லியமாக ஒரு காட்சியைத் தன் மனத்தில் பதிந்து வைத்துக்கொள்ள முடியும். என்றோ யாரிடமோ இதையெல்லாம் சொல்ல வேண்டி வரும் என்று முன்கூட்டியே தெரிந்துவைத்திருந்த மாதிரி எப்படி ஃபோட்டோக்ராஃபிக்கா மனசுலே வச்சிருந்திருக்கார் பார்!' என்று குரலிலும் முகத்திலும் வியப்பு மண்டச் சொன்னார் மாமா.

'எனக்கு உங்களைப் பற்றியும் இதேதான் தோன்றுகிறது மாமா!' என்று எனக்குள் சொல்லிக்கொண்டேன்...!

உபபாத்திரமாகவே வாழ்ந்து கழித்துவிட வேண்டும் என்ற எண்ணம் தாய்ப்பாலோடு சேர்த்தே இவர்களுக்கெல்லாம் சென்று பதிந்து விடுமோ...

வந்து நேரமாச்சுங்களே. டீ சாப்புடுறீங்களா!

குடுங்கம்மா.

அந்த அம்மாள் முகத்தையே பார்த்துக் கேட்டுக்கொண்டிருந்தவனுக்கு, சுற்றிலும் பார்வையைச் சுழலவிட இப்போதுதான் வாய்த்தது. அன்று கரோல்பாகில், வீட்டுக்கு வரச்சொல்லி ராமாமிர்தம் அம்மாள் அழைத்தபோது, அவருடைய பேச்சும் உடையும் ஆபரணங்களும் எனக்குள் பிறப்பித்த வீட்டின் பிம்பத்துக்குக் கொஞ்சமும் பொருத்தமற்று இருந்த எளிய வீடு.

ஆனால், அப்படியொரு சுத்தம். எங்கள் படுக்கையறை அளவுக்கே இருந்த அவர்களுடைய மைய அறையை மேற்பார்வையிடுவதுபோல, கரோல்பாக் சாமியாரின் அரை உருவப்படம் சுவரில் மாட்டியிருந்தது. மிகப்பெரிய படம். தத்ரூபமாய் இருந்தது. புடைத்த கண்கள் இப்போது என்னை உற்றுப் பார்த்தன. அவசரமாய்ப் பார்வையை இறக்கினேன். படத்தின் கீழே பதித்த மரத் தட்டில், ஊதுபத்தி ஸ்டாண்டும், அகல் விளக்கும் இருந்தன.

ஒயர் பின்னிய மர ஸோஃபா. அறையின் ஒவ்வொரு மூலையிலும் சிறு முக்காலி மேல் பித்தளை அலங்காரப் பொருட்கள் வைத்திருந்தது.

அன்சாரி வீட்டில் அருந்திய தேநீருக்கு உறைபோடக் காணாது இந்த அம்மாள் தயாரித்துக் கொண்டுவந்தது. ஆனால், 'தானம் கிடைத்த மாட்டைப் பல்லைப் பிடித்துப் பார்க்கக்கூடாது' என்பாள் சீதா...!

ரயில் வேகமெடுத்துவிட்டது. முதல் வகுப்புப் பெட்டியில் ராமாமிர்தம், அவரது கணவர், கூடூரில் ஏறிய நபர், நாலாவதாக ஒரு வடக்கத்தி சேட். சிறு சூட்கேஸை மடியில் வைத்து, அதன்மேல் வைத்த தாள்களில் ஏதோ கணக்குப் போட்டுக்கொண்டே வந்தார். கணவர் ஏதோ ஆங்கிலப் புத்தகத்தில் மூழ்கியிருக்க, இந்தம்மாளுக்கு, புதிதாய் வந்தவரை வேடிக்கை பார்ப்பதைத் தவிர வேறு வழி இல்லை.

இப்பன்னா, நான் உண்டு என் க்ரோசியா ஊசி உண்டுன்னு இருந்திருப்பேன். அப்ப நமக்கு எல்லாமே புதுசு பாருங்க. இல்லாட்டி, எம்ராய்டரு போடுவேன்!

ம்.

புதிதாக வந்தவர் ஜன்னலுக்கு வெளியே பதித்த பார்வையை அகற்றவேயில்லை. வெளியில் ஓடும் காட்சிகளுக்கு இணையாக விழிகள் அங்குமிங்கும் அலைபாய்ந்துகொண்டிருந்தன. வசீகரமான, ஈர்க்கும் விழிகள்…

ஆனா, கன்னத்துலெ பொத்துன துண்டெ எடுக்கவேயில்லேங்க.

இரவுச் சாப்பாட்டு வேளையின்போது, தவிர்க்கமுடியாமல் துவாலையை அகற்றியிருக்கிறார். கன்னத்தில் சிவப்பாக வட்டத்தடம் ஒன்று இருந்தது. பார்வைக்கே வலி தெரிந்தது. இதற்குள் நால்வருமே ஒருவருக்கொருவர் கண்ணுக்குக் கண் பார்க்கும்போதெல்லாம் புன்னகைக்கத் தொடங்கிவிட்டிருந்தனர். புதியவர் யாரும் கேட்காமலே, ஆங்கிலத்தில் ஏதோ சொல்லிப் புன்னகைத்தார். 'அலர்ஜி' என்ற சொல் மட்டும்தான் இந்த அம்மாளுக்குப் புரிந்ததாம்.

பொட்டலத்தைப் பிரிக்கிறார் - முதல் வகுப்பின் பகுப்பு முழுக்க துர்நாற்றம் பரவியது. சாப்பாடு கெட்டுப்போயிருக்கிறது - எப்போது தயாரித்ததோ. அவசரமாக எழுந்து வெளியேறித் தூக்கியெறிந்தார். உள்ளே வந்ததும்,

ஸாரி.

என்று எல்லாருக்கும் பொதுவாகச் சொன்னார். ராமாமிர்தம் இதற்குள் தங்கள் பொட்டலத்தைப் பிரித்திருந்தார். இரண்டு பேருக்கு தாராளமாகவே கொண்டு வந்திருந்தார். கண்ணால் சைகைசெய்தார் கணவர் - 'புதியவருக்கும் கொடு' என்று.

பாக்கு மட்டையில் நாலு இட்டிலி வைத்து நீட்டினார் இவர். 'எதுக்கம்மா' என்கிற மாதிரி உபசாரமாக மறுத்துவிட்டு வாங்கிக்கொண்டார். சிலபேர் சாப்பிடும்போது தாடையால் அரைக்கிற மாதிரி விகாரமாய் இருக்குமல்லவா. அந்த ஆள் அழகனாயிற்றே, சாப்பிடும் அழகையும் பார்த்துக்கொண்டே இருக்கலாம். கீழ்த்தாடை மட்டும் சன்னமாய், நாசூக்காய் அசைய

மென்று விழுங்கினார். தட்டைக் கொண்டுபோய் எறிந்துவிட்டுக் கைகழுவி வந்தவர், சன்னமான குரலில் ‘தாங்ஸ்’ என்றார். முகம் கடுமையாய்ச் சிவந்திருந்தது.

ஒருவருக்கொருவர் பேசிக்கொள்ளாமலே ஒருவிதக் கருத்தொற்றுமை உண்டாகிவிட்டது. பெண் என்பதால் ராமாமிர்தமும், வயதில் மூத்தவர் என்பதால் சேட்டும் கீழ்ப் படுக்கைகளில். இவருடைய கணவரும் புதியவரும் மேல் படுக்கைகளில்.

எதிர்கோணத்தில் படுத்திருந்ததால், நள்ளிரவுவரை அவர் புரண்டுகொண்டே இருப்பது இவருக்குத் தெரிந்ததாம். எப்போது தூங்கினோம் என்றே தெரியாமல் இவர் கண்ணயர்ந்தார்.

காலையில் எழுந்தபோது, மஹாராஷ்ட்ராவில் ஏதோ ஓர் ஊரில் நின்றிருந்தது ரயில். இப்போதென்றால், அம்மணிக்கு ஒவ்வொரு நிலையமும், ரயில் அங்கே எத்தனை மணிக்கு வரும், எவ்வளவு நேரம் நிற்கும் என்பதெல்லாம் துல்லியமாய்த் தெரியும். அப்போது இரண்டாம் தடவைதானே.

> *ஆனாலுங்கூட, நாகபுரியெ நெருங்கும்போதே நாக்கு நமட்ட ஆரமிச்சுருச்சு. இவரும் வஞ்சனையில்லாமெ ஒண்ணுக்கு ரெண்டா ஐஸ்க்ரீமு வாங்கித்தந்தாரு...!*

என்று சிரித்தார்.

யதேச்சையாக மேல் படுக்கையைப் பார்த்தால், புதியவரைக் காணவில்லை. இப்போது மாதிரி அந்தநாள் ரயில்களில் பெட்டிகளை இணைக்கும் கூடு கிடையாது. ஒரு நிலையத்தில் இறங்கியிருக்கும்போது திடீரென்று ரயில் கிளம்பிவிட்டால், வாய்த்த பெட்டியில் ஏறிக்கொள்வார்கள். அடுத்த நிலையம் வரும்போது இறங்கி ஓடி இங்கே வந்துவிடுவார்கள். ஆனால், இவ்வளவு நேரம் ரயில் நிற்கிறது, இறங்கினவர் வரக் காணோமே...

மற்ற இருவரும் நாலாமவர் இல்லை என்பதைக் கவனிக்காத மாதிரியோ, பொருட்படுத்தாத மாதிரியோ சாவதானமாக இருந்தார்கள்.

> *அதாங்க, ஒரு ஆம்பளை மனசுக்கும் பொம்பளை மனசுக்கும் வித்தியாசம். ஒரு சூழ்நிலைக்குள்ளெ நொளைஞ்சவொடனே*

அங்க இருக்குற அந்த எடத்துக்கே அம்மா ஆயிருவா பொம்பளெ.

‘ஆமாம், அப்படி மூக்கை நுழைத்துத்தான் வேண்டாத சிரமங்களை மேலே எடுத்துப் போட்டுக்கொள்வாள்’ என்று நினைத்துக்கொண்டேன். அப்படி நினைத்ததும் தவறு என்றுதான் படுகிறது இப்போது. அவரவர் வழியில் ஏதாவது ஒரு பொது அம்சத்தைக் கண்டுபிடித்துக்கொண்டேதான் இருப்பார்கள். ‘நான் இருக்கிறேன்’ என்பதைத் தனக்குத்தானே நிரூபித்துக்கொள்ள மிக அவசியமான காரியம் அல்லவா அது! மற்றவர்களுக்கும் தெரிவித்த மாதிரி ஆயிற்று…!

இதெச் சொல்றீங்களே. எஞ் சொந்தத் தங்கச்சி மகனெக் கொண்ணாந்து வளத்தம். பச்செ ஒடம்புக்காரி, ரெட்டெப் பிள்ளெகளெ வச்சிக்கிட்டுக் கஸ்டப்படுறாளே, நாமளும் வவுத்துலெ புளுபூச்சி தங்காமெ ஏங்கத்தானே செய்யிறம்ன்னு அப்பிடியொரு ஏற்பாடு. நல்லாத்தான் போச்சு. இத்தாலியிலே இருக்குறான். போனவாட்டி இந்தியா வந்தப்ப, அவுக ஆத்தாளெ மட்டும் பாத்துட்டுத் திரும்பீட்டான். அவளாவது, ‘இவளெப் பாத்துட்டுப் போப்பூ’ன்னு புத்தி சொல்லவேணாம்? சின்ன டிரிப்பாம். நேரம் கெடைக்கலையாம். லட்டர்லெ மட்டும் தேன் சொட்ட மன்னிப்பு கேக்குறது. ரெண்டு பேரும்தான். வரட்டும், அடுத்தவாட்டி பாக்குறப்படின்னு கட்டுறேன்… எதுக்குச் சொல்லவாறேன், எல்லா ஆம்பளைகளும் ஒரே மாதிரித்தான். ஆனா, எல்லாப் பொம்பளைகளும் ஒரே மாதிரி இல்லே…

சோமனைப் பற்றிய தகவல் வைத்திருக்கிறார் என்பதற்காக மட்டும்தான் பல்லைக் கடித்துக்கொண்டு உட்கார்ந்திருந்தேன். வாழ்க்கைத் தத்துவங்களை நானே வாழ்ந்துபார்த்துக் கண்டுபிடித்துக்கொள்ள மாட்டேனா!…

இறங்கியிருந்தவர், அடுத்த நிலையத்தில் வரவில்லையாம். அதற்கப்புறம் வரவேயில்லை.

எதிர்ப்படுக்கை சேட், குவாலியரில் இறங்கிவிட்டார். அப்புறம் தில்லி சென்று சேரும்வரை இவர்கள் மட்டும்தான்.

ஆனால், காணாமல் போனவர் பற்றிக் கணவரும் மனைவியும் பேசிக்கொள்ளவில்லை. அவரும் ஏதோ ஒரு நிலையத்தில் இறங்கிப் போயிருப்பார் என்று கணவர் நினைத்திருக்கலாம். முன்பின் தெரியாத ஆண்பிள்ளையைத் தன் மனைவி கவனித்து, கவலையும் படுவதைக் கணவர் விரும்புவாரோ என்று இந்த அம்மாளுக்குத் தயக்கம்.

தில்லியை நெருங்கும்போது, கணவர் கழிவறைக்குச் சென்றார். ஆவல் தாளாமல், மேல் படுக்கையை எட்டிப் பார்த்தார் ராமாமிர்தம். உள்ளுணர்வு சரிதான். சோமனுடைய தோள்பை அங்கே கிடந்தது. முன்பின் யோசிக்காமல் அவசரமாகச் சுருட்டியெடுத்துத் தன் பைக்குள் திணித்துக்கொண்டார்.

> தோல்பெட்டி இருந்திருக்குமே!
>
> குனிஞ்சு பாத்தனே, இருக்கத்தான் செஞ்சுச்சு. அதையும் எடுத்துக்கிட்டுப் போலாம்ன்னா வீட்டுக்கார்ரு கண்டிப்பாச் சத்தம் போடுவாரா இல்லையா.

அநேகமாக, இனிச் சொல்வதற்கு ஏதும் இருக்காது அந்த அம்மாளிடம் என்று தோன்றியது. உரையாடல் இதோ முடியப்போகிறது...

இல்லை, அந்த அம்மாளுக்கு அவ்வளவு சுலபமாக என்னை விடுவிக்க மனமில்லைபோல. தன் தகப்பனார், அவருக்கிருந்த நூறு ஏக்கர் நிலம், தேடித் தேடி அவர் பிடித்த மாப்பிள்ளை, யாரிடமும் பேசாத முசுடாகக் கணவர் அமைந்தது, ஆரம்பத்தில் இந்த அம்மாள் பெரும் வியாகூலமடைந்து, அது மனநோய் என்கிற அளவுக்கு முற்றிவிட இருந்து, நல்லவேளையாக ஒரு பெண் மருத்துவரின் விலாசம் யாரோ கொடுத்து, அவர் மிக இயல்பாக இவரை சமனப்படுத்தி (அந்த மருத்துவர் சொன்னாராம்: 'இதோ பாருங்கள் ராமாமிர்தம், என்னுடைய கணவர்கூடத்தான் அதிகம் பேச மாட்டார்; அது எவ்வளவு நிம்மதி என்பது என் தங்கை கணவரைப் பார்க்கும்போதுதான் தெரிகிறது. அந்த மனிதர் பேசியே கொல்வார்! இருக்கும் இடத்தைவிட சுகமான இன்னொரு இடம் இருப்பதற்கில்லை என்று மனமார நம்பினால் மட்டும்தான் நிம்மதியாய் இருக்க முடியும்!') வாழ்க்கை ஒருவழியாக சுமுகமாக ஓட ஆரம்பித்தபோது, கணவருக்கு இன்னொரு பெண்ணுடன் சிநேகிதம் உண்டாகி, அது சிநேகித எல்லைகளைத் தாண்டிப்

போக ஆரம்பித்த சமயத்தில், தெய்வாதீனமாக அந்தப் பெண் ஒரு விபத்தில் இறந்துபோனாள். (என்னடா, அடுத்தவுங்க செத்ததெ இப்பிடி சாதாரணமாச் சொல்றாளேன்னு பாக்காதீங்க. நம்ம வாள்க்கையே கேள்விக்குறியா இருக்கம்போது, மத்தவுங்களெப் பத்திக் கண்ணீர் விட்டுக்கிட்டு இருக்க முடியுமா?)

ஆனால், கணவரின் இறுக்கம் இன்னும் அதிகமாகிவிட்டது, அதற்கப்புறம்தான் இவர் தில்லிக்காரிகள் நடையுடை பாவனைக்கு மாறியது, (அப்பிடியாவது, டிப்டி கலெக்டர் மனசு மாறாதான்னுதான்... என்ன இருந்தாலும் மஞ்சப்பூசிக் குளிச்சு சேலெ கட்டி பூவெச்சுன்ற மாதிரி வருமா - அதுதானெங்க நம்ப பாரம்பரியம்?) இவர்களுக்குப் புத்திரபாக்கியம் இல்லாமல் போனது ('மனசு ஒட்டாமெக் குடும்பம் நடத்துனா, அதெப்பிடீங்க பெறக்கும்?[18] நானும் போ களுதெ'ன்னு வுட்டுட்டேன்.) சொந்தத் தங்கை மகனை இவர்கள் அதிகாரபூர்வமற்று சுவீகாரம் எடுத்துக்கொண்டது (இதை முன்னமே சொன்னதை மறந்துவிட்டார் போல; எனக்கு ஞாபகமிருப்பதை அவரிடம் சொல்லவில்லை. என்னுடைய ஒரேயொரு சொல்கூட மேலும் ஒரு மணிநேரப் பொழிவைக் கிளர்த்திவிடக் கூடுமே!), அவன் தற்சமயம் இத்தாலியில் இருப்பது, (என்ன இருந்தாலும் பெத்த புள்ளெ மாதிரி வருமுங்களா? ஒடம்பு முளுக்க எண்ணெயத் தடவிக்கிட்டு ஆத்து மணல்லெ பொரண்டாலும், ஒட்டுறதுதான் ஒட்டும். என்னா சொல்றீங்க?)...

ஆகச் சுருக்கமாகச் சொல்லியுமே இவ்வளவு என்றால், ஒவ்வொரு செய்திக்கும் தலா பத்து வாக்கியங்கள் என்று வைத்துக் கொண்டால்கூட, எவ்வளவு பீறியிருக்கும் என் று யோசித்துப் பார். சீதாவுக்கும் அந்தம்மாளுக்குமான இன்னொரு வித்தியாசம் அது... சீதா சளசளக்க மாட்டாள். ஆனால், அவளிடம் வேறொரு கோளாறு உண்டு - தனக்காய் வேண்டுமானால், மணிக்கணக்காகப் பேசவும் சிரிக்கவும் செய்வாள்; மூடு இல்லையென்றால், பேசாமடந்தை ஆகிவிடுவாள். நிறையப் பேசவும், அதில் ஒரு வார்த்தைகூட அநாவசியமாய் இல்லாமல் பார்த்துக்கொள்வதும் சில பெண்களால் முடியும். அப்படியொருத்தியை நானே சந்தித்திருக்கிறேன் - சமயம் வரும்போது சொல்கிறேன்...

---

18 'பைத்தாரி. நானும் சீதாவும் மனசொட்டிக் குடும்பம் நடத்தலே?' என்று தன் பேச்சில் தாமே குறுக்கிட்டுக்கொண்டார் மாமா...

மதியம் சாப்பிட்டுவிட்டுத்தான் போகவேண்டும் என்று மிகமிக வற்புறுத்தினார் திருமதி ராமாமிர்தம். சாப்பிடுவதில் எனக்கு ஆட்சேபமேயில்லை. அவ்வளவு நேரமும் அவர் பேசுவாரே; என் செவிப்பறை என்னாகிறது!

ஆனா ஒண்ணுங்க. மிஞ்சிப்போனா ரெண்டு மூணு மணிநேரம் அந்தாளு மொகத்தெப் பாத்துருப்பேன். ஆயுசுக்கும் மறக்க முடியாத முகம்ங்க.

அப்பிடியென்ன விசேஷம்?

சொல்லத் தெரியலே. ஆனா, அந்த மொகத்துலெ அபூர்வமான சாந்தம் இருந்துச்சு. அப்பறம், மொதோத் தடவெ பாக்கும்போதே, ஏற்கனவே சென்மசென்மமாப் பாத்துக்கிட்ருந்தது மாதிரித் தோணுச்சு. இப்பப் பாருங்க, ரெண்டாவது தடவையாத்தான் பாக்குறம்; மணிக்கணக்கா ஒங்ககிட்டெக் கொட்டத் தோணலையா. எங்க சித்தப்பா மயென் ஒர்த்தன் இருக்கான். ஒங்களெ மாதிரித்தான், நாம்ப எவ்வளவு பேசுனாலும், பொறுமையா உக்காந்து கேப்பான். என்னமோ சொல்லிக்கிட்ருந்தனே...

ரயில்லெ பாத்தவரு மொகம்...

ஆங்... அதேதான். பாத்து இருவது வருசம்போல ஆச்சே, இப்பத்தான் பாத்த மாதிரி அவ்வளவு அளுத்தமா மனசுக்குள்ளாறெ கெடக்கு அந்த மொகம். கண்ணு ரெண்டும், அப்பிடியே நம்ம கரோல்பாக் சாமி இருக்காங்கள்லெ, அவங்களுது மாதிரியே. நம்ம மனசுலெ இருக்குறதே போட்டாப்பிடிச்ச மாதிரிப் படிச்சுரும், எசகுபெசகா ஏதாச்சும் அங்கெ கெடந்துச்சுச்சுன்னா பொசுக்கித் தள்ளீரும்ன்ற மாதிரி அம்புட்டுப் பவுரு...

ஓ.

ஆனா, இதெயெல்லாம் ஒங்ககிட்டே ஏன் சொல்றேன்னு நீங்க கேக்கவேயில்லெயே!

அட, ஆமா. ஆனா, நான் ஒங்க சித்தப்பா பையன் மாதிரி...

அவெங்கிட்டெக்கூட அந்த ரயில்காரரு கதையெச் சொன்னதில்லேங்க. அங்க சுத்தி இங்க சுத்தி இவுரு காதுக்கு

வந்து, நம்மமேலெ அபிப்பிராயம் மாறிரக் கூடாதுல்லே. ஆம்பளைக எப்பிடி வேணும்னா இருந்துக்கிறலாம். தமிழ்ப் பொண்ணுன்னா இப்பிடித்தான் இருக்கணும்ன்னு இருக்கால்லியா?...

அந்தம்மாள் சங்ககாலத்திலிருந்து தவறி விழுந்தபோது கச்சிதமாய் 1960களில் கால் ஊன்றித் தப்பிவிட்டார் என்று எனக்குத் தோன்றியது... அல்லது தப்பவே முடியாமல் ஆனவரோ...

...ஆசிரமத்து வாசல்லெ ஒங்களெப் பாத்தப்பவே சுரீல்னு கரண்டு ஸாக் அடிச்ச மாதிரி இருந்துச்சு.

அப்பிடியா!

பின்னே, அதுலெ முக்காத் திட்டம் பவுரு ஒங்க கண்ணுலெயும் இருக்குல்ல. போலீஸ் லாக்காலெ பெரிய அதிகாரின்னா சும்மாவா!

எனக்குக் கொஞ்சம் கூச்சமாய் இருந்தது. அதைக் கவனிக்காமல் அவர் தொடர்ந்தார்:

அதெவுட, மொக சாடெ தத்ரூபமா இருக்கு. இருபது வருசத்துக்கு மின்னாடி நீங்க அப்பிடியேதான் இருந்திருப்பீங்க. அம்புட்டு ஏன், அந்த மனுசனே இன்னைக்கி வந்தார்னா, அச்சு அசல் ஒங்களெ மாதிரித்தான் இருப்பாரு. எப்பிடி அடிச்சுச் சொல்றேன்னு பாக்கிறீகளா? வாலிப வயசெ எட்டுனப்பறம், பத்திருவது வருசத்துக்கு ஆளுக மொகத்துலே மாறுதலே இருக்காது, கவனிச்சிருக்கீங்களா! அதுக்கப்பறம்தான், மீசை தாடி நரைக்க ஆரமிக்கும்; பொம்பளைன்னா மீசை மொளைக்க ஆரம்பிக்கும்...

தன்னுடைய நகைச்சுவையைத் தாமே ரசித்துச் சிரித்தார். நானும் சிரித்துவைத்தேன். திடீரென்று நினைவு வந்தவர் மாதிரி,

இருங்க. இந்தா வந்தர்றேன்.

என்று எழுந்து உள்ளே போனார்.

கதர்த் துணிபோலத் தெரிந்த பழைய தோள்பை ஒன்றைக் கொண்டு வந்தார். வாய் திறந்த பை அது.

> இந்தாங்க, அடுத்தவங்க பொருளெ இப்பிடிக் கொண்டாந்துட்டமேன்னு இத்தனெ வருசமா ஒரு தாவந்தம் இருந்துச்சு. என்னாதான், கேட்டு வர்றதுக்கு ஆளில்லேன்னாலும், நமக்குச் சொந்தமில்லாத பொருளெ வச்சிருக்குறது தப்பிதம்தானே. அன்னைக்கி ஏதோ ஒரு வேகத்துலெ எடுத்துக்கிட்டு வந்துட்டம். தொண்டையிலெ மீன்முள்ளு சிக்குனது கணக்கா இத்தனெ வருசமும் நமட்டிக்கிட்டுத்தானே இருந்துச்சு. இன்னைக்கித்தான் மனசு நிம்மதியாகுது, அவருகிட்டெக் குடுத்தா என்னா, அவரு சாடையிலெ இருக்குறவுங்ககிட்டெக் குடுத்தா என்னா!

அதை அங்கேயே வைத்துத் திறந்து பார்க்கத் தோன்றவில்லை.

வீடு திரும்பியபின் திறந்து பார்த்தேன். ஒரு மணிமாலை. ஆங்கில நூல் ஒன்று. நாலைந்து தாள்கள் மட்டுமே எழுதப்பட்டிருந்த குறிப்பேடு. ஒரு ஃபவுண்ட்டன் பேனா. அதன் மூடி கழற்ற முடியாதபடி இறுகியிருந்தது. மூடிக்குக் கீழே, எப்போதோ கசிந்த மைத் தடம் உறைந்திருந்தது. மூலையில் ரோஜா வரைந்த ஒரு கைக்குட்டை. முழுக்கப் பழுப்பு நிறம் ஏறியது. ஆச்சரியமாக, ஒரு மொஹர்சிங்கும் அந்தப் பைக்குள் கிடந்தது!...

எதிர்பார்த்தபடியே, ஆரம்பத்தில் ராமாமிர்தம் அம்மாள் குறிப்பிட்ட மணிப்பர்ஸ் இல்லை. அந்த அம்மாளை நான் ஒருபோதும் சந்தேகப்பட மாட்டேன். ஒரு திட்டத்தோடு இறங்கிப் போகிறவர், மணிப்பர்ஸையாவது எடுத்துச் செல்வது இயல்புதானே.

அந்தத் தோல்பெட்டியும் கிடைத்திருந்தால் இன்னும் நிறையத் தெரியவந்திருக்கலாம். சரி, அதற்கு என்ன செய்யமுடியும்?

இந்த நாட்களில் இன்னொரு தடவை, கேஸட்டோடு மாமா கொடுத்த சோமனின் தோள்பையைத் திறந்து பார்த்தேன். சுமார் அரை அவுன்ஸ் மை பிடிக்கும் மரக்கட்டைப் பேனா, சன்னமான உருத்திராட்ச மாலை, பிரிக்கப்படாத சிறு பொட்டலம் ஒன்று - விபூதியாய் இருக்கலாம்; ஏனோ அதைப் பிரித்துப் பார்க்கவில்லை மாமா - இவற்றுடன், கழுத்தில் ஒடிபட்ட மயிலிறகும், ஒரு புத்தகமும் இருந்தன.

***

அலமேலு

அதிகாலையிலேயே விழிப்பு வந்தது. 4 00 மணி. தத்ரூபமான காட்சி ஒன்று மானசீகத்தின் மேற்பரப்புக்கு எழுந்து வந்தது - இத்தனை காலமும் இருட்டுக்குள் கிடந்தது; இப்போது வெளிவந்ததிலும் ஏதோ சூட்சுமம் இருக்கத்தான் வேண்டும்...

அந்த முறை மாமாவும் மாமியும் ஊர் திரும்பிய பிறகு, வீடு வெறிச்சோடியிருந்தது. வழக்கத்தைவிட சீக்கிரமே ராத்திரி வந்துவிட்ட மாதிரி இருந்தது. சின்னத் திண்ணையில் அமர்ந்து அப்பாவும் அம்மாவும் பேசிக்கொண்டிருந்தார்கள். அப்பா மடியில் தலையும், அம்மா மடியில் காலும் போட்டு நான் நீட்டி நிமிர்ந்து படுத்திருந்தேன். சின்னக்கா வீட்டுக்குள் ஏதோ செய்துகொண்டிருந்தாள்

பொதுவாக அப்பாவும் அம்மாவும் அப்படி சாவதானமாக உரையாட மாட்டார்கள். ஏதோ முக்கியமான விஷயம் பேசுவதற்காகத்தான் இப்படித் தனியாய் அமர்ந்திருக்கிறார்கள் என்று என் உள்ளுணர்வில் பட்டிருக்க வேண்டும். கண்களை இறுக்க மூடி, அப்பாவின் வயிற்றில் என் முகத்தை அழுத்தித் திரும்பிப்படுத்தேன். ஆனால், இருவருமே நான் தூங்கிவிட்டதாக முழுக்க நம்பவில்லை என்று, பிடிகொடுக்காத உரையாடலை இப்போது மீட்டெடுக்கும்போது தோன்றுகிறது.

முழுக்க அமிழ்ந்து கிடந்திருக்கவில்லை - நான் பெரியவனான பிறகும் அந்த உரையாடல் சிலமுறை நினைவு வந்ததுண்டு. அர்த்தம் புரிந்தபோது, வியப்பும் திகைப்பும் அடைந்திருக்கிறேன்...

கடைசியாக, டெல்லியிலிருந்து திரும்பும்போது, அவர்கள் பேசியது மீண்டும் மேலெழுந்தது. அதிகமில்லை - மிஞ்சிப்போனால் பத்துப்

பனிரெண்டு வாக்கியங்கள். இருவருமே விட்டேற்றியான குரலில் பேசிக்கொண்டாலும், ஆழ்ந்த கரிசனம் தொனிக்கத்தான் செய்தது - அல்லது ஓடும் ரயிலில் மீண்டெழுந்தபோது எனக்கு அப்படிப் பட்டது.

அம்மாதான் தொடங்கினாள் - தழைந்த குரலில். தன் மடியில் கிடந்த என் வலது காலின் குதிரைச்சதையைப் பிடித்துவிட்டுக்கொண்டிருந்த கரம் சட்டென்று நின்றது.

அவன்ட்டெக் கேட்டேளா?

கேட்டேனே. அப்பிடியெல்லாம் ஒண்ணுமில்லையேங்கறான்.

முகத்தைப் பாத்துச் சொன்னானா?

ஆமா. ஆனா, கண்ணுலே வழக்கமான பிரகாசம் இல்லே. தர்மசங்கடம்தான் தெரிஞ்சது.

அப்போ, இவ அழறது நியாயம்னுதான் படறதா ஒங்களுக்கு?

'ஏழை அழுத கண்ணீர் கூரிய வாளை ஒக்கும்'ன்னு பெரியவா சொல்லியிருக்கா... வறுமைன்னா பணத்துக்குக் கஷ்டப்படறது மட்டுமில்லே.

ஒங்க தத்துவத்தையெல்லாம் மூட்டைகட்டி வைங்கோ. என் கேள்விக்கு நேரே பதில் சொல்லுங்கோ...

இருக்கும்னுதான் தோணறது. ஆனாக்கே, அவன் அப்பிடி முறைதவறிப் போறவன் இல்லே. நானும் ஓரளவுக்குத்தானே கேக்க முடியும்; 'நீங்க யாரு, இதெல்லாம் கேக்கறத்துக்கு?'ன்னு மூஞ்சிலெ அடிக்கறதுக்கு ரொம்ப நேரம் ஆயிடாது...

இவளும்தான், 'போடா போக்கத்தவனே'ன்னு சொல்லி உதுத்துப் போடறதுக்கு எம்புட்டு நேரம் ஆயிடும்?

ரெண்டுபேருமே அப்பிடிச் செய்யறவா இல்லேங்கறதுலெதான் சூட்சுமம் இருக்கு. அடுத்தவாட்டி வரும்போது இந்தத் தடயமே இருக்காது பாரு.

அடுத்த முறை அவர்கள் வந்ததே, அப்பாவின் மரணத்தையொட்டித்தான். அப்பாவுக்குத் தன் அனுமானத்தை உறுதிப்படுத்திக்கொள்ள முடியாமல் போனது. அல்லது, சூட்சுமமாய்

இருந்து அறிந்திருப்பாரோ? கிட்டத்தட்ட இதே தர்க்கத்தைத்தானே சீதா மாமி விஷயத்தில் மாமா சொன்னார்!...

ஆனால், அம்மா அடுத்துச் சொன்ன வாக்கியம்தான் இப்போதுவரை என்னைத் துணுக்குற வைக்கிறது. சகோதரப் பாசத்தின் எல்லைகள் எவ்வளவு விசாலமானவை, எதையெல்லாம் நியாயப்படுத்தக் கூடியவை என்று குளிர் நிறைந்த ரயில் இரவில் எனக்குத் தோன்றியது. என்னோடு பிறந்தவர்கள் அப்படி இல்லையே ஏக்கமும் எழுந்து தூக்கத்தை விரட்டியது.

> *சரி, அப்பிடியொண்ணெ அவன் தேடிண்டாலும் நியாயம்தானே!*
>
> *அடடே, அப்பிடியா சொல்றே? அப்பொ இவளுக்கும் அதே நியாயம் இருக்காக்கும்?!*
>
> *எதெயெடுத்தாலும் குதர்க்கம் பண்றவாகிட்டே, மனுஷா பேசுவாளா?*

என்றவாறு என் காலை சூதானமாய் எடுத்துத் தரையில் வைத்துவிட்டு எழுந்தாள் அம்மா. அப்பா தனது பொடிமட்டையைத் திறக்கவிருப்பதன் முன்னோட்டமாக ஒரு விரலால் தட்டும் ஒலி காதருகே கேட்டது.

இத்தனை ஆண்டுகள் கழித்து, மீண்டும் இந்த உரையாடல் நினைவில் மேலெழுவதற்கு நேரடியான காரணம் உண்டு. மாமா கொடுத்த கேஸட்டின், இரண்டாம் பக்கம்.

பொன்னமராவதியிலிருந்து ஏழெட்டுக் கிலோ மீட்டர் தொலைவில் இருந்தது அந்தக் கிராமம். ஊர் பெயர் மறந்துவிட்டது. பணி ஓய்வு பெற்றதற்கு அப்புறமே, ஒருவித சாவகாசம் மனத்தில் படிந்துவிட்டதா, ஞாபகசக்தியின் கூர்மை தானாகவே மழுங்கிவிட்டது. அதிலும், சீதா போனபிறகு, என் மூளையும் பலவீனமாகிவிட்டதோ என்னமோ. வீட்டில் இருக்கும் பொருட்கள், அவற்றின் இயல்பான இடம், அடுத்தவேளைச் சாப்பாடு, பைப்புக்குப் புகையிலை இன்னும் எத்தனைநாளுக்கு வரும் என்கிற மாதிரி சின்னச் சின்ன ஞாபகங்களைத் தக்க வைத்துக்கொள்வதே சிலசமயம் பெரும் பாடாகி விடுகிறது. போகட்டும் விடு, என்

புராணத்தைச் சொன்னால் முடிவே இருக்காது; உன் முகமும் எப்படிச் சுண்டிவிட்டது பார். இதெல்லாம், உன் மாமாவுக்கு மட்டும் நடப்பது இல்லை; எல்லாக் கிழவர்களுக்கும்தான்.[19]

தானே ஒதுங்கியிருக்கும் ஊருடன், பிரத்தியேக மனத்தாங்கல் கொண்டதுபோல, ஊரின் வெளிவிளிம்புக்கும் வெளியே, தனியாக இருந்தது அந்த வீடு. அபூர்வமான தன்னிறைவுடனும் தன்னடக்கத்துடனும் காட்சியளித்த சிறு வீடு. அப்படியொரு

---

19 மாமாவின் கூற்று அவ்வளவு முழுமையானது அல்ல; அண்டை மாநிலத்தில் வசிக்கும் முதுபெரும் எழுத்தாளரை ஒருமுறை சந்திக்க வாய்த்தது. வேற்று மொழி மாநிலம். அந்திம காலத்தை மகளுடன் கழிக்கப் போயிருந்தார். அவர் எழுதிய சரித்திர நாவல் பிரசித்தி பெற்றது; பல்லவர் காலம் பற்றியது. தற்கால அரசியல் சூழ்நிலையைப் பல்லவர் காலத்துடன் ஒப்பிட்டு விவாதிக்கும் நாவல். பல இடங்கள் கட்டுரைபோல் தொனிக்கும் என்றாலும், சரளமான நடையும், அபூர்வமான தகவல் சேகரிப்பும், தவிர்க்க முடியாத இடத்தில் கொண்டு நிறுவியிருக்கும். தொண்ணூற்றுச் சொச்சம் வயதில் அவருக்கிருந்த ஞாபகங்களின் வீரியம், என் வாலிபத்தில்கூட எனக்கு இருந்ததில்லை.

> வந்து இத்தனை வருஷம் ஆச்சு; இந்த ஊரை என்னால் சுவாதீனமாக உணர முடியவில்லை.

என்று புன்னகையோடு அவர் சொன்னது எனக்குள் பசுமையாய் மீந்திருக்கிறது. மேற்சொன்ன நாவலில், நேரில் இருந்து பார்த்ததுபோன்ற சுவாதீனத்துடன் அவர் எழுதியிருந்த விதம் நினைவு வருகிறது. 'பௌதிக வெளி விடுக்கும் சவால்கள் அளவுக்கு, காலம் விடுப்பவை அத்தனை வீரியமானவை இல்லை போல' என்கிற மாதிரி ஏதோ எனக்குள் சிந்தனை ஓடியதும் நினைவிருக்கிறது. 'கரட்டுப்பட்டிக்கு நேரில் போவதும், என் பால்யத்தின் ஏதோவொரு நாளை நினைவுகூர்வதும் ஒரேவிதமானவையா என்ன!' என்று நினைத்து உள்ளூரச் சிரித்துக்கொண்டதும்தான்...

அப்புறம், மாமாவின் ஞாபகசக்தியைக் கொஞ்சமும் குறைசொல்வதற்கில்லை. ஏதோ, பேச்சின் போக்கில், அல்லது சூசகமான தற்பெருமிதத்தில் அப்படிச் சொல்லிக்கொண்டாரோ என்னவோ. அதிலும், அலமேலு அம்மாளின் பேச்சை அவருடைய கொச்சையிலேயே பேசியிருப்பதையெல்லாம் எந்தக் கணக்கில் வைக்க! ஆனால், இந்தக் குறிப்பை எழுதும்போது வேறொன்று தோன்றுகிறது - எனக்கு நகரத்தார் வழக்கு அவ்வளவு ஆழமாய்ப் பரிச்சயமில்லை. மாமாவுக்கு அது எப்படித் தெரிந்திருக்கிறது என்றும் தெரியவில்லை. ஆனால், அவர் பேசும் வழக்கமான மதுரை ஜில்லாக் கொச்சை மொழி இல்லை என்பது மட்டும் புரிகிறது. பிழைகள் இருந்தாலும் எப்படிக் கண்டுபிடிப்பது! எதற்காக!!

கிராமத்தில் அத்தனை நேர்த்தியான, அத்தனை சுத்தமாய்ப் பராமரிக்கப்பட்ட வீட்டை நீ எதிர்பார்க்கவே மாட்டாய். இத்தனைக்கும் நான் முன்னறையிலேயே இருந்து பேசிவிட்டு வெளியேறினேன். ஆனாலும், மேலோட்டமான பார்வைக்கே, தூய்மை தன்னை உணர வைத்தது.

இன்னொரு திகைப்பு, அலமு என்ற அலமேலு அம்மாளைப் போன்ற கறுப்பழகியை நான் பார்த்ததேயில்லை. பல காலம் ஆராதனையில் இருந்த விக்கிரகம் மாதிரி, அவருடைய முகத்திலும் கழுத்திலும் முன்னங்கைகளிலும் ஒரு எண்ணெய்ப் பளபளப்பு இருந்தது. செதுக்கிய மாதிரி தீர்க்கமான முகம். அதிலும் அந்த மூக்கு... அதை நான் மறக்கவே மாட்டேன்.

டெல்லி அதிகார வட்டாரத்தில் எனக்குப் பரிச்சயமான தீப்தா ஸின்ஹாவுக்கும் அதே மாதிரி மூக்குதான். கூர்மையான, கிரேக்க நாசி. இன்னொரு விஷயம் ஞாபகம் வருகிறது, கிஷ்ணையா. தீப்தா பற்றி உன் அப்பா என்னிடம் விசாரித்தார். நேரடியாய்ப் பெயர் சொல்லவில்லையே தவிர, அவளைப் பற்றித்தான் கேட்கிறார் என்று எனக்குத் தெரியாதா என்ன!

ஏனோ, திருமணம் செய்துகொள்வதில்லை என்று முடிவெடுத்து, தனியாகவே வாழ்ந்தவள் அவள். அயலுறவு அமைச்சகத்தில் உயர் அதிகாரியாய் இருந்தாள். பிஹாரி. மாதத்தில் இரண்டு மூன்று தடவை சந்திப்போம். மணிக்கணக்காக உரையாடுவோம். ஆனந்தமாக ஓரிரு பெக் குடிப்போம். அதைவிட, எங்களுக்குக் கிடைத்த போதை, பேச்சில்தான். சூரியனுக்குக் கீழே இருக்கும் சகலத்தைப் பற்றியும் அவளுடன் விவாதிக்க முடியும். ஒருவரையொருவர் மனத்தால் தீண்டிக்கொண்டோமேயொழிய, சுண்டுவிரல் நகம்கூடப் படாமல்தான் பழகினோம். அதில் எனக்குப் பெருமையொன்றும் இல்லை - தீப்தாவின் பிரம்மச்சரிய விரதம் அத்தனை உறுதியானது! கண்களில் தீர்க்கமாய்த் தெரியும்...

ஆமாம், எங்களுக்குள் நெருக்கம் உண்டு, பிறழ்வு இல்லை - இதை மற்றவர்களுக்கு எப்படிப் புரிய வைப்பது. உண்மையில், உன் அப்பா அபூர்வமான விவேகம் உள்ளவர்; நிச்சயம் புரிந்துகொண்டிருப்பார். ஆனால், அவர் என்னை விசாரித்ததே, வீட்டுப் பெண்கள் சார்பாகத்தானே? உன் மாமி சொல்லாமல், அக்காவுக்குத் தெரிந்திருக்காது. அவள் சொல்லாமல் உன்

அப்பாவுக்குத் தெரிந்திருக்காது அல்லவா!...

ஆனால், சீதா சரியான அமுக்குணி.[20] என்னிடம் ஒரு சொல் உதிர்த்ததில்லை. தவிர, தன் வீட்டு மனிதர்களிடம் சொல்லாமல், என்னுடைய ஆப்தர்களிடம் சொன்னாள் பார்! எப்பேர்ப்பட்ட ராஜதந்திரம்!!

இப்போது உன்னிடம் சொல்லும்போது அவளும் கேட்டுக் கொண்டிருக்கிறாள் என்றே எண்ணுகிறேன். இந்த வீட்டில் அவளுடைய பிரசன்னம் இருக்கிறது என்று உறுதியாக நம்புகிறேன் - இல்லாவிட்டால் அவள் போனபிறகு, தெற்கைப் பார்த்து ஓடிவந்திருக்க மாட்டேனா?

ஆக, உங்கள் இரண்டுபேரிடமும் சொல்கிறேன், உன் அப்பாவிடம் சொன்ன அதே பதில் தான் - 'நெருக்கம் உண்டு; பிறழ்வு இல்லை!'

சரி விடு, அலமேலு அம்மாள் பற்றியல்லவா சொல்ல ஆரம்பித்தேன்.

ராதிகா கட்கர்[21] சொல்லித்தான் அவரைப்பற்றி முதன்முதலாகக் கேள்விப்பட்டேன் என்றவுடன், அந்த அம்மாளின் முகத்தில் தோன்றிய உணர்வு இன்னது என்று என்னால் புரிந்துகொள்ள முடியவில்லை. ஒரே நேரத்தில் மகிழ்ச்சியும் துக்கமும் ஆச்சரியமும் திகைப்பும் என்று பலவித உணர்ச்சிகள் அடுத்தடுத்து ஓடி மறைந்த மாதிரிப் பட்டது. அழையாவிருந்தாளியாய் வந்து அவரைத்

---

20 இதை மட்டும் தமிழில் சொல்லியிருக்கிறார்!

21 இந்த இடத்தில் இன்னொன்றையும் சொல்லவேண்டும். எத்தனையோ மனிதர்களைப் பற்றி, தம்மைப் பெரும் ஏமாற்றத்தில் ஆழ்த்தியவர்கள் பற்றிக்கூட விரிவாகப் பேசியிருக்கும் மாமா, ராதிகா கட்கரைச் சந்தித்தது பற்றி விசேஷமாக எதுவுமே சொல்லவில்லை என்பதை ஆச்சரியமாய் நினைவுகூர்கிறேன். நிச்சயம் மறதி காரணமாய் இருக்காது - அந்தப் பெயர் மேலெழும்போது, அவரைத் தாம் சந்தித்த வேளையும் சந்தர்ப்பமும் மட்டும் கழன்று உதிர்ந்துவிடுமா என்ன. அவர் விவரிக்க விரும்பாத ஏதோவொரு அம்சம் இருந்திருக்க வாய்ப்புண்டு என்றே தோன்றுகிறது. நானாக யூகிப்பதற்கும் ஏதும் இல்லையே!

ஆனால், இந்தப் பெயரை முதன்முறையாக உச்சரிக்கும் பாவமே இல்லை அவரிடம் என்பதையும் சொல்லவேண்டும். அவ்வளவு சுவாதீனமாகச் சொன்னார்.

தொந்தரவு செய்துவிட்டேனோ என்று கூசியது.

இப்போது, மகாமுனி சொன்ன ஒரு விஷயம் நினைவு வந்து, மனத்தைக் கொஞ்சம் லேசாக்குகிறது - நாடகத்தின் கடைசிக் காட்சியில் வர்ணக் கலவையான வெளிச்சத்தைச் சுழற்றிவிடுவோம் என்றாரே! அப்படியொரு சந்தர்ப்பம்தான் போல...!

இத்தனெ வருசம் களிச்சு எதுக்காக அவரெ சாரிச்சு வந்திருக்கீய?

ஒரு ஆர்வம்தாம்மா.

நாங்கூட அவரு திரும்பக் கெடச்சிட்டாரோன்னு பாத்தன்...

என்று புன்னகைத்தார். அப்புறம் தமக்குள்ளே சொல்லிக்கொள்வது மாதிரி, தலைகுனிந்து ஒரு வாக்கியம் உதிர்த்தார்:

அவராவது, கிடைக்கிறதாவது?! கள்ளப் பிராந்தாச்சே அது, வலையிலெ சிக்குமா!

எங்கிருந்து ஆரம்பிப்பது என்று தெரியாமல் மௌனமாய் இருந்தேன். அந்தப் பெண்மணியும் மௌனமாய்த்தான் இருந்தார். சற்றுநேரம் கழித்து, ஆமோதிக்கிற மாதிரித் தலையாட்டினார். பிறகு, தாமாகவே பொழியத் தொடங்கினார்...

ஆரம்பத்திலேயே, முக்கியமான நிபந்தனை ஒன்றை விதித்தார் - அவர் பேசுவதை அவர் குரலிலேயே பதிவு செய்யக் கூடாது.

எம்புட்டு வேணாப் பேசுறேன். இம்புட்டு வருசமா என் மனசுக்குள்ளாறெ பொதஞ்சு கெடக்குறதெ அள்ளியெடுத்துக் கொட்டுறதுக்கு எனக்கும் ஆசையாத்தேன் இருக்கு. ஆனா, பதிவு கிதிவெல்லாம் வேணா. இத்தனெ நாக் களிச்சு எனக்குள்ளெ என்னல்லாம் மிஞ்சியிருக்கோ, அதெத்தானே நான் சொல்றேன்? ஒங்க மனசுலெ என்னெல்லாம் மிஞ்சுதோ அதெ நீங்க வச்சிக்கிருங்க. அம்புட்டுத்தேன்...

எத்தனை அபாரமான தர்க்கம் பார்த்தாயா, கிஷ்ணையா. எத்தனையோ பேர் பேசியதைப் பதிவு செய்திருக்கிறேன். அவர்களுடைய சந்திப்பு, பேச்சு தொடர்பான எத்தனையோ விஷயங்கள் மறந்தே போய்விட்டது. அதுதான் குரல்பதிவு

இருக்கிறதே, என்று மனம் தளர்வாய் உணர்ந்திருக்குமோ என்னமோ!

அலமேலு அம்மாளிடம் பேசிய அந்த வேளையின் அம்சங்கள் ஒன்றுகூட மறக்கவில்லை எனக்கு. இப்போது, இந்த இரவின் ஆழத்தில், என்னுடன் இந்த அறைக்குள் இருப்பது டேப் ரிக்கார்டரா, எப்போதோ இதைக் கேட்கப்போகும் என் செல்ல மருமகனா, இல்லை, தன் ஞாபகத்தின் ஆழத்திலிருந்து பீறியடித்த அலமு அம்மாளேதானா என்று சொல்லத் தெரியவில்லை!...

எங்க அப்பாரு, பர்மாவுக்குப் போனவருகிட்டெருந்து தாக்கலே இல்லே. போனவுக வந்தவுகட்டெ எங்க அம்மா சாரிக்கும். யாருக்கும் எதுவும் தெரியாது. தெரிஞ்சவுகளும், எதுக்கு வம்பூன்னு சொல்லாம இருந்தாகளோ என்னமோ. ஒத்தப் பொட்டெக் குட்டிய வச்சிக்கிட்டு என்னான்னு பொளைப்பா ஒரு பொம்பளெ?

ஊர வுட்டுக் கிளம்பீறணும்ன்னு தீர்மானமா இருந்தா. ஆனா, எங்குட்டுப் போறது, வம்முச கவுரவம் கெடாமெப் பொளைக்கிறதுக்கு வளியென்னா, ஒரு மண்ணும் புரியலே. அப்பத்தேன், எங்க சின்னப்பிச்சி மயென் - அப்பிச்சியோட சொந்தத் தம்பி மயென் இல்லே, பங்காளி வகையறா. நாங்கல்லாம் லேனான்னு கூப்புடுவம். இங்கிணெதேன், காரக்குடியிலெ இருக்யான். எங்க அம்மாட்டெ வந்து சொன்னான்:

> பெரியம்மா, அலமுவெ நாடகத்திலெ சேத்துப்பிடலாமே? எந்தக் கம்பேனிலெயும் ஒடனே ஏத்துக்கிருவாக. ராசாத்தி கணக்கா இருக்கா. அதும்போக, இஸ்திரி பார்ட்டுக்கு ஆள் கிடைக்கிறதே குதுரெக் கொம்பால்ல இருக்கு?

அம்மாவுக்கு மனசில்லே. ஆனா, லேனா திரும்பத் திரும்பச் சொல்லி மனசெக் கரெச்சிப்பிட்டான். நான் வயசுக்கு வந்து ரெண்டு வருசம் ஆயிருந்தது. பெரிய மனுசி வேசம் கட்டுற அளவுக்கு உடம்பு பூரிச்சிருந்தேன்.

மொத நா, மொத ஒத்திகையே அவுக, சோமென் கூடத்தேன். செப்புச் சிலெ மாரி எதுத்தாப்பிலெ நிக்கிற மனுசனெப் பாத்து ஒரு வார்த்தெ வரமாட்டங்குது. நாக்கு பொரள மாட்டாமெ, அண்ணத்துலெ ஒட்டிக்கிருச்சு. கண்ணு எமைக்காமெ அவரையே பாக்கத் தோணுது. வேர்த்து விறுவிறுத்துக் கொட்டுது...

வாத்தியாரு சட்டுன்னு எங்கம்மாவெக் கடிஞ்சுட்டாரு. எனக்கும், இந்தத் தொரட்டெல்லாம் என்னாத்துக்குன்னு தோணீருச்சு. ஆனா, நெனச்சோடனெ வேணாம்ன்னு வெலகுற மாரியா எங்க நெலமெ?

அவரு சோமென் எங்கம்மாட்டெ வந்து பேசுனாரு. வெளியாள் கைப்பக்குவம் அவருக்கு ஒத்துக்கிற மாட்டேங்குதாம்...

> எங்கூடயே இருந்து சமெச்சுப் போடுங்க. ஒங்களுக்கும், இந்தப் பிள்ளைக்கும் நாம் பொறுப்பு.

ன்னு வாக்குக் குடுத்தாரு.

என்னமோ அததும் போக்குலெதாம் எல்லாம் நடக்குற மாதிரி நாம நெனைச்சிக்கிர்றோம். ஆனா, கண்ணுக்குத் தெரியாத ஏதோ கணக்கு இருக்குங்க சாரு. கண்ணெக் கட்டி, இருட்டுக்குள்ளாறெ கூட்டிக்கிட்டுப் போகுது. முளுசா அதும்பேர்லெ நம்பிக்கையைப் போட்டுப் போய்க்கிட்டே இருக்க வேண்டியதுதேன். திமிறுனம்ன்னா, நமக்குத்தான் சேதாரம். வீணா அங்கங்கே சிராய்ச்சு வைக்கும்...

சரிய்யா நாலு மாசம். எங்கம்மா மாரடைச்சுச் செத்துப்போச்சு. அவருகிட்டெ என்னைய ஒப்படைக்கிறதுக்காகவே உசிரெக் கையிலெ பிடிச்சுக்கிட்டிருந்துச்சு போல. மாலையும் களுத்துமா மல்லாந்து கெடந்த மொகரையிலெதேன் எம்புட்டு நிம்மதீன்றீக!

சோமன் பொறுப்புலெ மட்டும் இல்லேன்னா, எப்பிடியெல்லாம் யாராருகிட்டெல்லாம் சிக்கிச் சீரளிஞ்சிருப்பனோ. நெனச்சாலே கெதக்குங்குது. எஞ்சாமி என்னைய அப்பிடித் தாங்குனாரு. ரெம்ப நல்ல மனுசன். ஆரம்பத்துலெ என் சமையல் எனக்கே வாய்லெ வைக்க வெளங்காது. குனுஞ்ச தலெ நிமுராமெச் சாப்புட்டுட்டு எந்திரிப்பாரு...

போகப்போக, அவருக்குப் புடிச்ச பக்குவத்துக்கு, நல்லா சமைக்க வந்துருச்சு. அப்பயும் குனுஞ்ச தலெ நிமுராமெத்தேன் சாப்புடுவாரு.

ஒருநா, நாடகம் முடியிறதுக்கு ரெம்ப லேட்டாயிருச்சு. எந்த ஊருலென்னு யாவுகமில்லே. தஞ்சாவூருப் பக்கமோ, மாயவரம் பக்கமோ. கூட்டத்துக்கு அன்னைக்கி ரெம்பக் கிறுக்குப் புடிச்சிருந்தது போல. அந்தப் பாட்டெப் பாடு, இந்தப் பாட்டெப் பாடுன்னு இவரெப் படுத்தி எடுத்துருச்சு. இவரும், ரசிகருக வாக்கு தெய்வவாக்கு மாதிரின்னு அடிக்கடி சொல்லக்கூடியவரு.

அவுக கேக்க, இவுரு பாடன்னு நேரம் போயிக்கிட்டேருந்தது. ஆர்மோனியக்காரரு, தாளக்காரவுகெல்லாம் அசந்துபோனாக. இவுரு மூஞ்சியிலெ மேக்கப்பு கலஞ்சு ரோஸு கலரு வேர்வ ஊத்துது. அன்னைக்கி ஸ்திரீபார்ட்டு போட்ருந்தாரு. கிட்டப்பா, முசிறி மாதிரி இவருக்கும் கொஞ்சம் கீச்சுக் கொரல்தேன். கண்ணெ மூடிக் கேட்டா, பாடுறது பொம்பளையா ஆம்பளையான்னு கண்டுபிடிக்க முடியாது...

இருங்க, வந்து ரெம்ப நேரமாகுதே. ஒரு வா தேத்தண்ணி போட்டாறேன்...

நான் மறுத்தாலும் அவர் கேட்கவில்லை. அவசரமாக எழுந்து உள்ளே போனார். தனக்குள் திமிறிப் பொங்கியெழுந்த நினைவுகளின் பாய்ச்சலைச் சமாளிக்க சிறு இடைவெளி தேவைப்பட்டிருக்கலாமோ என்று இப்போது தோன்றுகிறது. அதுதான் உண்மையாக இருக்கவேண்டும் - போகும்போது இருந்த கலக்கமான முகம் இல்லை; தெளிவும் சாந்தமும் திரும்பிவிட்டன... நானும்தான் சோமனை விசாரிக்கப்போய், எத்தனை ஊர்களில், எத்தனை கைமணங்களில், எத்தனை கோப்பைத் தேநீர் குடித்திருப்பேன் என்கிறாய்!...

அவரு நாடகத்தைப் பாக்க தினசரி நீங்களும் போவீங்களோ!

போகாமெ? ஏங்க, எங்கிட்டெங்கிட்டிருந்தோ சனம் அவரு வேசங்கட்டுறதெப் பாக்க ஓடியாருது; கூடவே இருக்குறவளுக்கு என்னா கொள்ளெ. ஆனா, ஒண்ணுங்க, மேடையிலெ அவரு ராசபார்ட்டுக் கட்டும்போது அம்புட்டு ஆசையா இருக்கும். கூட நடிக்கிற ஸ்திரீபார்ட்டுக எடத்துலெ என்னைய வச்சுப் பாத்துக்கிருவேன். கெறக்கமா இருக்கும். அதே, வீட்டுக்கு வந்தா அவருகிட்டப் போகவே பயம்மா இருக்கும். அதெ என்னான்னு சொல்றது! இப்ப, இத்தனெ வருசம் களிச்சு ரோசிச்சுப் பாத்தா, நான் ஆசெப்பட்டது அர்ச்சுனனையும், முருகனையும், கோவலனையும் பாத்துத்தேன். ஆனாக்கெ, குடுத்தனம் நடத்த வாச்சது, வேசத்தைக் கலைச்சுப் போட்ட ஆளோட. ஆமா, அப்பிடித்தானே? அல்லும் பகலுமில்லே அவரோட இருந்தன்?

சட்டென்று அவர் சொல்லிவந்தவற்றின் த்வனியில் ரகசியமாய் ஒரு மாற்றம் ஏற்பட்டுவிட்டதை உணர்ந்தேன். சோமனின் அந்தரங்க வாழ்க்கையில், ஒரு புது அத்தியாயம் என் முன்னால் மலரவிருக்கிறது என்று தோன்றியது... உள்ளுணர்வு பெரும்பாலும் பொய் சொல்வதில்லை கிஷ்ணையா!

...நாடகம் முடிஞ்சு திரும்புறம். கொட்டகைக்கிப் போறதுக்கு முன்னயே சமைச்சு வச்சிருந்தனா, எல்லாத்தையும் சூடுபண்ணிப் போட்டேன். நல்லா திருப்தியாச் சாப்புட்டாரு. நான் ஆக்குப்பொறையிலெதான் படுத்துக்கிர்றது. அவரு, முன்ரூம்புலெ மெத்தெ விரிச்சுப் படுப்பாரு. அன்னைக்கி நான் சாப்புட்டு முடிக்கிற வரைக்கி, ஹால் விளக்கு அணையலே. பாத்தரச் சத்தம் ஓஞ்சு, நான் படுத்தபெறகு, லேசாச் செருமுனாரு.

அலமு...

ஐயோ, அந்தக் கொரலையும், அதுலெ இருந்த வாச்சல்லியத்தையும் இன்னைக்கி நெனச்சாலும், மயிர்க்கூச்சமாகுது. போனேன். ஒக்காரச் சொன்னாரு. மெத்தைக்கி வெளியே உக்காந்தேன். பக்கத்துலெ கையைத் தட்டிக் காட்டுனாரு. நான் நகரலே. ஒரு நிமுசந்தேன், வெளிப்படையாக் கேட்டுட்டாரு:

> *ங்யாரு புள்ளே, எனக்கெல்லாம் மொறெப்படி கலியாணம் ஆகும், என்னய நம்பி ஒர்த்தி வருவான்னு தோணலே. ஒன் நெலமெ இன்னம் மோசம். ஒரே வீட்டுலெ இருக்கோம், ஒண்ணுமண்ணாச் சமைச்சுச் சாப்புடுறோம். நம்மளைப் பத்தி ஊரு என்னா பேசுதுன்னு ஒனக்குத் தெரியுமா?*

எனக்கு அரசபொரசலாத் தெரியும். ஏன், எங்க லேனாவே சாடெமாடையா எம்புட்டுத் தரவெ சொல்லீருக்யான்?

> *ஆத்தா போனதுக்கப்பறம் நீ அந்தாளோடெ இருக்குறது சரியில்லத்தா...*

வாஸ்தவம். ஆனா, எனக்குப் போக்கெடம்? சரி, அண்ணங்காரனா லச்சணமா நீ என்னைய வச்சுப் பராமரிக்கிறயா? மாப்புளெ பாக்குறயா? சீர்செனத்தி குடுத்துக் கட்டி வய்க்கிறியா?ன்னு மனசுக்குள்றெ கேட்டுக்கிட்டே இருப்பேன். ஆனாக்கெ, வாயெத் தொறக்க மாட்டேன். அபலைக்கி புத்தி சொல்லுறதுன்னா

எல்லாப் பயலும் ஓடியாந்துருவான். இதே பணப் பொட்டியெத் தெறக்கோணும்ன்னா வாயயும் கையையும் இறுக்க மூடிக்கிருவான்...

ஆச்சா, இவரு கேக்குறாரு. நான் தலையாட்டுனேன்.

ஒங்க லேனாகிட்டே நானே பேசுறேன். நீ எனக்குப் பொஞ் சாதியா இருந்துர்றியா?

ஆத்தாடி. என்னா கேள்வி என்னா கேள்வி. எனக்கு சிலுத்துப்போச்சு. ஆனா, எசகேடா அந்த விசயாம்பா[22] வேறெ இருக்குறாளேன்னு ஒரு தயக்கம். என் மனசு என் சாமிக்குத் தெரியாதா?

அவளெ நெனச்சுக் கவலெப்படாதே. அவளாத்தான் என்மேலெ விளுந்து புடுங்குறா. எனக்கு அப்பிடியொரு அபிப்பிராயம் சுத்தமா இல்லே. நம்ம தொளிலுக்கு பொம்பளெ சாவாசம் என்னா புதுசா. நீ என்னா சொல்றேங்குறதுதான் எனக்கு முக்கியம்...

என் கையைப் பிடிச்சு, தன்னோடெ கைக்குள்ளாறெ பொத்தி வச்சுக்கிட்டாரு.

ஒன்னைய என் உள்ளங்கையிலெ வச்சுத் தாங்குவேன்.

நீங்க எப்பிடிச் சொன்னாலும் சரி.

ன்னு மொனங்கினேன்.

எந்திரி.

ன்னு சொல்லி, வேகமா எந்திரிச்சாரு. சொவத்துலெ குன்னக்குடி முருகன் படம் மாட்டி, அதுக்குக் கீழெ இருக்குற சின்ன மாடத்துலெ பித்தளை விளக்கு வைச்சிருப்பேன். அதெ ஏத்தச் சொன்னாரு. என் நெத்தியிலெ குங்குமம் வச்சாரு. நான் கால்லெ விளுந்து கும்புட்டேன். அத்தனெ வெரசா, அம்புட்டுச் சுருக்கமா ஒரு கலியாணம் எந்தச் சமுகத்துலெயும் நடந்துருக்காது! (மந்திரத்தால் மலரும் பூ மாதிரி, சட்டென்று அகலமானது அலமேலு அம்மாளின் முகம்!)

---

22 இந்தப் பெயரை மகாமுனி சொல்லும்போதே கேட்டிருந்தேன் என்பதால், யார் என்று நான் விசாரிக்கவில்லை. இவன் கேட்கவில்லையே என்று அந்த அம்மாளும் ஆச்சரியப்படவில்லை - எவ்வளவோ பேரைப் பார்த்து விட்டு வந்திருக்கிறான்; முன்னமே தெரிந்துவைத்திருப்பான் என்று நினைத்திருக்கலாம்.

பெறகென்னா, கலியாணம் முடிஞ்சிருச்சுன்னா அடுத்தடுத்த வேலையைப் பாக்க வேண்டியதுதானே! (அந்த அம்மாளின் முகத்தில் வசீகரமாக வெட்கம் படிந்தது. வெள்ளை முகங்கள் சிவப்பாக மாறி வெட்கத்தைத் தெரிவிக்கும் அல்லவா! கறுப்பு முகங்களுக்கு அந்த வாய்ப்பு இல்லாததால் போலும், அபூர்வமான அழகும் பொலிவும் சேர்ந்து விடுகிறது - என்று கண்டுபிடித்தேன்!)

என்னாதேன் சாமி முன்னாடி நடந்தாலும், திருட்டுக் கலியாணம் திருட்டுக் கலியாணம்தானே! எங்க ரெண்டு பேத்துக்கு மட்டுந்தேன் தெரியும். இந்தா நீங்க மூணாவது ஆளு. என்னமோ, இத்தனெ நாக் களிச்சு, ஒங்ககிட்டெ அதைச் சொல்லீறணும்ன்னு தோணுச்சு. யாரு கண்டா! அச்சு அசலு அவரு சாடையாவே இருக்கீகல்ல, அதுனாலகூட இருக்கும்... (என் முகத்தை உறுத்துப் பார்த்தார் - சற்று அதிகமாகவே, எனக்கு உள்ளூரக் கூசும் அளவுக்கு!)

என்ன ஒண்ணு, ஊரெவுட்டும் நாடகத்தெவுட்டும் போகும்போது, அந்த நாயுருவியும் ஒட்டிக்கிட்டு வரத்தேன் செஞ்சுச்சு. ஆனாக்கெ, நாங்க இருந்த வீட்டுப்பக்கம் அதெ அண்டவிடலெயே இந்த மனுசன்!...

நான் குடித்துவைத்த காலித் தம்ளரை எடுத்துக்கொண்டு உள்ளே போனார். இன்னொரு இடைவேளை தேவைப்பட்டதோ என்னவோ. ஆனால், எனக்கு நிச்சயம் ஒரு பெருமூச்சு தேவைப்பட்டது.

வாசல் மரத்தடிக்குச் சென்று, பைப் பற்றவைத்துக்கொண்டு நின்றேன். சில வருடங்களாவது அவருடன் வாழ்ந்திருப்பார். குழந்தைப் பேறு இருந்ததா என்று கேட்க வேண்டும். பின்னே, இன்னொரு ஒற்றுமை தெரியவர வாய்ப்பிருக்கிறதே. ஆனால், அது இந்த அம்மாளின் பிரச்சனையாய் இருந்துவிட்டால்?

அப்போது எனக்குத் தெரியாது கிஷ்ணையா, பிற்பாடு அந்த மூக்கரை ஜோசியனைப் பார்க்கப் போவேன், என் பிரிய கிஷ்ணையாவையும் கூட்டிக்கொண்டு போவேன் என்று யாருக்குத் தெரியும்!

அந்த அம்மாள் திரும்பி வந்து பழைய இடத்திலேயே உட்கார்ந்து பெருமூச்சு விடும் ஒலி கேட்டது.

அம்புட்டுத்தாங்க, புருசம்பொஞ்சாதியாவே வாள ஆரமிச்சுட்டம். எல்லாருக்கும் தெரிஞ்சிருச்சுன்னு ஒருக்கா தோணும். இல்லே, யாருக்குமே தெரியாதுன்னு மறுக்கா தோணும். எப்பிடியோ, மனுச ஒடம்புதானே. வேண்டித்தேன் இருந்துச்சு. எங்க லேனாவுக்குத் தெரிஞ்சுச்சோ இல்லையோ, அந்த விசயாம்பாவுக்குத் தெரியாமெ இருந்திருக்காதுன்னுதேன் தோணுது.

அந்தப் பொம்பளெ என்னெப் பாத்த பார்வையிலெ புதுசா ஒரு கடுப்பு சேந்துக்கிருச்சு. நெசம்மா அவளுக்கு இவர் வாள்க்கையிலே என்னா எடம்ன்னு இன்னைக்கிவரைக்கும் என்னால புரிஞ்சுக்க முடியலெங்க சாரு. நம்ம கூறு அம்புட்டுத்தேன். ஆனா, ரெண்டு விசயம் சொல்லணும்.

பட்டணத்துக்குப் போறேன், சினிமாவுலெ நடிக்கப்போறேன்ன்னு இவரு நாடகக் கம்பேனியெ விட்டு வெலகும்போது, அந்தப் பொம்பளையும் கூட வரத்தேன் செஞ்சா. ஆனா, எங்ககூட இருக்கல்லே. தனியா வீடுபிடிச்சுக் குடியிருந்தா. இவருகிட்டெக் கேட்டுக்கிற மாட்டேன்னு வையிங்க. கண்டதுகடியதெ நாமளா ஊகம் பண்ணி, அவரு ஆமான்னு சொல்லீட்டாருன்னா? வீதியோட போற விருதுபட்டிச் சனியனெ வீட்டுவரைக்கும் வந்துட்டுப் போன்னு சொன்னாப்புல ஆயிராது?

இன்னோண்ணு, எனக்கு இப்பிடியொரு வீடு வாங்கிவச்சு, எம்பேர்லெ ரிசிஸ்தர் பண்ணுன மாதிரி, அந்தப் பொம்பளெக்கி ஏதும் ஏற்பாடு பண்ணுனாரான்னும் தெரியலே...

கூடவே இருக்குறவளுக்கு ஏன் இப்பிடியொரு ஏற்பாடு பண்ணுனாருன்னும் நெனைச்சுநெனச்சு மருகியிருக்கேன். அப்பன்னா, உள்ளூர நீ திட்டம் போட்டுக்கிட்டேதானே இருந்துருக்கே? நாந்தேன் கூதரையாட்டம் நீ இளுத்த இளுப்புக்கெல்லாம் வந்துக் கிட்ருந்தன்...

லேசாகக் கண்கலங்கினார் என்று தோன்றியது. அது என்ன மாயமோ, ஊறிய கண்ணீரைத் தானே உறிஞ்சிக்கொண்டன அந்த விழிகள். தனக்குள் அமிழ்ந்து மௌனமாகிவிட்டவரை உசுப்ப வேண்டும் என்று தோன்றியது...

அவரு காணாமெப் போவாருன்னு துளிகூட சந்தேகமில்லையா உங்களுக்கு?

அம்புட்டுப் பிரியமா இருந்த மனுசனெ சந்தேகப்படுறதுக்கு நமக்கென்னா மருக்கோளியா பிடிச்சிருந்துச்சு?

அதுவுஞ் சரிதான். ஆமா, நீங்க குழந்தை பெத்துக்கலையா? அவரு சம்மதிக்கலையோ?

அந்த அம்மாள் முகம் சட்டென்று மாறியது. உரிமையில்லாத கேள்வியைக் கேட்டு விட்டேன், அத்துமீறிவிட்டேன் என்று ஒரு கணம் அதிர்ந்தேன். ஆனால், அதேவேகத்தில் பழைய முகத்துக்கு மீண்டவர், சகஜமான குரலில் சொன்னார்:

ஆத்தாடி. அதெல்லாம் அவரெ ஒரு குத்தமும் சொல்ல முடியாது. நமக்குக் குடுப்பினெ இல்லெ. அம்புட்டுத்தேன். நாம்ப கையிலெ என்னாங்க இருக்கு? அந்தக் குன்னக்குடியான் வரங்குடுத்தாத்தானே?

மத்தபடி பிரியமாத்தான் இருந்தார், என்ன!

பின்னே, பகல் முளுக்க யாரோ மாதிரி நடந்துக்கிருவம். ராத்திரியிலே புருசம் பொஞ்சாதியா மாறீருவம்! நாடகக்கார்ரு குடும்பமில்லே, நடிக்கிறதுக்குக் கேக்கவா வேணும்!

சிரித்துக்கொண்டார். திடீரென்று வேகமாய்ச் சொன்னார்:

விடுங்க. இம்புட்டெயும் சொல்லீட்டன். அதெ மட்டும் பாக்கி வப்பானேன்.

ஏதோ பெரிய விஷயம் சொல்லப்போகிறார் என்று மனம் சுதாரித்தது. ஒன்றல்ல, இரண்டு விஷயங்கள் சொன்னார்:

பிரியமா இருப்பாரான்னு கேட்டியளே. ஸ்திரீ பார்ட்டு போடுறன்னைக்கி ஆளே வேறெ மாதிரி ஆயிருவாரு. மிருகம் மாதிரி மேலெ வுளுந்து பிடுங்கி, ஒரே சித்துரவதெதேன். போகாத வளிக்கெல்லாம் போகப் பாப்பாரு. மூச்சு முட்டிப்போகும் நமக்கு...

அப்போது அவர் முகத்தில் இருந்த பாவத்தை வரையறுக்கவே முடியாது - கூச்சமா, விகாரமா, வாய்தவறிச் சொல்லிவிட்டோமே என்ற வெட்கமா, வேதனையா...

> இன்னோண்ணும் சொல்லிர்றேன். புதூசா ஒரு பையன் கம்பேனிக்கி வந்தான். நல்ல துடிப்பான பய. செவேல்ன்னு பொம்பளெ கணக்கா இருப்பான். அவன்கூட நம்மாளுக்கு நாயமில்லாத நெருக்கம் இருந்துச்சுன்னு ஒரு பேச்சு உண்டு. ஆனா, நாங்க பட்டணத்துக்குப் போனப்ப, அவன் கம்பேனியிலேயெ இருந்துக்கிட்டான். அங்கிணெயேதேன் இருந்தானோ, நாடகத்தெவுட்டே போயிட்டானோ, யாருக்குத் தெரியும்...

இதற்கப்புறம் அவர் சொன்ன வாக்கியம்தான் இதுவரை பேசியதிலேயே உச்சமானது என்று சொல்வேன் கிஷ்ணையா. பிற்பாடு சீனிவாச ராவ் புத்தகத்தைப் படித்தபோது, மேலே சொன்ன எல்லாம் ஞாபகம் வந்தது இருக்கட்டும்; அலமேலு அம்மாள் உதிர்த்தது, ராவுடைய மனோசாஸ்திர அறிவுக்கு இணையான வாக்கியம் என்று எனக்குப் பட்டது:

> ஸ்திரீ பார்ட் போட்டன்னைக்கி, தான் பொம்பளெ இல்லேன்னு ரூபிக்கணும்; சரிதேன். ராசபார்ட் போட்டன்னைக்கி எதுக்கு ரூபிக்கணும். நீ ஏற்கனவே ஆம்பளைதானே!

> யாத்தாடி. அம்புட்டையும் வெளியெ கொட்டிப்பிட்டேன். இன்னமே நேரங்காலந் தெரியாமெ யாவுகம் வந்து என்னையப் படுத்தமாட்டாரு அந்த மனுசன்... ஒங்ககிட்டெச் சொல்லி முடிச்சவொடனே, இம்புட்டு நாளும் நெனைப்புகள்லெ சிக்கிச் சீரளிஞ்ச அலமேலு செத்தே போயிட்டா சாரு. அந்தாளு, அவரு சம்பந்தமா இருந்த யாவுகம், மான அவமானம் எல்லாத்தையும் மொத்தமா மூட்டெகட்டி வெளிய தூக்கிப் போட்டுப்புட்ட மாதிரி இருக்கு. இன்னமேட்டு நிம்மதியாத் தூங்கீருவேன்னு தோணுது. அட, கையெல்லாம் குமிச்சு வணக்கம் வைக்காதீங்க, நாயமாச் சொன்னா, நாந்தேன் ஒங்களுக்கு நன்னி சொல்லணும்...

சற்று இடைவெளி விட்டார். அதை நிரப்ப முயல்வதுபோல ஆழ்ந்த பெருமூச்சு ஒன்று வெளியேறியது. ஏதோ நினைவு ஊறி, அதைத் தாமே நிராகரிக்கிறவர் மாதிரி, தலையை இடவலமாக ஆட்டினார்.

சாப்புடுங்கன்னு ஒரு வார்த்தெ சொல்லீருவேன். இன்னைக்கி வெறுஞ் சும்மாக் கொளம்பும் வத்தலுந்தேன். ஒத்தக்கட்டெதானே, நாக்கு விறுவிறுக்குற அன்னைக்கித்தான் வக்கணையாச் சமைச்சுக்கிர்றது...

என்று தலைகுனிந்து சொன்னவர், சட்டென்று நிமிர்ந்து,

மறந்துட்டீக போலயே. லேனா விலாசம் தரட்டுமா. ஒரெட்டுப் போயி அவனையும் பாக்குறதுன்னாப் பாத்துருங்க. பக்கத்துலெதான் எங்க அம்மான் வீடு இருக்கு. இருங்க, போயி விலாசம் வாங்கியாறேன். நாந்தேன் வாங்கிக் குடுத்தேன்னு சொல்லீறாதீக. எங்களுக்குள்ளெ மொகமுளி அத்துப் போயே ரெம்ப வருசமாச்சு... என்னையப் பாத்தேன்னே சொல்லிக்கிற வேணாம். அப்பறம் பேசமாட்டேன்னு வைராக்கியமாச் சொன்னாலும் சொல்லீருவான்...

அபத்தமாய் ஒரு கேள்வி கேட்டேன்:

அவரோடெ ஒங்களுக்கு என்ன தாவா?

அதெல்லாம் ஒண்ணுமில்லேங்க. சுவீகாரம் போன எடத்திலே ஒனக்குத்தான் ஏகப்பட்ட சொத்தெ எளுதி வச்சுருக்காகளே. ஒரு பொட்டச்சிக்கிக் கால்வயித்துக் கஞ்சி உத்தரவாதமாக் கெடைக்கிறதுலெ ஒனக்கென்னா அம்புட்டுப் போறாமெ? பொம்பளையாப் பொறந்தாலே ஒங்களெ அண்டித்தான் வாழோணுமா? அதென்னா புத்தி... ஊர்பூரா என்னெப் பத்திக் கேவலமாப் பேசிக்கிட்டு அலையுறே? ஒன்னைய மாதிரி லோலாயியா நானு? ஒருத்தனுக்கு நீட்டுன களுத்தெ மத்தவனுக்குக் காட்டவாச்சும் நெனைச்சிருப்பனா? ஒன் வண்டவாளத்தெ அவுத்துவுடட்டுமா? தாங்குவயா?...

இத்தனைநேரம் இருந்த சாந்தம் முழுக்கக் கலைந்து, கண்கள் பிதுங்கி, வேறொரு பெண்ணாகக் காட்சி தந்தார். பார்க்கிறவர்களுக்கு, என்மீதுதான் அவருக்கு ஏதோ கோபம் என்றுகூடப் பட்டிருக்கும்!

இனிப் பேசுவதற்கு ஏதும் இல்லை என்கிற மாதிரி எழுந்தார். குறிப்பறிந்து நானும் எழுந்து வணக்கம் சொன்னேன்.

பிரத்தியேகக் கனவுலகிலிருந்து பறித்து, தம்மைத் தரையில் எறிந்தவனை, காரேறும்வரை பார்த்துக்கொண்டு நிற்கவேண்டுமென்று

அவருக்கென்ன தலையெழுத்தா? கடைசிப் படியை நீங்கி மண் தரையில் கால்வைக்கும்போதே, முதுகுப்புறம் டமாலென்று மரக்கதவைச் சாத்தும் ஓசை கேட்டது.

திரும்பும்போது, அந்தப் பிரதேசத்தில் மண்டியிருந்த உச்சிவெயிலும் கருவேலஞ் செடிகளும் ஏனோ, கடுமையான மனத்தொய்வை அளித்தன. அந்த வேளையிலும், ஓரிருவர் குந்தியிருந்தனர். கார் வருவதைப் பார்த்து அவசரமாய் எழுந்து நின்றனர்.

வெகுதூரம் வந்தபிறகு, சாலையோரப் புதர்கள் நடுவில் உயர்ந்திருந்த செடியில் இளமஞ்சள் நிறப் பூக்கள் கவனத்தை ஈர்த்தன. வெயிலைக் குடித்து அவை தாகம் தணித்துக்கொள்கின்றன; தொட்டால் சுடக்கூடும் என்கிற மாதிரி பிரமை தட்டியது.

குதுகுதுவென்ற யந்திரச் சப்தத்தைப் பின்னணியாய்க் கொண்டு, அகல வாய் கொண்ட குழாயிலிருந்து தண்ணீர் பாய்ந்தது. நுரைபொங்கும் நீர்த்தாரையின் வெண்ணிறத்தைக் கண்டதும், அடிமனத்திலிருந்து பீறிப்பீறி வந்தவாறிருந்த, காரணம் புரியாத துக்கம் சட்டென்று அடங்கியமாதிரி உணர்ந்தேன்.

ஒரு திடீர்த் தீர்மானமாக, அந்த லெட்சுமணனையும் பார்த்து விடலாமே என்று தோன்றியது. வண்டியைக் காரைக்குடிக்கு விடச் சொன்னேன்.[23]

---

23 திரு.லெட்சுமணன் பற்றி நேரில் என்னிடம் சொன்னதன் தொடர்ச்சியாகத்தான், திருமதி. அலமேலு பற்றிக் கேஸட்டில் பதிவு செய்திருக்கிறார் மாமா. ஒருவேளை, திரு. லெட்சுமணனைப் பற்றிப் பேசியதாலேயே இது நினைவு வந்திருக்க வேண்டும். ஆனால், இரண்டு சந்திப்புகளிலும் உள்ளூர இருப்பதாய் நான் உணரும் அடியோட்டத்தை ஒட்டி, அத்தியாயங்களை முன்பின்னாய் மாற்றியிருக்கிறேன். ஆமாம், நிஜத்தில் நடந்திருப்பதாக நான் நம்பும் வரிசையிலேயே இவற்றை அமைத்திருக்கிறேன்.

லட்சுமணன்

அளவில் சற்றுப் பெரிய வீடு அது. பழைய கால வீடு. உயரமான விதானம். பழங்காலக் கூரை விசிறி ஆர்வமோ சுதாரிப்போ இல்லாமல் சுற்றிக்கொண்டிருந்தது. நிமிடத்துக்கொரு தடவை கடகடத்து, எதன்மீதோ தன் அதிருப்தியைத் தெரிவிக்கவும் செய்தது. வெளிப்புறத்திலிருந்த செம்பருத்திச் செடி, ஜன்னல்வழியே எட்டிப்பார்த்து வம்பு கேட்டது. அதன் உச்சியில் இருந்த ரத்தச் சிவப்புப் பூக்கள் இரண்டு, கண்கள் போலவே உற்றுப் பார்த்தன. நேரம் ஆக ஆக, கண்களின் அகலம் அதிகரித்த மாதிரிப் பட்டது. ஆமாம், செம்பருத்தி சும்மா கேட்டுக்கொண்டிருக்கவில்லை - மனப்பூர்வமாக எங்கள் உரையாடலில் தோய்ந்திருந்தது.

நடுத்தரக் குடும்பக் கல்யாணத்தை நடத்துமளவு விஸ்தாரமான அந்த மைய அறையில், புலப்படாத இன்னொரு வியக்தியும் நாங்கள் பேசுவதை ஆர்வமாய்க் கேட்டுக்கொண்டிருந்த மாதிரி உணர்ந்தேன். அதுகுறித்துத் திகைப்பேதும் எனக்குள் எழவில்லை என்பதை இப்போது நினைத்தால் ஆச்சரியமாய் இருக்கிறது. தனியர்களோடு நேரும் சந்திப்புகளில், சூட்சுமமான இன்னொரு ஆளுமையாக நடுவில் வந்து அமரும் தனிமைக்கு என் மனம் அவ்வளவு பழகியிருந்ததோ என்னவோ.

நான்குபுறச் சுவர்களிலும் முருகனே நிரம்பியிருந்தார். பன்னிரு கைகளுடன், இரண்டே கைகளுடன், இரண்டு மனைவியருடன், யாருமின்றித் தனித்து, தாய் - தந்தை, கையில் ஞானப்பழம் ஏந்திய தமையன் சகிதமாக, சூரனின் உடலில் வேல் பாய்ச்சிய கோலத்தில், மயில்மேல் கம்பீரமாய் அமர்ந்து, கோவணாண்டியாய் நின்று எனப்

பலவிதமான தோற்றங்களில் காட்சி தந்தார். திரு.லெட்சுமணனின் வாக்கிலும் அடிக்கொருக்கத் தலைகாட்டிக்கொண்டிருந்தார்.

உண்மையில், தாம் சொல்வதெல்லாம் உண்மையன்றி வேறில்லை என்பதை எனக்கு வலியுறுத்துவதற்காக அவர் அடிக்கடி முருகனை அழைத்தாரோ என்றுகூடத் தோன்றியது - ஓரிரு விஷயங்களை மாற்றியோ, பிசகாகவோ சொல்லியிருந்தாலும் நான் தவறாக எடுத்துக்கொள்ள மாட்டேன்; எதிரெதிரான இரண்டு செய்திகளைக் கேள்விப்படும்போது, யார் சொல்வது நிஜம் என்பதை எப்படி அளப்பது? மூல வடிவத்துக்கு முரணாக இல்லாதவரை, அப்படியொரு தரப்பும் இருக்க வாய்ப்புண்டு என்றுதானே என் போலீஸ் மூளை கருதும்!

தவிர, இவ்வளவு தூரம் தேடி வந்திருப்பது இயல்பான ஆவலால்தான், குற்ற விசாரணைக்காக அல்ல என்று ஆரம்பத்திலேயே அவரிடம் அழுத்திச் சொல்லியிருக்கலாமோ என்று பின்னாட்களில் தோன்றியிருக்கிறது!...

ஈஸிச்சேரில் சாவதானமாகச் சாய்ந்திருந்த லெட்சுமணன் ஒருகாலத்தில், வசீகரமானவராய் இருந்திருப்பார். உள்ளடங்கிய பற்கள், நிதானமான புன்சிரிப்பு, உதிர்ந்து விழுவதுபோலப் புடைத்த விழிகள், கிட்டத்தட்ட நடு மண்டைவரை வழுக்கை ஏறி பரந்த திடலாகத் தென்பட்ட நெற்றி, பேசும்போது அதில் சுருக்கமிட்ட வரிகளைத் துருத்திக் காட்டும் விபூதிப் பட்டை, சற்றே உருண்ட குடமிளகாய் நாசி, அதைத்த கன்னங்கள், பளிங்குபோல மழித்த மேலுதடும் தாவாங்கட்டையும், மழித்த தடத்தின் பச்சை தெரியுமளவு நிறம், மிதமான சதைப்பூச்சுள்ள உடம்பு. பின்னந்தலை பாகவதர் முடி அடர்த்தியாய்த் தொங்கியது - ஒரு காலத்திய நாடக நடிகர் என்பதற்குச் சான்றுபோல. வீட்டில் இருக்கும்போதும் குர்த்தா அணிந்திருந்தார் என்பது இன்னொரு சான்று.

மூன்றாவது சான்று இன்னமும் வசீகரமானது. பேச்சில் இடைவெளி விழும் நேரங்களில்,

> கந்தன்... கருணைபுரியும் வடிவேல்...

என்றோ,

> முருகனின் மறுபெயர் அழகு...

என்றோ உரத்து முனகுவார். ஒருவேளை, பாராட்டாக இரண்டு வார்த்தைகள் சொல்லி,

முழுசாக ஒரு பாட்டுப் பாடுங்களேன்...

என்று நான் கேட்கவேண்டும் என்று விரும்பினாரோ என்று பிற்பாடு தோன்றியிருக்கிறது. மதியச் சாப்பாட்டு வேளையில் அவசரப்பட்டு வந்துவிட்டோமோ என்று ஐயம் கூட்டும் வயிற்றுடன் உட்கார்ந்து பாட்டுக்கேட்க முடியுமா என்ன.

அலமேலு அம்மாள் போலப் படபடவென்று பேசவில்லை இவர். இத்தனை விஸ்தாரமாக அவர் தோற்றத்தை வர்ணிக்கிறேனே, அவ்வளவு அவகாசம் இருந்தது அவருடைய வாக்கியங்களுக்கு இடையே; அவரைத் துல்லியமாக வேடிக்கை பார்க்குமளவு. தன்னை இப்படி ஒருத்தன் உறுத்துப் பார்க்கிறானே என்ற தயக்கமோ, கூசும் பாவனையோ அவரிடம் இல்லை. பல்லாயிரம் ஜோடிக் கண்கள் உற்றுப்பார்ப்பதைப் பழகிய மனம்தானே. ஆமாம், அவர் நிச்சிந்தையாய் இருந்தமாதிரித்தான் தென்பட்டது; நாடக நடிகர் என்பதற்கு மேலுமொரு சான்று.

அந்தாளெ யாவுகம் வச்சு சாரிச்சு வர்றதுக்கு ஆளுக இருக்காகன்றதுலெ எனக்குப் பெரிய ஆச்சிரியம் எவுதுமில்லேங்க. தண்ணியிலெ அமுக்கின பந்து மாதிரி எந்திரிச்சு வரக்கூடியவன்தான் அவென். கூட இருந்தவனும் மறக்க மாட்டான். அவனைப் பத்தி ஒரு சொல்லு கேள்விப்பட்டவனும் சும்மா விடமாட்டான். என்னையே எடுத்துக்கங்களேன், அவனோட வாலு மாதிரி, அவம் போன கம்பேனிக்கெல்லாம் கூடவே போய்க்கிட்ருந்தனா இல்லியா!

என்னா, அவன் சினிமாவுக்குள்ளாறெ போனப்ப மட்டும் நான் பின்னாடி ஒதுங்கிக்கிட்டேன். படம் புடிக்கப் படம்புடிக்க ஆயுசு கொறெஞ்சிக்கிட்டே வரும்ன்னு சொல்வாங்களா இல்லியா. சோமன் விசயத்திலே அது நெசமாயிருச்சு பாருங்க; இந்தா ஒங்ககூட ஒக்காந்து பேசுறதுக்கு நான் இருக்கனால்லியா...

அவன் விசயத்திலெ, தீராத வருத்தமொண்ணு இருக்கு. இன்னங்கொஞ்ச நாளு, இன்னங்கொஞ்சங் கூறோட இருந்து, கூட இருக்குறவுககிட்டே இன்னங்கொஞ்சம் அனுசரணையா

இருந்துருந்தான்னு வைங்க, எங்கியோ போயிருப்பான். சுளி விடணுமில்லெ.

ஆனா, அவனெச் சொல்லியும் குத்தமில்லே - இந்தா எனக்கெல்லாம், போதும்ன்னு தோணுனவொடனே திரும்புறதுக்கு ஒரு ஊர் இருந்துச்சு. சுவீகாரம் வந்த குடும்பத்தோடெ பரம்பரெச் சொத்து இருந்துச்சு. ஆதரவா ரெண்டு வார்த்தெ கேக்க அப்பிச்சியும் ஆத்தாவும் இருந்தாக. கலியாணம் கட்டலேன்றதெத் தவுத்து எனக்கென்னா கொறச்சலு, சொல்லுங்க. சோமனெ மாதிரி போக்கெடம் இல்லாதவன் எங்குட்டுப் போவான்? முருகா, என்னப்பனே...

வாசலில் யாரோ வந்து நின்றார்கள் போல. கழுத்தை வளைத்துத் திரும்பிப் பார்ப்பது உசிதமாய் இருக்காது என்று நினைத்தேன். ஆனால், அவருடைய பார்வையை மறைத்து அமர்ந்திருந்தேன் என்பதால், அவர் எட்டிப் பார்க்குமளவு உடம்பை ஒதுக்கிக் கொண்டேன்.

> என்னா, தங்கப்பாண்டி, இன்னைக்கித்தான் மூர்த்தம் பாத்தியாக்கும். விருந்தாடி வந்துருக்காக. நாளெ நாளெப்பின்னே வா.

என்றவர், திடீரென்று நினைவு வந்தவர் மாதிரி,

> இரப்பா. இரு. நம்ம சீனாதானா கடையிலெ ரெண்டு கலர் வாங்கிக் குடுத்துட்டுப் போ.

என்று எழுந்து, சுவரில் பதித்த அலமாரி அருகில் போனார். வாசலுக்குப் போய்ப் பணம் கொடுத்துவிட்டு வரும்வரை அவரையே பார்த்துக்கொண்டிருந்தேன். ஐம்பது வயது மதிக்க முடியாத உடல் வாகு. விசையான நடை. திரும்பிவந்து அமரும்போது,

> பின்னாடி ஏளெட்டுத் தென்னெ நிக்கிதில்லே. காய் பறிக்க வரச்சொல்லியிருந்தன். நாள் பாத்து இன்னைக்கி வந்து நிக்கிறான். பஜார்லெ நாலு கடை வாடகை வருது. அதுக்காக, இதுலெ வர்ற வருமானத்தெ எதுக்காக விடோணும்?...

என்றார். பின்னர், வாசலில் பதித்த கண்களை அகற்றாமல், நிதானமாகப் பேச ஆரம்பித்தார். ஒவ்வொரு சொல்லையும்

அளந்து அனுப்புகிறார் என்று எனக்குக் கடைசிவரை தோன்றிக்கொண்டிருந்தது...

சௌமிய நாராயணனா இருந்தவரைக்கும் குளப்பமில்லேங்க. சின்னச்சின்ன ஏங்கல்தாங்கல் இருந்தாலும், வண்டி அதும்பாட்டுக்கு ஓடிக்கிட்டுத்தான் இருந்துச்சு. எப்பொருக்க சோமன் ஆனானோ, அப்பலேர்ந்தே பிரச்சினை ஆரமிச்சிருச்சு. மொதல் பட டைரக்டருதான் பேரெ மாத்தி வச்சவரு. இதுலெ ஒரு வேடிக்கெ பாருங்க, சௌமியனே ந்யூமராலசிலே கெட்டிக்காரன்...

அவன் சாமானிய ஆளு இல்லேங்க. சனியம் புடிச்சவனுக்குத் தெரியாதது கிடையாது. அதுலயும் சினிமாவுக்குள்ளாறெ மொளைஞ்ச பெறகுட்டு, பட்ணத்திலேயே இருந்தானா, ஏகப்பட்ட வித்தைக கத்துக்கிட்டான்!

வேளெகெட்ட வேளையிலெ கஸரத் எடுப்பான். மரமேறப் போறவன் கணக்கா வேட்டியைத் தார்ப்பாய்ச்சிக்கிட்டு, வெத்து ஒடம்புலெ வேர்வை ஊத்த ஊத்த, தண்ணியள்ளுன பித்தளெக்கொடம் மாதிரி நிப்பான். ரெம்ப வருசமா பூசையிலெ இருந்த மூலவரு கணக்கா அத்தனெ திருத்தமா இருப்பான்.[24] என்ன, அவரு அட்டெக் கறுப்பா இருப்பாரு. இவென் பளிங்கு கணக்கா இருப்பான் - வடக்கத்திக் கோயில்கள்லெ இருக்கிற சாமி மாதிரி! ஒடம்புலெ அளுத்தம் புடிச்ச எடங்களெல்லாம் நல்லாப் பொடைச்சு, எறும்பு கடிச்சது மாதிரிச் செவந்து தெரியும்.

ஒருநா, விடியக்காலையிலெ வாசல்லெ சத்தம். பாத்தா, நல்ல ஓங்குதாங்கான குதுரெமேல உக்காந்திருக்யான். கடக்கரையிலேர்ந்து எங்க வீடு வரைக்கும் குதுரையிலேயே வந்துருந்தான். கூடவே, குதுரெக்காரென். அவன் இன்னோரு குதுரையிலெ. எங்களுக்கு தரிசனம் குடுத்துட்டு, வந்த வளியே திரும்புனாங்ய. குதுரெயோட அடிவகுத்திலெ இவன் சிமிட்டாக் குடுக்குறான். மத்தவன், 'சாமீ, சாமீ.

---

24 'அட, இதே உதாரணத்தை அலமேலு அம்மாளுக்கு உபயோகித்தாரே மாமா!' என்று இப்போது தோன்றுகிறது...

வெரட்டாதிய. மெரண்டுறப்போகுது. பைய... பைய...'ன்னு கெஞ்சுற சத்தம் கேக்குது... நம்மாளு வேகத்தெ யாராச்சும் கட்டுப்படுத்தீற முடியுமா! நாடகக்காரவுகல்லாம் வாயடச்சிப் பாத்துக்கிட்டு நின்னம். முருகா!

ராத்திரி மூணு மணிக்கி தம்பூராவெயோ, ஆர்மோனியத்தையோ வச்சிக்கிட்டு பாட ஆரமிப்பான். தூக்கம் கலஞ்சிருச்சேன்னு அக்கம்பக்கத்துலெ ஆவலாதி வராது. அப்பிடியொரு கந்தர்வ கானம். அவனவன் துட்டுக் குடுத்துல்ல கேக்க வாரான். ஓசியிலெ கிடைச்சாக் கசக்குமா! 'கோடையிலே இளைப்பாற்றி'ன்னு எடுத்தாம்ன்னா, கிட்டப்பாவே ஏங்கிப் போகணும். அப்பிடியொரு பாட்டு. பெத்த ஆத்தா தலெமாட்டுலெ ஒக்காந்து பாடுற மாதிரி வாஞ்செயான பாணி. கேட்டுக்கிட்டே ஒறங்கிப்போயிற மாட்டம்?

கேரளாக்கார ஆசான் ஒர்த்தருகிட்டெ வாள் பயிற்சி. அப்பிடியொரு சுத்து சுத்துவான். சிலம்பம் ஆடுவான்.

பரதம், வடக்கத்தி நாட்டியங்கன்னு பலவிதமான ஆட்டங்க.

நாடகக் கம்பேனியிலெ இருந்தப்ப, எங்களுக்கு சங்கீத வாத்தியார் ஒருத்தர் இருந்தாரு. ராமநாத சாஸ்திரின்னு பேரு. முத்துசாமி தீட்சிதர் வம்முசமுன்னு சொல்லிக்கிருவாரு. ரெம்ப ஆசாரம். சிஸ்யப் பிள்ளைக கையெட்டுற தூரத்திலெ தள்ளி ஒக்காந்துதான் பாடம் கேக்கணும். எல்லாரையும் ஒண்ணா ஒக்காத்தி சொல்லிக்குடுப்பாரு. ஒரே வாரம்தான். இவனுக்குத் தனியாப் பாடம் சொல்ல ஆரமிச்சுட்டாரு.

அண்ணாவியாரு கேட்டாரு: அதென்னா, அவன் மட்டும் ஒசத்தியா வாத்தியாரே? 'நாங்க எதுலெ கொறஞ்சு போனம்'ன்னு மத்தப் பயலுகளுக்குத் தோணீறாதா?

வாத்தியாரு தலெநிமுந்து சொன்னாரு: அதெப்பிடிங்க, குயிலுக்கும் கோளிக்குஞ்சுகளுக்கும் ஒண்ணாப் பாடம் சொல்ல முடியுமா! இவன் தேவாம்சம் உள்ளவன்ங்க. ஏக சந்த க்ராஹி.

அவன் இல்லாத நேரத்துலெ, நாங்களெல்லாம் பாடம் கேக்கும்போதுதான் இந்தப் பேச்சு நடந்துச்சு. எங்களுக்குத்

தெரியணும்ங்கிறதுக்காகவேகூட அவுக பேசியிருக்கலாம்... முருகா.

சௌமியனுக்கு ரேகெ பாக்கத் தெரியும். சாதகம் பாப்பான். இம்புட்டயும் எப்பக் கத்துக்குறான், யாருகிட்டெக் கத்துக்குறான்றதெல்லாம் மர்மம்தான். ஆனா, இன்னொண்ணையும் சொல்லணும், நமக்கு அதெல்லாம் தெரியாதா, அவன் சொல்றதுதான் வேதம். இம்புட்டுத் தெறமெ உள்ளவனுக்கு, புளுக மட்டும் தெரியாமயா போயிரும்! என்னா சொல்றீங்க!!... என்னப்பனே.

இன்னொண்ணு விட்டுப்புட்டனே, ஏளெட்டுப் பாசெ சர்வசாதாரணமாப் பேசுவான். எங்க கம்பெனியிலெ டெய்லரா ஒரு பாய் இருந்தாரு. அவருகிட்டெக் கத்துக்கிட்டானோ என்னமோ, ரெண்டுபேரும் உருதுலெ பேசிக்கிருவாங்க. வங்காளி கத்துக்கிறப் போறேன், வங்காளத்துலெ போயி நாடகம் நடிக்கப்போறேன்னு சொல்லிக்கிட்ருந்தான், கொஞ்ச நா.

திடீல்னு கதர் உடுத்த ஆரமிச்சான். ஜிகினாப் பளபளப்பு இல்லாமே நாடகத்துலெ குப்பெ கொட்ட முடியுமா? வைரமும் வைடூரியமுமா நகெ போட்டு ஜொலிக்கிற மஹாராஜா, இடுப்புத் துணியும் அங்கவஸ்திரமும் கதர்லதான் போடுவேன்னு பிடிவாதம் பிடிக்கலாமா! அப்பறம் மயானத்துலெ, பெத்த மகனெ எரிக்கிற வெட்டியானா நிக்கிற அரிச்சந்திரன்,

ஆடுவோமே பள்ளுப் பாடுவோமே
ஆனந்த சுதந்திரம் அடைந்துவிட்டோமென்று

ன்னு விஸ்தாரமாப் பாடுனா, ரசிகக் கூதறைக கைதட்டுவாக. மஃப்டியிலெ வந்துருக்குற போலீஸ்காரன் குறிப்பெடுக்க மாட்டானா. கம்பேனி மரியாதெ போயிறாது? ஒருத்தன் பிடிவாதத்தாலெ அம்புட்டுப் பேர் சோத்துலெயும் மண்ணு விளுந்துருமால்லியா?

மொத்தத்துலெ, இப்ப ரோசிச்சுப் பாத்தா, அடுத்தவென் நிம்மதியெக் கெடுத்ததெ யாருமே குத்தஞ் சொல்லலயேன்னு தோணுது. பின்னே, அவனெ வச்சுத்தானே கம்பேனி

வண்டி ஓடுச்சு: எல்லாவனும் வகுறு நெம்பச் சாப்புட்டம். ஆனா ஒண்ணு, அந்தப் பய என்னமோ ஒரு நிமுசம்கூட நிம்மதியில்லாமெ இருந்தான்னுதான் தோணுதுங்க.

பட்டணத்துக்குப்போனவன், முளுநேர சங்கீதக்காரனா மாறுனான். இவம் பேர் சொன்னாலே கொட்டகெ ரெம்ப ஆரமிச்சுச்சு. அதுலெயும் பாருங்க, தாளம் வாசிக்கிற பிள்ளெமார்ப் பய ஒர்த்தன், புதுக்கோட்டைக்காரன். அவனோடெ சேந்து தண்ணிப் பளக்கம் ஏற்பட்டுப் போச்சு. அவன் ஒர்த்தன், அப்பறம் ஒரு புளூட்டுக்காரப் பய. அவனும் எந்நேரமும் தண்ணியிலேயே கெடக்குறவந்தேன். அவிங்ய கெடுத்த கெடுவெ...

அதெவுட, யாரு கண்ணு பட்டுச்சோ, யாரு வச்ச செய்வினையோ, சினிமாக்காரங்ய பளக்கம் உண்டாச்சு. அவிங்ய பக்கம் இளுத்துக்கிட்டாங்ய... என்னப்பனே.

இன்னைக்கு ரோசிச்சாத் தோணுது, சினிமாவுக்குப் போனதுதான் அவன் வாள்க்கையெப் பொரட்டிப் போட்ருச்சு. பொம்பளெ சகவாசம், குடி ரெண்டுமே ரெம்ப சாஸ்தியாயிருச்சு; என்னமோ பண்ண வேண்டியவன், என்னத்தையோ பண்ணிக்கிட்ருக்கமேன்னு உள்ளூரப் புளுங்கினானோ என்னமோ.

என்னத்தெப் பண்ணுனா என்னங்க, திங்கக்கிளமெ செவ்வாயா ஆகணும். அப்பறம் புதன் வியாளன்னு போய்க்கிட்டே இருக்கணும். நாம என்னா எளவையுமே பண்ணாட்டாலும் அது ஓடத்தான் போகுது. ஒத்தச் சக்கர வண்டி. முன்னெ மட்டும்தான் போகும். சாஞ்சு விளுந்துறாமெப் போய்க்கிட்டே இருந்தாப் பத்தாது?

குர்த்தாப் பையிலிருந்து ஒரு பொடிடப்பாவை எடுத்தார். வலதுகையில் ஒரு சிட்டிகை அள்ளியவர், மறுபரிசீலனை செய்கிற மாதிரி, சின்முத்திரையைப் பிரிக்காமலே வாசலை வெறித்தார். ஓரிரு நிமிடங்கள் கடந்த பிறகு, புது வேகத்தோடு பொடியை உறிஞ்சினார். பார்த்துக்கொண்டிருந்த எனக்கே உச்சந்தலைக்குள் கமறியது - அப்படியொரு வேகம்!

ஒரு தபா, அவன் வீட்டுக்குப் போனேன். எங்க சொந்தக்காரப் பிள்ளெ - நீங்க அவளெக்கூடப் போயிப் பாக்கலாம்; இங்கெதான் பக்கத்துலெ இருக்கா. அலமேலுன்னு பேரு. ஓஹோன்னு இருந்த பரம்பரெ. தலை செரியில்லாததாலே, மண்ணுலெ பொரள்ற மாதிரி ஆயிருச்சு.

மண்வெட்டிக் கூலி தின்னலாச்சே - எங்கள்
வாள்வலியும் வேல்வலியும் போச்சே...[25]

என்னா, அந்தாளு இவளெ கவுரவமாக் கலியாணம் கட்டியிருக்கலாம். சேத்து வச்சிருந்தான். திதி குடுக்குறதுக்கு எள்ளையும் அரிசியையும் கலந்த மாதிரி, அப்பிடியொரு சோடி. ஆனா, நெறத்துலெதான் வித்தியாசம். உருவமும் லச்சணமும் எட்டுக்கண்ணு விட்டெரிக்கும்.

விடுங்க, நம்ம சாதிசனத்துலெ ஒரு மாப்பிளையப் பாத்துக் கட்டிவச்சிருவோம்ன்னுதேன் இருந்தன். அவசரப்பட்டுட்டா. ஆனா, நம்மாளுகள்லெ, பஞ்சப் பராரியா இருந்தாக்கூட, கலியாணம்ன்னு வந்துட்டா வருசையிலெ கொறை வய்க்க முடியாதே. பொண்ணுவீட்டுக்காரன் கோமணத்தெ அவுத்தாவது கொடி பறக்கவுடணும்ன்னுதானெ எதிர்பாப்பாங்ய.

அப்பறம், தலையெளுத்தெ யாராலெ மாத்த முடியும்.

---

25 திரு லட்சுமணன் போலவே பாடிக் காட்டினார் மாமா. கரட்டுப்பட்டியின் கோடை இரவுகளில், வீட்டெதிரில் உள்ள சிமெண்ட்டுக் களத்தில் கூடி, சின்னக்கா, அம்மா, சீதா மாமி என்று ஆளாளுக்குப் பாடுவார்கள். மற்ற வர்கள் தமிழில் ஸெமி-க்ளாஸிக்கல் வாசனையுள்ள தமிழ் சினிமாப் பாட்டுகள் பாட, மாமி எப்போதுமே மீரா, கபீர், சூர்தாஸ் பஜன்கள் பாடுவாள். மறக்காமல் அவற்றுக்கு அர்த்தமும் சொல்வாள். நிலா வெளிச்சத்தோடு என்னுள் நிரந்தரமாய்ப் பதிந்திருக்கும் அந்தக் காட்சியில், சிலவேளை, சிறுவனான நானும்கூடப் பாடியதுண்டு. 'விநாயகனே, வினை தீர்ப்பவனே,' 'நல்ல நல்ல பிள்ளைகளை நம்பி' என்று ஓரிரு பாட்டுக்கள் நினைவிருக்கின்றன. மாமா வரவழைத்துக்கொண்ட இனிமையோடு பாடிய 'மானஸ சஞ்ச்சரரே', ' வீணைக் கொடியுடைய வேந்தனே'. அப்பாவின் கரகரத்த குரலில் அருணாசலக் கவிராயரின் 'ராமா இப்படிச் செய்யலாமா - இது ராவண சம்ஹாரம்தானா.' என்று ஒவ்வொன்றாய் நினைவு வரும்போது, எழுதும் வேகம் குறைந்து நினைவேக்கம் அபூர்வமான வன்மத்துடன் என்னை ஆட்கொள்கிறது...

ஒருதபா, சாயங்காலம்போல அவுக வீட்டுக்குப் போனேன். எதுக்குப் போனேன்னு யாவுகம் இல்லே. நாடகம் இல்லாத நாளுலெ, அப்பப்பப் போறது பளக்கம்தான். திடீல்னு மளெ ஊத்த ஆரமிச்சிருச்சு. ரெண்டுபேரும் ரெம்ப வற்புறுத்துனாங்க. சரீன்னு அங்கிணெயே தங்கீட்டென்.

ராத்திரி ஒருமணிக்கி, சுளீர் சுளீர்ன்னு சத்தம். மூடுன கதவுக்குப் பின்னாடி விசும்புற சத்தம். எனக்குப் பக்குன்னு ஆயிருச்சு. வெளியெ வந்தன்.

மளெ விட்டுருந்துச்சு. விருவிருன்னு எறங்கி நடந்துட்டென்.

அடுத்த தபா பாத்தப்ப ரெண்டுபேருமே எங்கிட்டெக் கேக்கலயே. என்னாடா வராந்தாவுலெ ஒருத்தென் கெடந்தானே, என்னாச்சு, இருக்கானா செத்தானான்னு கவலெப்படாத சென்மங்க. அத்தோடெ எனக்கு விட்டுப் போச்சுங்க.

இங்கெதான், பொன்னமராவதிப் பக்கத்திலெ அவன் வீடு வாங்கிக் குடுத்தான். அதுலெதான் குடியிருக்கா. போயிப் பாக்குறதுன்னாப் பாருங்க. விலாசம் தர்றேன். ஆனா, நான் அனுப்புனேன்னு சொல்லீறாதீக. எம் பேச்செடுத்தாலே அவளுக்கு ஆகாது... அவ சாப்பாட்டுலெ நாந்தானே மண்ணள்ளிப் போட்டவன்? என்னமோ போங்க, மனுச சன்மத்துக்கும் நன்னியுணர்ச்சிக்கும் எப்பவுமே ஒத்துப் போகாது...

மௌனமானார். மீண்டும் பொடிபோடப்போகிறார் என்று தோன்றியது. இவ்வளவு நேரம் கேட்டுக்கொண்டிருந்ததில், எனக்கே பைப் பற்றவைக்கவேண்டும் என்று ஆசையாய் இருந்தது. ஆனால், வெளியில் போக வேண்டும். பத்துநிமிஷம் இடைவெளி விழும். அதற்குள் அவருடைய கவனம் வேறுபக்கம் திரும்பிவிடலாம். எனக்கேகூட, போதுமென்று தோன்றிவிடலாம். இன்னொரு தடவை இவ்வளவு தூரம் வரமுடியுமோ என்னவோ...

வீட்டின் பின்புறமிருந்து ஒரு தனிப் பறவையின் குரல் கேட்டது. இன்ன பறவையென்று தெரியவில்லை. வேளைகெட்ட வேளையில், இடைவெளியே இல்லாமல், மன்றாடும் குரலில், ஏன் கூவுகிறது என்று தெரியவில்லை. ஆனால், அத்தனை அழுத்தமாக, அத்தனை உரத்து, அத்தனை ஆவேசமாகக் கூவியது...

இன்னொரு யாவுகம் வருது. ஒரு நா, அன்னைக்கிம் நாடகம் இல்லே, இவனெ ஒரு நடெ பாத்துட்டு வந்துறலாம்ன்னு போனேன். அவன் என்னைய என்னமும் நெனச்சுட்டுப் போட்டும், நமக்கு அவம் மேலெ ஒரு பிரியம் இருக்கத்தானே செஞ்சுது.

நடு ரூம்புலெ, சமக்காளம் விரிச்சி பத்மாசனம் போட்டு ஒக்காந்துருந்தான். கை ரெண்டும் தொடையிலெ படிஞ்சு, கண்ணு மூடி அப்பிடியே தபசிலெ இருக்குற முனிவர் மாதிரி ஒக்காந்துருந்தான்...

எனக்கு ஒண்ணுமே புரியலே. நான் வந்த சத்தம் கேட்டு வெளிய வந்த அலமு ஒதட்டுலெ ஆள்காட்டி விரலெ வச்சு சத்தம் வராமெ 'உஷ்'ன்னா. நான் எதுத்தாப்பிலெ சொவத்துலெ சாஞ்சு ஒக்காந்தேன். சௌமியன் மூச்சு சீரா ஏறி எறங்குது. எனக்கானா, அவன் மொகத்தெவிட்டுப் பார்வையெ நகத்த முடியலே. இப்பிடீ ரெண்டுபேரும் எம்புட்டுப் பொளுது இருந்தமின்னு சொல்ல முடியாது. ஒரு மணி நேரமாச்சும் ஓடியிருக்கும்.

கண்ணு முளிச்சான். பார்வெ என் மேலெ விளுது. கரண்டு சாக் அடிச்ச மாதிரி இருந்துச்சு எனக்கு. அவன் கண்ணு ரெண்டும் ரத்தமாச் செவந்திருந்துச்சு.

> லக்ஷ்மணா, போ. உன் அண்ணி கேட்கிறாளல்லவா, அந்த மானைத் துரத்திப் பிடித்துக்கொண்டு வா.

எனக்கேது அண்ணன், அண்ணியெல்லாம்? என்னா ஒளர்றான் இந்த ஆளுன்னு கொழம்புனேன். நல்லவேளெ, ஒடனடியா சுதாரிச்சுக்கிட்டான்.

> அலமூ, லேனா வந்துருக்கான் பாரு. டீ போட்டுக் கொண்டுவா.

ன்னு உள்புறம் பாத்துக் கொரல் குடுத்தான். நாலு நாள் களிச்சுத்தேன் புரிஞ்சது எனக்கு: அடடே, அவன் உத்தரவு போட்ட ஆளு நான் இல்லே. ராமாயண லக்ஷ்மணன். சம்பூர்ண ராமயாணத்துலெ நான்தான் போடுறது வளக்கம். அவந்தேன் ராமென். நம்ம கூறு அம்புட்டுத்தேன் பாருங்க!... தியானத்துலே வேசம் கட்டியிருந்தான் போல!

ஆனா, பிற்பாடு ஒருநா சொன்னான், தியானம் செய்யும்போது பூமி மறந்தே போயிருதாம். 'நெரந்தரமா பூமியை மறக்குறதுக்கு ஒரு மார்க்கம் பாக்கணும் லேனா'ன்னான். எனக்கு வளக்கம்போலவே ஒரு எளவும் புரியல்லே...

மிச்சப்பேரு மாதிரி, நடமுறெ வாள்க்கையிலே ஏதோ பிடுங்கல் உண்டாயி, அதுலேர்ந்து தப்பிக்கிறதுக்காக அவன் ஓடிப்போனான்னு எனக்குப் படலேங்க. வாள்க்கைக்கி வெளியிலே என்னாத்தையோ தேடிப்போயிருப்பான்னுதான் இப்பவரைக்கிம் நம்புறேன்...

ஆனாக்கெ, அவன் சுபாவத்துக்கு, தேடிப்போனது ஆம்புட்டுருந்தாலும் ரெம்ப நா அதெச் சீராட்டிக்கிட்டு இருந்திருக்க மாட்டான். கம்பெனியவிட்டு எங்கள்ட்டெச் சொல்லாமெக் கொள்ளாமெ ஓடிப்போனப்ப, எங்க அண்ணாவியாரு ஒடெச்சிச் சொன்னாரு:

'இதுதான் என்னோட பூவுன்னு நிம்மதியா ஒக்கார்ற பூச்சி இல்லப்பா அவென். ஒரு தோட்டம் முளுக்க இருக்குற எல்லாச் செடியிலயும், எல்லாப் பூவுலெயும் ஒக்காந்து பாத்தாலும் திருப்திப்படாத செம்மம். போகட்டும், எங்கனாச்சிம் நல்லா இருந்தான்னா சரிதான்...'

அப்பிடியாக்கொத்த நல்ல மனுசங்க இருந்த துறைங்க எங்களுது. அடடே, மறந்தேபோச்சு பாருங்க, கலரெ ஒடெச்சுக் குடிங்க மொதல்லே. இந்தக் கூதறெப்பயலெப் பாருங்க; கலரு வாங்கியாடான்னா, சிஞ்சர் பீரெ வாங்கியாந்துருக்கான்...!

மரக்கட்டைத் திறப்பானைக் கோலிக்காய் மீது அழுத்திய மாத்திரத்தில், கமறும் மணம் உயர்ந்தது. நல்ல காட்டமான தயாரிப்பு. முற்றிய பசி நேரத்தில் இதைக் குடிப்பது சரிதானா என்ற சந்தேகம் எழுவதற்கு முன்பே வாயில் கொட்டிக் கவிழ்த்துக்கொண்டேன். உபசாரத்தை மறுப்பது முறையில்லையே!

இன்னொரு விசயம்கூட இருக்கு. இதுநாவரை யார்ட்டயும் சொன்னதில்லே. இம்புட்டு தூரம் தேடி வந்திருக்கீக.

பாக்கி வைக்கிறதுக்கு மனசு கேக்க மாட்டங்குது. இந்த மாதிரி சங்கதியெல்லாம் ஒர்த்தர் மனசுக்குள்றெ மட்டும் கெடந்து மக்கக்கூடியது. நெனைக்கிறப்பல்லாம் உஷ்ணம் தலைக்கி ஏறிரும். அதுக்காக, எல்லார்கிட்டயும் பகுந்துக்கிற முடியுமா. முருகா, என்னப்பனே, மனுசங்களெ நிம்மதியா வாள விடமாட்டேங்கிறியேப்பா!

அனிச்சையாகக் குர்த்தாப் பைக்குள் கைவிட்டு, பொடிடப்பாவை மீண்டும் எடுத்தார்.

கம்பேனியெ விட்டுப் போனவன் தனியாப் போகலேங்க. அந்தக் களுதெ அலமேலுவெக் கூட்டிக்கிட்டுப் போனே. அது நாயம். சேந்து வாள ஆரமிச்சுட்டீங்க; விட்டுட்டுப் போயிர முடியாது. அந்த விசயாம்பாவெ ஏன் கூட்டிக்கிட்டுப் போகணும்? அதென்னா, பகல்ல ஒர்த்தி, ராத்திரிக்கு ஒர்த்தின்னா கணக்கு?

பட்டணத்துக்கு எங்க கம்பேனி போனப்ப, ஒரே வாரத்துலெ அவனைத் தேடிப் பிடிச்சிட்டேன். அது என்னா, கொளுந்து விட்டு எரியிற நெருப்பு. எங்கிட்டுருந்தாலும் தெரிஞ்சிறாது?

ஆனா, அவன் வெளிப்படையாச் சொன்னான்.

'இங்யாரு லேனா. அலமுவுக்கும் எனக்கும் இருக்குற ஒறவு ஒனக்குத் தெரியும். அந்த இன்னொரு பிள்ளெயெ நாங் கூப்புடவேயில்லே. தானா வந்துவந்து ஒட்டுறவளெ எப்பிடி ஒதர்றதுன்னே தெரியலெப்பா.'

பொடியை எடுத்துக்கொண்டு கொஞ்சநேரம் மௌனமாய் இருந்தார். எதையோ சொல்ல முனைகிற மாதிரி முகக் குறிப்பு ஓரிரு தடவை மாறியது. வாக்கியங்களைத் தேர்கிற மாதிரி, தமக்குள்ளேயே திரும்பத்திரும்பச் சொல்லிப் பார்த்துக்கொள்கிற மாதிரி, சொல்லவேண்டாம் என்று முடிவெடுக்கிற மாதிரி, இல்லை, சொல்லிவிடலாம் என்று முடிவெடுத்த மாதிரி... என, விதவிதமாக மாறிய முகபாவங்களுக்கு நானாக அர்த்தம் கூட்டிக்கொண்டு காத்திருந்தேன். அத்தனையும் தவறாகக்கூட இருக்கலாம். எடுத்த மாத்திரத்தில் பொடியை உறிஞ்சி வேலையை முடிக்கிற பழக்கம் இல்லாதவராக, உரிய சுருதி கூடும் சமயத்தில் இழுத்துச் செலுத்தக் காத்திருக்கிறவராய்க்கூட இருக்கலாமே.

‘வார்த்தைகளுக்கு மட்டுமல்ல, மௌனத்துக்குக்கூட அர்த்தத்தைத் துழாவிக்கொண்டேதான் இருக்கிறது மனம்!’ என்று ஒரு வாக்கியம் எனக்குள் ஓடி முடிந்த அதே கணத்தில், சர்ர்ரென்று பொடியை உறிஞ்சினார்.

ஆனா, சௌமியன் இன்னொரு ஆளைத்தேன் ரொம்ப ஆர்வமா சாரிச்சான். மோகன்ராம்ன்னு ஒரு பையன். மதுரெக்காரென். மஹால் பக்கம் பந்தடித் தெருவுலெருந்து வந்தவென். பட்டுநூல்காரவுக. தறியிலெ ஒக்காரப் பிரியமில்லாமெ வந்துருப்பான்னுதேன் எங்களுக்கெல்லாம் நெனைப்பு. இன்னம் ஒடையாத கொரல்ல ரெண்டு பாட்டுப் பாடிக் காமிச்சான். கண்ணெமூடிக் கேட்டா, பொம்பளெ தோத்தா. சிவீல்ன்னு வெள்ளுளுவெ கணக்கா இருப்பான். ‘எப்பிடியாச்சும் கிட்டப்பா மாரி ஆயிறணும் லேணாண்ணே’ ன்னு அடிக்கடி சொல்லுவான். இல்லாதப்பட்ட குடும்பம். தாய்தகப்பன் இல்லேன்னு பொய்சொல்லி எங்களோடெ சேந்துக்கிட்டான். அவுக தேடி வந்தப்ப, இங்கே நல்லா வேர்வுட்டுருந்தான். அளுதுக்கிட்டே ஆசீர்வாதம் பண்ணீட்டுப் போய்ச்சேந்தாங்க.

என் வாயாலெ எப்பிடிச் சொல்றதுன்னு தெரியலே. சௌமியனுக்கு அந்தப் பயலோடெ தொடுப்பு உண்டாயிருச்சு. புருவத்தெ ஒசத்துறீகளே, எங்களுக்கே சௌமியன் போனதுக்குப் பெறகுட்டுத்தானே தெரிய வந்துச்சு.

இவன் பட்டணத்துக்கு ஓடிப்போன மறுவாரம், உத்தரத்திலெ தொங்கி நாண்டுக்கிட்டான் அந்த மோகன்ராமென். தானும் கூட வர்றேன்னு சொன்னதாவும், சௌமியன் கறாரா மறுத்துட்டதாகவும் பிற்பாடு கேள்விப்பட்டேன். ஆக, கிட்டப்பா மாரி ஆகணும்ன்னு ஆசெப்பட்டவன், ஒருவகையிலே கிட்டப்பா மாரியே ஆயிட்டான்; அதேன், அல்பாயுசிலே போயிட்டான். என்னா ஒண்ணு, அந்தாளு நாண்டுக்கிட்டுச் சாகலே. முப்பது வயசு வரைக்கி வாள்ந்துட்டு, சொகமில்லாமெ இருந்துதேன் போனாரு. இவனுக்குப் பதினாறுகூடப் பூர்த்தியாயிருக்கலேன்றதுதான் வகுத்தெரிச்சல்....

‘அவன் போய்ட்டானேப்பா’ன்னு மூச்செப் பிடிச்சுக்கிட்டு

> சௌமியன்கிட்டெச் சொன்னேன். டக்குன்னு கண்கலங்கீட்டான். அவென் கண்கலங்கி நாம் பாத்த ஒரே சந்தர்ப்பம் அதுதான்...

வாசல் வரை வந்து வழியனுப்பினார். நிமிர்ந்த, விறைப்பான நடை. சற்று எட்ட நிறுத்தியிருந்த காரருகே ஓட்டுநர் நின்றிருந்தார். கையாட்டி அழைத்தேன். முனகலைவிடச் சற்றே உரத்த குரலில்,

> குன்றுதோ றாடிவரும் குமர வடிவேலன் - கூ
> ம...ர வடிவேலன்.

என்று திரு. லெட்சுமணன் பாடுவது சன்னமாகக் கேட்டது. அவசரமாய் ஓடிவந்து எங்கள் அருகே நின்ற தெருநாய், இருவரையும் மாறி மாறி அண்ணாந்து பார்த்தது.

***

கூத்து வாத்தியார்

பள்ளியிறுதி நாட்களில், எனக்கு ஓடிப்போவது பற்றிய ஆசை இருந்தது. இளம் வயதில் அப்பாவைப் பறிகொடுத்த ஏக்கம் காரணமாய் இருக்கலாம். அப்பா இல்லாத வீடு உடனடியாய் நரகமாகிவிட்டது காரணமாய் இருக்கலாம். பின்னாளில், நடந்தவற்றையும் நடக்காதவற்றையும் கோத்து புனைகதைகள் எழுதவிருப்பதன் முன்னோட்டமாகக்கூட இருக்கலாம். கனவுகளிலும் பகல்கனவுகளிலும் பலநூறு தடவை ஓடிப்போயிருக்கிறேன்...

ராவோடு ராவாய் வெளியேறிவிடுவேன். வீட்டில் எல்லாரும் கதறியபடி என்னைத் தேடி அலைவார்கள். நானானால், இலக்கேயின்றி ஊர் ஊராய்த் திரிவேன். சாப்பாட்டுக்கும் தங்குமிடத்துக்கும் என்ன செய்வேன் என்பது பற்றிய யோசனையே இருக்காது. கனவில்தான் திரிந்தேன் என்பதால், அதைப்பற்றிய கவலை எழுந்ததே இல்லை. நனவின் தர்க்கங்கள் எதுவுமே செல்லுபடியாகாது என்பதுதானே கனவின் சுவாரசியம், இல்லையா!

நிஜத்தில் நடத்திப்பார்க்கும் தைரியம் ஒருபோதும் இருந்ததில்லை. பயணத்தின் மீதான காதல் மட்டும் சற்றும் குன்றாமல் இருந்தது. வேலையில் சேர்ந்து கைநிறையச் சம்பாதிக்க ஆரம்பித்த பிறகு, பயணத் தேவைகள் அதிகரித்துவிட்டன. முன்பதிவு செய்யப்பட்ட ரயிலில், பகல் வேளையின் மந்தத் தன்மையையும் விரைவு ரயிலின் வேகம் ரயில்பெட்டிக்குள் அள்ளித் தட்டும் காற்றையும் தூசியையும் ஆனந்தமாய் ரசித்தபடி, ஜன்னலோரக் கீழ்ப்படுக்கையில் சாவகாசமாகப் படுத்தபடி செல்லும் பயணம் மட்டுமே பயணம் என்று நிபந்தனைகள் அதிகரித்துவிட்டன. இத்தனையும் சொந்தச்

செலவில் அடிக்கடி அமைத்துக்கொள்ள சம்பாத்தியம் இடம் கொடுக்கவில்லை. வயது முதிர்ந்து, குழந்தைகளும் வேலைக்கு வந்த பிறகு, தேவைகள் இன்னும் பெருத்தன. குளிர்பதனப் பெட்டியோ, விமானமோ அவசியமாகிவிட்டது. நிஜமான தேசாந்திரி இவ்வளவு சொகுசுக்கு ஆசைப்படுவானா என்ன!

ஆனால், எழுதுகிறவனாக ஆனது, ஒருவகையில் மேற்படி இச்சையைப் பூர்த்தி செய்துவிட்டது. ஓடிப்போவதையும், ஓடிப்போனவர்களையும் பற்றி ஒரு முழு நாவல், ஒரு குறுநாவல், நாலைந்து சிறுகதைகள் என்று எழுதித் தணித்துக்கொண்டேன். அதிலும் ஒரு சுவாரசியமான குறுக்கீடு நேர்ந்தது. மலைவாசத்தலத்தில் நான் கலந்துகொண்ட இலக்கியப் பட்டறையில், ஒரு சந்யாசியும் பார்வையாளராகக் கலந்துகொண்டார்.

கெச்சலான உடல்வாகுள்ளவர். இந்தியா முழுக்க நாலைந்து தடவை சுற்றி வந்தவர்; இன்றிருக்கும் இடத்தில் நாளை இருக்க விரும்பாதவர் என்று அறிமுகம் செய்தார்கள். தீவிரமான வாசிப்பு உள்ளவர் என்றும், ஆங்கிலத்திலிருந்து தமிழுக்கும் தமிழிலிருந்து ஆங்கிலத்துக்கும் கவிதைகள் மொழிபெயர்த்திருக்கிறார் என்றும்கூடச் சொன்னார்கள். சரளமாக உரையாடினார். என்னைவிட அதிகமாக சிகரெட் பிடித்தார்!

பின்னிரவில் நாலைந்து பேராக உட்கார்ந்து பேசிக்கொண்டிருந்தபோது, என் ஆழ்மனத்தில் நிரந்தரமாக இருந்துவரும் ஆசையை, அது நிறைவேறாமல்போன விதத்தை லேசான பொறாமையுடன் அவரிடம் சொன்னேன். அவர் சாதாரணமாக பதில் சொன்னார்:

> அது சரி, காணாமல் போகலாம்தான். என்றைக்கு வேண்டுமானாலும் போகலாம். குழந்தைகுட்டி என்று ஆனபிறகு வெளியேறக்கூடாது என்று இருக்கிறதா என்ன? சித்தார்த்தன் போகவில்லை? சூட்சுமம் வேறு இடத்தில் இருக்கிறது. மற்றவர்களுக்கு வேண்டுமானால் காணாமல் போகலாம் - ஒருவன் தனக்குத்தானே காணாமல் போக முடியுமா! துப்பாக்கி வெடிக்கவேண்டுமானால் அழுத்த வேண்டிய குதிரை அதுதான்.

கொஞ்சநேரம் சிரித்தார். துறவியின் வாயில் துப்பாக்கி உதாரணம் வந்ததுபற்றி விசித்திரமாய் உணர்ந்தேன். ஆனால் அவர் சொன்னது நியாயம்தானே! அதன்பிறகு, என்னில் நான் எங்கெல்லாம்

வேர்விட்டிருக்கிறேன் என்பதைப் பார்ப்பதே ஆர்வமூட்டும் சங்கதியாய் ஆகிவிட்டது. அது இன்னொரு வகையான பிரயாணம்...

இன்னொன்று, எனக்குப் போய்க்கொண்டே இருப்பதில்தான் விருப்பம். இடங்கள் சுற்றிப் பார்ப்பதில் அல்ல. அதனால்தானோ என்னவோ, என் நிறைவேறாத ஆசையின் நடமாடும் வடிவமாகவே சம்பந்தமூர்த்தி மாமா எனக்குள் பதிந்திருந்தார். பெரும்பாலும், ஒவ்வொருமுறை வரும்போதும், ஒரு புதிய ஊரைப் பற்றி, அங்கே போய்வந்த அனுபவம் பற்றி விலாவாரியாகச் சொல்வார். சுற்றி உட்கார்ந்து, வாய்க்குள் ஈ போவது தெரியாமல் கேட்டுக்கொண்டிருப்போம். கதைக்கு அனுசரணையாக பஜ்ஜி, போண்டா, வெள்ளையப்பம் என்று ஏதாவது கொண்டு வந்து வைப்பாள் அம்மா.

மணிக்கணக்காக மாமா சொல்லும்போது மாமியும் உடன் இருந்து கேட்பாள். அதிலும் எனக்கு ஒரு ஆச்சரியம் இருந்தது - புதிய விஷயம் மாதிரி,

அப்பிடியா?!

அப்பிடியான்ன?

அட, என்கிட்டெச் சொன்னதே இல்லே?!

என்று தானும் வியந்து கேட்பாள். இத்தனைக்கும் மனைவியை விட்டுவிட்டு மாமா எங்கேயுமே போனதில்லை - அயல்நாடுகளுக்குக் கூட. ஒருதடவை ஆதங்கமாய்ச் சொன்னார்:

> எங்கேக்கா, எந்த ஊருக்குப் போனாலும், தலைவலி கால்வலீன்னு படுத்துடுவா. 'எங்கே வேணாப் போய்க்கங்கோ. நா வேளைக்கிச் சாப்புட்டு ரெஸ்ட் எடுத்துக்கறேன்'ம்பா... திரும்ப ஊருக்குக் கிளம்பறத்துக்கு முந்தின நாள் சாமான் வாங்கப் போயாகணும். அவளெப் பொறுத்தமட்டிலே, டூர் போறதே என்னத்தையாவது வாங்கிண்டு வரதுக்குத்தான்...

மாமி முகம் மாறாமல் புன்னகைத்துக்கொண்டிருந்தாள்!

1970-ல் கோடைவிடுமுறையின்போது மாமா கரட்டுப்பட்டி வந்திருந்தார்.

அந்த நாட்களில், கார் என்பதே பெரும் பணக்காரர்கள் பயன்படுத்தும் சாதனம். இவருக்காக மதுரையிலிருந்து கார் வரும். மாமா ஊர் திரும்பும்வரை அவருடனே இருக்கும். மாமாவின் நெருங்கிய சகா ஒருத்தர் மிகப் பெரிய மத்திய அரசு அதிகாரியாக இருந்தார். அவருடைய சொந்தக் கார். இடையிடையே மாமாவை மதுரைக்கு இட்டுச் செல்லும். ஒருமுறை,

> இப்பிடி நாலுதடவை போய்ட்டுப்போய்ட்டு வர்றதுக்கு, ஒன்னோட சிநேகிதன் இங்கெ வரலாமேடா சம்பந்தா.

என்றாள் அம்மா. எதிரொலிபோல,

> அதானே. குடிக்கற நாலு மடக்கு விஸ்கியை இங்கெயே குடிக்கலாமே!

என்றாள் மாமி. மனைவியைச் செல்லமாக முறைத்துவிட்டு,

> நாந்தானேக்கா லீவுலெ வந்துருக்கேன். மத்தவனுக்கெல்லாம் ஆஃபீஸ் போயாகணுமே?

என்று இதமாகச் சொன்னார் மாமா. அந்த முறை கார் மதுரையிலிருந்து இல்லை, சோழவந்தானிலிருந்து வந்தது. இன்னொரு நண்பருடையதாம்.

> நாளைக்கிக் காலையிலே ஏழு மணிக்கெல்லாம் வந்துருப்பா. டாங்க்கெ ரொப்பிக்கிட்டு வந்துரு.

பார்வைக்கே அதிக விலை தெரியும் தோல் பர்ஸைப் பாண்ட் பாக்கெட்டிலிருந்து எடுத்து சில சலவைத்தாள்களை உருவி நீட்டினார். கார் போகும்வரை பார்த்திருந்துவிட்டு, எங்கள் அருகில் வந்தார்.

அம்மாவும் மாமியும் இன்னமும் அழுதுகொண்டிருந்தார்கள். அன்றாட நடைமுறை அது. பகல் தீரவிருக்கும் நேரத்தில், ஏதாவது சாக்குவைத்து மாறிமாறிக் கலங்குவார்கள். அழுவது பிடிக்காவிட்டாலும், கிடைக்கும் வம்புத்தகவல்கள் கருதி, நானும் சின்னக்காவும் கூடவே உட்கார்ந்து வேடிக்கை பார்ப்போம்...

> மாமா, காஃபி தரட்டுமா?

என்றவாறு எழுந்தாள் அக்கா.

> குடுடி குட்டி. லேசாத் தலை வலிக்கற மாதிரித்தான் இருக்கு.

மறுநாள் காலை சிலுக்குவார்பட்டி நோக்கிப் போகும்போது என்னையும் கூட்டிக்கொண்டு போனார். இடையில் ஒரு கிராமம். அதன் பெயர் மறந்துவிட்டது. மனத்தில் செயல்படும் வடிகட்டி பயன்படுத்தும் தர்க்கம் எனக்குப் புரிவதேயில்லை!...

நுழைவதற்கு முன்பே, காரைவிட்டு இறங்காமல், ஒரு தோளில் கலப்பையும் மற்றதில் தாம்புக் கயிறுமாக எதிர்ப்பட்ட ஒருவரிடம் ஏதோ விசாரித்தார் மாமா. அந்த ஆள் உடனடியாக உருமாலைக் கழற்றிவிட்டு, தலையையும் கைகளையும் வெகுவாக ஆட்டி ஏதோ பதில் சொன்னார். அவருடைய காதில் ஒரு சுருட்டு சொருகியிருந்தது என் கண்ணில் பட்டது.

ஊருக்குள் நுழைந்து மறு எல்லைக்குப் போனது கார். இப்போதைய ஞாபகத்தில், புழுதியும், குறுக்கே ஓடிய பன்றிகளும், பெரும்பாலும் மண் சுவர் பனையோலைக் கூரை கொண்ட வீடுகளும் நிரம்புகின்றன. இருபுறமும் கறுப்புநிறத்தில் சாக்கடை தேங்கிய, சிதறலாகக் கொடிக்கம்பங்கள் நின்றிருந்த தெருக்களில் அங்கங்கே சாவதானமாக நடந்த ஆட்கள். நாங்கள் போன கறுப்பு அம்பாஸிடரை நிதானமாக நின்று உறுத்துப் பார்த்துவிட்டு நகர்கின்றனர். முழங்காலுக்கு மேலும் ஏற்றிச் செருகிய சேலையோடு, வீட்டு வாசலில் நின்றே வெறித்த பெண்கள். பெரும்பாலும் அம்மணமாக நடமாடிய குழந்தைகள். காரோடு கொஞ்சதூரம் குரைத்தபடியே வந்துவிட்டு, தமது எல்லை முடிந்ததும் திரும்பிய நாய்கள். ஒவ்வொரு வீட்டின் சுவரிலுமே ஒட்டிக் காய்ந்திருந்த சாண வட்டங்கள் என அந்தக் காட்சி வேறு ஒரு நூற்றாண்டுக்கு நான் விஜயம் செய்ததன் குறிப்புப்போல மீள்கிறது. கரட்டுப்பட்டியின் இன்னொரு பிரதிதான் என்றாலும், அந்நிய ஊர் என்பதால் அதன் ஒவ்வொரு அம்சமும் விசேஷமாகத் தென்படுகிறது!

திண்ணையில் உட்கார்ந்திருந்த கிழவரிடம் போய்ச் சேர்ந்தோம். மொசமொசவென முடி மண்டிய இடது காது மடலில் நாணயம் ஒன்றைச் செருகியிருந்தார். அசைபோடுவது மாதிரி வெற்றிலை மெல்லும் சிவந்த வாய். தோளின் ஒரு பக்கம் மட்டும் துண்டு தொடுக்கியிருக்க, வெற்று மார்பில் வெள்ளைத் தாள்போலப் படர்ந்திருந்த நரைமுடி. பெண்கள் அளவுக்கே பெருத்து, சரிந்து தொங்கியிருந்த நெஞ்சுப் புடைப்பு. உரத்த குரலில் ஏதோ பாடி, தாமே ரசித்துத் தலையாட்டிக்கொண்டிருந்தவர், எங்களைப்

பார்த்ததும் நிறுத்தினார். இப்போது தோன்றுகிறது, அவரை நோக்கி நாங்கள் வருவதைப் பார்த்துத்தான் பாடவே ஆரம்பித்திருப்பாரோ!

அருகில் போய் அமர்ந்தார் மாமா. என்னையும் உட்காரச் சொன்னார்.

மிகச் சரியாக ஐம்பது ஆண்டுகள் கழித்து, துல்லியமாகத் தன்னை நிறுவிக்கொள்ளும் காட்சியைப் பின்னணியாய்ப் பார்த்தவாறே, மாமா நினைவுகூர்ந்து சொன்ன தகவல்களையும் சேர்த்து, எழுதுகிறேன்...

> என்னாது, சோமம் பயலெப் பத்தி விசாரிக்க வந்தீகளா? அது கெடக்குமே, கொள்ளெ வருசம்... ரோசிச்சு ரோசிச்சுத்தேன் சொல்லணும்...

என்று சற்றே இழுத்து இழுத்துப் பேசினார் கிழவர். அதுவும் பாடுகிற மாதிரித்தான் இருந்தது. குரலேகூட, சற்று உரத்தும், இழுவையாகவும் தொனித்தது. ஆனால், சொல்ல ஆரம்பித்த பிறகு, தயக்கமின்றித் தகவல்கள் கொட்டின.

சோமனின் அப்பா தேவர். அம்மா ஐயங்கார். வேறு ஏதோ ஊரைச் சேர்ந்தவர்கள். திருமணத்துக்குக் கடுமையான எதிர்ப்பு இருந்ததால், ஊரைவிட்டு ஓடிவந்து இந்தக் கிராமத்தில் குடியமர்ந்தார்கள். தேடி தண்டிக்க வந்தவர்களிடமிருந்து ஊர்தான் காப்பாற்றியிருக்கிறது; வந்தவர்கள் தகப்பன் வீட்டவர். இந்த ஊர் நாட்டாமை காங்கிரஸில் செல்வாக்கு உள்ளவர். டாணாக் கச்சேரியிலும் அவருடைய உறவினர்கள் இருந்தார்கள். குறிப்பாக, சோமனின் சாதி, அதே உள்பிரிவைச் சேர்ந்தவர்கள். வந்தவர்கள் நாட்டாமை வீட்டில் கைநனைத்துவிட்டுப் போய்ச்சேர்ந்தார்கள். வந்ததுக்கு, சும்மா திரும்புவது நியாயமில்லையே என்று, 'ஊர்ப்பக்கம் தலைகாட்டினால் நடப்பதே வேறு' என்று இளம் தம்பதியை எச்சரித்துவிட்டுப் போனார்கள்.

இவர்கள் நிச்சிந்தையாய் வாழ்க்கையைத் தொடங்கினார்கள். ஐந்து குழந்தைகள் பிறந்தன. சோமன் மூன்றாமவர். மூத்தவரும் இவரும் தவிர பிற மூன்றும் பெண் குழந்தைகள்.

> அம்புட்டுப் பேத்துலயும் இவெந்தான் அளகென். அவுக

> அண்ணனும் லச்சணமாத்தேன் இருப்யான்.. ஆனா அவென் அவுக அப்பனெ மாரி அட்டெக் கறுப்பு. சோமம் பய, ஆத்தாக்காரி சாடெ. கறந்த பாலு நெறம். தோளுக்குக் கீளே முடி புரளும். பச்செக் களிமண்ணு மாரி மொகரெ - மீசெ வச்சா மம்முதன் மாரி இருப்யான். செரச்சுப்புட்டா ரதியேதான்! ஆரம்பத்துலெ ஸ்திரீபார்ட்டுதானே கட்டவும் செஞ்சான்...

என்று பொக்கைவாய் திறந்து சிரித்தார். மாமா சிரித்தார். ஒன்றுமே புரியாமல் நானும் சிரித்துவைத்ததும் அதைப் பார்த்து அவர்கள் இருவரும் கூடக்கொஞ்சம் சிரித்ததும் ஞாபகம் வருகிறது.

சோமனின் தகப்பனார் நாடக நடிகர். எம்பிராய்டரி வேலைகளும் தையல் வேலையும் கற்றவள் தாயார். அதுபோக, இரண்டு பால் மாடுகளும், ஆடு கோழிகளும் வைத்து, குழந்தைகளை வளர்த்துக்கொண்டு ஊரிலேயே இருந்தாள்.

> ஐயிரு வீட்டுப் புள்ளெ என்னாமாப் பால் கறக்கும்ன்றீங்க?
>
> ம்.
>
> ஆனா, சொந்தபந்தம் சாதிசனம் எல்லாத்தையும் விட்டுப்புட்டு இவெம் பின்னாடி ஓடியாரணும்ண்டா, இவங்கப்பென் எப்பிடியாக்கொத்த பேரளகனா இருக்கணும்! ஒச்சாத்தேவர் நடிக்கிறாருண்டு நோட்டீசுலெ பாத்தாலே போதும், சனம் அப்பிடி அம்மும்...

கிழவரின் கண்கள் மலர்ந்தபோது, முழுக்க நரைத்த புருவங்கள் வெண்ணிறக் கம்பளிப்பூச்சிகள் மாதிரி விநோதமாக அசைந்தன.

> ...வள்ளித் திருமணத்துலே நெறைமாலை போட்டுக்கிட்டு, நெஞ்செ நிமுத்தி, நொட்டாங்கையிலெ பளபளண்டு சிலுவர் வேலெப் பிடிச்சிக்கிட்டு நிண்டாம்ண்டா எட்டுக்கண்ணு விட்டெரிக்கிம். என்னா கொரலு, என்னா கொரலு. எட்டரெக் கட்டெ பிசிராமேப் பேசுமே...

திடீரென்று, 'காயாத கானகத்தே....' என்று உரத்துக் குரலெடுத்தார். மாமா கண்ணை மூடித் தலையாட்டினார். கிழவரின் குரல் வேறெங்கிருந்தோ கிளம்பி, அவர் வழியாக வெளியேறுகிற மாதிரி இருந்தது. சன்னமான எதிரொலி அடர்ந்த, நாசிவழியே வெளி

வந்ததாக தொனித்த, நளினமான குரல். ஓரிரு வரிகள் பாடிவிட்டு, வேறு தாளத்தில்,

> ஆறு பெண்கள் பாலை
> அமுதாகவே உண்ட - ஐயனே
> அருள் மெய்யனே முருகையனே...

என்று ஒரு நிறுத்து பாடினார். ஊர் திரும்பியபிறகு, அதைப் பாடிக் காட்டினேன். கண்களை விரித்து என்னையே பார்த்துக்கொண்டிருந்தார் மாமா. வார்த்தைகள்தாம் எனக்குப் புதிது; மெட்டு முன்னமே தெரிந்ததுதான் - அப்பா பாடிக் காட்டியிருக்கிறார். 'காவடிச் சிந்து' என்று சொல்வார்...

> சுதிசுத்தமா விடியவிடியப் பாடுவான் சாமீ... கிட்டப்பாவெல்லாம் பிச்செ வாங்கணும். இவென் வேசங் கட்டுறாண்டா, இங்கிட்டுப் பெரியகொளம், அங்கிட்டு அலங்காநல்லூர்லெருந்தெல்லாம் வண்டி கட்டிக் குடும்பம் குடும்பமா வரும் சனம்...

பெருமூச்சு விட்டார். கொஞ்சநேரம் இலக்கில்லாமல் பார்த்துக்கொண்டு உட்கார்ந்திருந்தார். தலை லேசாக ஆடியது. 'சோமனோட அப்பா பாடறதை மானசீகமா அந்தாள் கேட்டுண்டிருந்தார்ன்னு எனக்குத் தோணித்துடா, கிஷ்ணையா. நீதான் கூட வந்திருந்தயே. ஆனா, அப்போ நீ பிஞ்சு. உனக்கு எந்த அளவுக்கு ஞாபகமிருக்கும்ன்னு தெரியலே.' என்று இளகிய குரலில் நினைவுகூர்ந்தார் மாமா.

எனக்கு அந்தக் காட்சியும் பாட்டு வரிகளும், ஏன் அந்தக் குரலுமேகூட மங்காமல் நினைவில் தங்கித்தான் இருக்கின்றன... இன்னொரு பெருமூச்சையும் வெளியேற்றிவிட்டுத் தொடர்ந்தார் கிழவர்:

> அதெப்பிடி, அம்புட்டு அம்முசத்தையும் ஒரே ஆளுகிட்டெக் குடுப்பானா, பிரும்மா. சரியான லோபியாச்சே அவென். தெறமெ அம்புட்டையும் குடுக்குற மாரிக் குடுத்து, ஆயுசெப் புடிங்கிக்கிட்டான், பாவிப்பய. திஸ்டி பட்டுத்தேன் ஒச்சன் போயிட்டான்னு ஊருபூராப் பேச்சு. போட்டிக்காரவுக யாரோ செய்வெனெ வச்சுட்டாகண்டும் அநயம்பேரு சொன்னாக. குண்டக்கமண்டக்கத் தண்ணி போட்டதுலெ,

> ஈரலு விளுந்துபோச்சுண்டாங்ய. போறவாற எடங்கள்லெ கண்டவ மேலெயும் விளுந்தெந்திரிச்சதிலெ, பொம்பளெச் சீக்குப் பிடிச்சுருச்சுண்டுகூடச் சொன்னாங்ய. என்னத்தெச் சொல்லி என்னா, மொதலு போயிருச்சு. அம்புட்டுத்தேன்.

சற்றுமுன்தான் அந்த மரணம் நிகழ்ந்த மாதிரித் திருகிக்கொண்டது கிழவரின் முகம். மோவாய்க்கட்டைக்குக் கீழே கிண்ணத்தை வைத்தால் நிரம்பிவிடும் என்பதுபோலத் துயரம் பெருகி வழிந்தது.

> இங்கிணெதான், பள்ளபட்டியிலெ வேதக்காரங்க பள்ளியொடம் ஒண்ணு இருந்துச்சு. மூத்த பிள்ளைக மூணும் தெனோமும் அங்கெ போயிப் படிச்சுட்டு வரும். அப்பங்காரன் செத்தோடனே, மூணையும் படிப்ப நிறுத்திப்புட்டா ஆத்தாக்காரி. 'அடடா'ண்டு கேட்டவுககிட்டெ, 'சாப்புடுறதுக்கு ஆறு வயிறு இருக்கால்லியா, நாலு சோடிக் கையாவது சம்பாரிக்க வேணாமா'ண்டு மூஞ்சியிலெ அடிச்ச மாருதி சொல்லிப்புட்டா. ரெண்டு பக்கத்துலெருந்தும் எளவுக்குக்கூட யாரும் வரலீல்ல. ஆதரவு இல்லாதவ. அறுத்தவ. என்னாதான் செய்வா பாவம்...

மூத்த பெண்ணை, வாடிப்பட்டியிலிருந்த மிராசுதார் ஒருவர் வீட்டில் சமையலுக்கு அனுப்பினார்கள். அடுத்தவன் மேழிபிடிக்கப் போனான். மூன்றாமவன், வெயிலில் நின்றாலே சிவந்துபோவான். அவனை இந்தக் கிழவரிடம் கொண்டுவந்து ஒப்படைத்தாராம் அந்தப் பெண்மணி.

> ...பயலுக்கு அவங்கப்பனோடெ ஆகுருதி, ஆட்டத் தெறமெ எல்லாம் அப்பிடியே தத்ரூவமா வந்திருந்துச்சு. ஆத்தாக்காரி மாருதி ரோசா நெறம்.[26] ஒருதபா பார்த்தவுகளுக்கு இன்னுருதபா திரும்பிப் பாக்காமெ இருக்க முடியாது. வாடிப்பட்டி ஆசுபத்திரியிலே இவெம் பெறந்தப்ப,

---

26 'வேறு ஏதோ நிறம் சொன்னாரே முதலில்' என்று சிறுவயதுக் கிருஷ்ணன் குழம்பியதும், திரும்பும்போது மாமாவிடம் கேட்டுக்கொள்ளலாம் என்று முடிவெடுத்ததும், அப்புறம் அது மறந்தே போனதும் நினைவு வருகிறது. எடுத்துக்கூட்டி எழுத முற்பட்ட மாத்திரத்தில், ஞாபகத்தின் தூர்ந்த சுனைகள் அனைத்தும் தாமாகவே திறப்பதும், ஊறுவதும் பேராச்சரியமாய் இருக்கிறது. இனம்புரியாத கிளர்ச்சியை அளிக்கிறது.

> வாறவுக போறவுகல்லாம் வந்து பாப்பாகளாம். பெத்தவ கையிலெ நாலணா எட்டணா குடுத்துட்டுப் போவாக. கொஞ்சம் வளந்து ஆளான பெறகுட்டு, ஒரு சிரிப்பு வந்து சேந்துச்சு. பாக்குறவன் உசிரெப் பிடுங்கியெடுக்குற மாருதி சிரிப்பான். கொத்துவேலைக்காரன் செங்கல் அடுக்குனது கணக்கா, வருசெ மாறாதெ அரிசிப் பல்லு. வெளேர்ண்டு கண்ணு கூசும். சூடக் கட்டி மாருதி புத்தி. லேசா வாசம் காட்டுனாலே கப்புனு பிடிச்சுக்கிருவான். 'இவனுக்குக் கத்துத் தர்றம்புட்டுக்கு நம்மகிட்டெ வித்தெ பத்தாது தாயி'ண்டு நாலே மாசத்திலே கைகூப்பி ஒத்துக்கிட்டேன்.

கிழவர் புன்னகைத்தார். அந்த அம்மாள் புரிந்துகொண்டாராம் - தன் வயிற்றில் வந்து பிறந்திருப்பது சாமான்யக் குழந்தை இல்லை; ராட்சசப் பிறவி. ஒரு கணமும் ஓய்வில்லாமல் வேலை கேட்கும் பிசாசு. உள்ளூரில் வைத்திருந்தால் அதன் வேகம் திசைதிரும்பி அழிவை நோக்கி இட்டுச் சென்றுவிட வாய்ப்பிருக்கிறது என்று உணர்ந்தார்.

சோழவந்தான் தென்கரையில் மிகப் பிரசித்தமான வித்வான் ஒருவர் இருந்தார். தேவநாத சர்மா என்று பெயர். அவரிடம் கொண்டு சோமனை ஒப்படைத்தார். குருகுல வாசம். சன்மானம் வாங்கிக்கொள்ளாமல்தான் பாடம் சொல்வார். ஆனால், கடுமையான மூர்க்கம் உள்ளவர்.

> அப்பயே, நாலஞ்சு தறவெ பிச்சுக்கிட்டு ஓடியாந்துட்டான் பய. ரெண்டு கையிலெயும் வெரல் முளியெல்லாம் வீங்கியிருக்கும். அந்தக் கேணப்பய, வெங்கலக் கரண்டிக் காம்பாலே முளியிலே அடிப்பானாம். பாட்டுலெ தப்புச் செஞ்சு அடிவாங்குனா அர்த்தமிருக்கு. அந்தத் தாயளியோடெ கோமணத்தெ ஒளுங்காத் தொவெச்சுப் போடலே, கண்டுக்குட்டி பாலெக் குடிச்சு வச்சிருச்சு, புளுத்தலெப் பாக்காமெக் கத்திரிக்காய் வாங்கியாந்துருக்காண்டு கண்டதுக்கும் அடிப்பாம் போல. பய வேட்டிய வெலக்கி மொளங்காலெக் காட்டுனான் - பதறிப்போச்சு எனக்கு. சிப்பி ரெண்டும் வெந்துபோயி, பந்து கணக்கா வீங்கியிருந்துச்சு. நாற நாயி, ஒரு நாள் முளுக்க வெய்யில்லெ முட்டிபோட வச்சிருக்கு. பச்செப்புள்ளெ இருக்குது பக்கத்துலே; இல்லாட்டி, வாயிலெ என்னான்னு

> வருதுாண்ணீக. இந்தப் பய வந்து நின்ன சீரெப் பாத்தவொடனே ஆத்தாளுக்கு மேலுக்குச் சொகமில்லாமெப் போயிருச்சு. பின்னே, பெத்த வகுறால்லியா...

தாயார் அந்த முறை முடிவெடுத்துவிட்டாள் - அடிவாங்கி நோகும் உடம்பு வயல்காட்டில் வேலை செய்து கசங்கினால் தவறில்லை என்று. ஆனால், பையன் வேறு ஒரு ஆலோசனை சொன்னான். சங்கீத வித்வான் ஆவது என்றால்தான் இன்னும் நிறையப் படிக்க வேண்டும். நாடகக் கம்பெனியில் சேருவதற்கு, இப்போதிருக்கும் ஞானமே போதும். நாடகப் பாடம் சொல்லித்தரும் ஆசிரியரே, கூடுதலாக சங்கீதமும் சொல்லித்தருவார்.

தகப்பனைப்போலவே மகனும் அல்பாயுசில் போய்விடுவானோ என்று தாயார் கவலைப்பட்டாள். பையன் பிடிவாதமாக இருந்தான். அந்தச் சமயம் மதுரையில் ஒரு நாடக சபா பிரசித்தமாய் இருந்தது. அங்கேதான் தன்னுடைய சேக்காளி ஒருவன் போய்ச் சேர்ந்திருக்கிறான் என்றும், தன்னையும் சேர்த்துவிடவேண்டுமென்றும் முரண்டு பிடித்தான்.

> எந்நேரமும் வீட்டுல ஒரு பிள்ளெ அளுதமணியமா இருந்தா பெத்தவளுக்கு எப்பிடிப் பொறுக்கும், சொல்லுங்க. ஒரு வாரஞ் செண்டு எங்கிட்டெ வந்து ரோசனெ கேட்டா. அந்தமானைக்கி முடிவெடுத்துட்டா. மவராசி நாஞ் சொன்னாத் தட்டமாட்டா பாத்துக்கிடுங்க. அப்பிடியும் நாஞ் சொன்னவொடனே தீர்மானிக்கலே. இங்கிட்டு சடையம்பட்டியிலெ ஒரு சோசியரு இருக்காரு. ஆளு கொஞ்சம் மூக்கரையென். ஆனா, சொல்லுத் தப்பாது. அவருகிட்டெப் போயிக் கேட்டுட்டு வந்தா. அவரு என்ன சொன்னாரு என்னாண்டு எங்கிட்டெப் பகுந்துக்கிறலே. பையனெ மட்டும் மருதைலே கொண்டு போய் விட்டுப்புட்டா.

சுண்ணாம்புக்காரத் தெருவில் அந்தக் கம்பெனி வீடெடுத்துத் தங்கியிருந்தது. போன இடத்தில், பையனைப் பாடவும் வசனம் பேசவும் சொல்லிக் கேட்ட ஆசிரியர், தம் பங்குக்கு ஒரு குண்டு போட்டார். ஆமாம், சும்மா ஏற்றுக்கொள்ள மாட்டார் - சுவீகாரம் போலக் கொடுத்துவிட வேண்டும் அவனை. குடும்பத்துக்கு மாதாமாதம் பணம் அனுப்புவது அவர் பொறுப்பு. கொஞ்சம்

பெரிய தொகையாகவே வாக்களித்திருக்கிறார்.

> பாம்பாட்டிக்குத் தெரியாதாங்க, எந்தப் புத்துலெ எந்தப் பாம்பு இருக்கும் ண்டு? இவனெ வச்சு ஐசுவரியம் பாத்துறலாம்ண்டு ரோசனெ பண்ணுனாம்போல. ஆத்தாக்காரி மாத்தரம் லேசுப்பட்டவளா? கத்திரிக்கா முத்துனா, தன்னாலே கடெத் தெருவுக்கு வந்துராதா ண்டு நெனைச்சிருப்பா. சரீன்னுருக்கா. ஆனா, அந்தாளுக்கும் ரெம்பக் குடுத்துவய்க்கலே.

நாலைந்து மாதம் தவறாமல் பணம் வந்திருக்கிறது. பிறகு நின்றுவிட்டது. ஓரிரு மாதம் பொறுத்துப் பார்த்த தாயார், மூத்தவனை அழைத்துக்கொண்டு விசாரிக்கப் போனாள். அப்போது தஞ்சாவூரில் முகாமிட்டிருந்தது நாடகக் கம்பெனி. முகம் முழுக்கத் துயரத்தோடு ஆசிரியர் முறையிட்டிருக்கிறார்: பையனை மூன்றுமாதமாய்க் காணோம். 'தாய்ப்பாலு குடிக்க ஓடீருப்பான்னு நெனச்சேன். கடுதாசி போட்டிருந்தேனே, கிடைக்கல் லையா' என்று கேட்டாராம்.

பொய் சொல்லுகிறார் என்றுதான் இவர்களுக்கு முதலில் தோன்றியதாம். நாலைந்து நாள் தங்கி, டிக்கெட் வாங்கி நாடகம் பார்த்திருக்கிறார்கள். எந்தக் காட்சியிலும் சோமன் தட்டுப்படவில்லை. சூட்டிகையாய்த் தெரிந்த இளம் நடிகர்கள் நாலைந்து பேரைத் தனியாகக் கூப்பிட்டு விசாரித்திருக்கிறார்கள். சோமனுக்கு நெருக்கமான ஒரு பையன் சொன்னான்:

> இல்லீங்கத்தே. வாத்தியாரு நெசமாத்தான் சொல்லுறாரு. அவென் ஓடிப் போயிட்டான். வாத்தியாரும் அவரு சம்சாரமும் நாலுநா அன்னந்தண்ணியில்லாமெக் கெடந்தாக. பாவம், சொந்த மகென் மாதிரி வச்சிருந்தாக. இப்பிடிப் பண்ணிப்புட்டான். அவனுக்கு ஆரம்பத்துலெருந்தே இங்கெ ஒட்டுதல் இல்லெ. 'அதெப்பிடிரா, யாரோ ஒருத்தரெ அப்பான்னு கூப்புட வேணாச் செய்யலாம். 'அப்பா'ன்னு நெனைச்சிக்கிற முடியுமா? எங்கப்பா பாட்டுக்கும் நடிப்புக்கும் ஒறெபோடக் காணுமா இந்தாளு...'ன்னு எங்கிட்டயே சொல்லியிருக்கான் அத்தே. வேற கம்பெனி எதுக்கும் போயிட்டான்னுதான் மொதல்ல நெனைச்சோம். விசாரிச்சுப் பாத்ததுலெ, எங்கயுமே அவென் ஆப்புடலெ. 'பட்டணத்துக்குப் போகணும் பட்டணத்துக்குப்

> போகணும்'ன்னு எந்நேரமும் சொல்லிக்கிட்டே கெடப்பான். போயிட்டானோ என்னமோ...

அதன் பிறகு பையனைப் பற்றித் தகவல் எதுவுமே கிடைக்கவில்லை என்றார் கிழவர்.

> பாத்தவொடனே, 'அத்தே'ன்னு கூப்புடுற புள்ளெ பொய்யா சொல்லும்?

ண்டு எங்கிட்டெக் கேட்டா. வாஸ்தவம்தானே. யாரோ செட்டியவீட்டுப் பிள்ளையாம் அவென்.

> நாலஞ்சி வருசம் 'பட்டணத்துலெ போயி எங்க சோமனெத் தேடப்போறோம்ண்டு சொல்லிக்கிட்டுக் கெடந்ததுக. திடீர்ண்டு ஒருநா குடும்பத்தோடெ வந்து 'அய்யா நாங்க போறோம். ஆசீர்வாதம் செய்யிங்க'ண்டு கால்லெ விளுந்து கும்புட்டுட்டுப் பெறப்புட்டுப் போனாக. இன்ன எடத்துக்குப் போறோம், இன்னது செய்யப் போறோம்ண்டு எதுவுமே சொல்லலே. நானும் கேட்டுக்கிறலெ. புருசன் இல்லாத பொம்பளே. தப்பிதமா எதும் பேச்சு வந்துரக் கூடாது பாருங்க. அம்புட்டுத்தேன். என்னா ஆனாக, எவடம்ண்டு ஒண்ணும் தாக்கல் இல்லே. எப்பனாச்சிம் அந்தப் பயலெ நெனைச்சிக்கிருவேன். இந்தா, நீங்க வந்து கேக்குறீக. அம்புட்டும் ஓடப்பெடுத்துக்கிருச்சு. இன்னம் நாலஞ்சி நாளைக்கி அந்தப் பய யாவுகமாவேதான் இருக்கப் போகுது. ஐயமாருக, எங்க வீட்டுலெ கைநனைக்க மாட்டீகல்லே. இல்லாட்டி, சாப்புட்டுட்டுப் போங்கண்ருவேன். கலர் எதுவும் சாப்புடுறீகளா?...

புறப்படும்போது, திடீரென்று ஞாபகம் வந்தவர் மாதிரிச் சொன்னார்:

> அவங்கண்ணென், அதான் மூத்தவென், என்ன ஆனாண்டு கேக்கலயே. திடும்ண்டு அவெம் பெரிய சாமியாராயிட்டாண்டு யாரோ சொன்னாக. இங்கிட்டுத்தான், இரும்பாடியிலே வந்து குடியேறுனாகண்டும் ஒரு சேதி. விடு, நம்மளெ மதிக்காமெப் போய்ச்சேந்த களுதைககிட்ட இன்னமே என்னா சங்காத்தம் வேண்டிக் கெடக்குண்டு நானும் வெட்டிக்கிட்டேன்...

திரும்பும் வழியில், தனது குறிப்பேட்டில் மூன்று பாய்ண்ட்டுகள்

எழுதிக்கொண்டார் மாமா. பின்னிருக்கையில் அவருக்கு வலதுபக்கம் அமர்ந்திருந்ததால் எனக்கும் பார்க்க முடிந்தது.

1 சடையம்பட்டி மூக்கரை ஜோசியர்
2 தென்கரை தேவநாத சர்மா.
3 இரும்பாடி சாமியார்.

வரும் நாட்களில் என்னையும் அந்த மூன்று இடங்களுக்கும் கூட்டிச் செல்வார் என்று அப்போது எனக்குத் தெரியாது.

***

மூன்று பேர்

அ. மூக்கரை ஜோசியர்

கரட்டுப்பட்டியிலிருந்து வாடிப்பட்டி போகும் வண்டிப்பாதையைப் பற்றி முன்னமே பல கதைகளில் எழுதியிருக்கிறேன். எதிரெதிராய் இரண்டு வண்டிகள் வந்துவிட்டால், பெரும்பாடாகிவிடும். ஏதாவது ஒரு வண்டி பக்கவாட்டில் இருக்கும் கரும்பு வயலுக்குள் இறங்கும் அபாயம் உண்டு.

இந்த வருட ஆரம்பத்தில் போயிருந்தேன் - இரண்டு புறமும் கட்டடங்கள் எழும்ப ஆரம்பித்தாயிற்று. சிறு ஆலை போன்ற ஒன்றுகூட வந்திருக்கிறது. விசித்திரமென்னவென்றால், மாறிவிட்ட இப்போதைய காட்சி மனத்தில் படிந்திருக்கும் முன்னாளைய காட்சியைக் கூர்மையாக்குகிறது. காலத்தின் இழுவையை ஏற்க மறுக்கும் ஆழ்மனத்தின் பிடிவாதம் அது என்றே படுகிறது...

குறுக்காக ஓடும் ரயில்பாதைக்குச் சற்று முன்னால் இருக்கும் குங்கிலியச் சாமியார் மடமும்கூட, என் மனத்தின் பால்யப் பதிவுகளிலும், நான் எழுதிய கதைகளிலும் இருக்குமளவு பெரியது அல்ல. முன்புறம் அகலமான திண்ணைகளும், ஓராள் உயரத்துக்குச் சற்றே கூடுதலான வாசல் நிலையும் கொண்ட ஓட்டுக் கட்டடம்தான். அளவில் சிறியதாகச் சுருங்கித் தெரிகிறது.

மடத்தைத் தாண்டியதும், சுமார் நூறு மீட்டர் தூரத்தில் சடையம்பட்டி விலக்கு வந்துவிடும். வடக்கே செல்லும் ஒற்றையடிப்பாதை பெருமாள்பட்டிக்குச் செல்வது. தெற்கே செல்வது சடையம்பட்டிப் பாதை. தெற்கே திரும்புவதற்கு முன்பு,

ரயில்வேகேட் பூட்டியிருப்பதைப் பார்த்தார் மாமா.

கிஷ்ணையா, ரயில் பாக்கறயாடா!

ஓ. பாக்கறேனே.

இப்போது நினைத்தால் வேடிக்கையாய் இருக்கிறது. அவர் காரை நிறுத்தச் சொன்னது, நான் ரயில் பார்ப்பதற்காக அல்ல; தான் பைப் பிடிப்பதற்காக!

முன்பு ஒரு கூத்து வாத்தியாரைப் பார்க்கப் போனோமல்லவா, கிட்டத்தட்ட அதே கிராமத்தின் அமைப்பும், சூழலும் இருந்த கிராமம் இது. பௌதிக அளவில் மட்டுமல்ல, அந்தரங்கத்திலும் முந்தைய கிராமத்தின் நகல்போல இருந்தது. சொன்னால் ஆச்சரியமாய் இருக்கும், ஹிந்துஸ்தானி சங்கீதத்தைப் பின்னணியாய் வைத்து நான் எழுதிய நாவல் ஒன்றின் கள ஆய்வுபோல மேற்கு வங்காள கிராமம் ஒன்றுக்குப் போயிருந்தேன் - சில ஆண்டுகளுக்கு முன். அந்த ஊரும் சடையம்பட்டி மாதிரியே இருந்தது!...

தங்கவேல் ஜோசியர் என்றால் யாருக்கும் தெரியவில்லை. 'அப்பிடி யாரும் நம்மூர்லெ இல்லையே!' என்றதோடு, 'எதுக்கும் பெருமாபட்டியிலெ கேட்டுப் பாருங்க' என ஆலோசனையும் சொன்னார்கள். இப்படி ஏமாறுவதெல்லாம் தமக்குப் பழக்கம்தான் என்பதுபோன்ற முகபாவனையுடன், காரை எடுக்கச் சொல்வார் மாமா. நல்லவேளை, ஆறாவது மனிதர் பதில் கேள்வி கேட்டார்:

மூக்கரெ சோசியரெக் கேக்குறீகளாக்கும்?...

மாமாவின் முகம் சட்டென்று மலர்ந்தது. ஆமாமென்று தலையாட்டினார்.

சோத்தாங்கைப் பக்கம் திரும்புதுல்ல, அந்தத் தெருவுலெ போங்க. பத்துப் பன்னெண்டு வீடு தாண்டி, வல்லாங்கை வாக்குல ஒரு சந்து இருக்கு. அதுங் கடோசிலெதான் அவரு கொட்டாயி.

கூரைக் கொட்டகை. முன்புறத்தைத் தாங்கியிருந்த இடது கல்தூணில் சாய்ந்து அமர்ந்திருந்தார் ஒரு கிழவர். முன்முற்றத்திலிருந்து சுமார் ஓரடி உயர்ந்த சிமெண்ட் தளத்தில், இடதுகாலை மடித்து,

வலதுகாலைத் தரையில் ஊன்றி உட்கார்ந்திருந்தார். திறந்த மார்பின் இருபுறமும் கதவுகள்போலத் தோள்துண்டின் முனைகள் வந்து, மூடாமல் திறந்து காட்டிய நெஞ்சு. முழுக்க நரைத்த தலை. பஞ்சுப்படலத்தின் தொடர்ச்சிபோல, நெற்றி முழுக்கப் பூசியிருந்த விபூதி...

கோடுபோலக் கண்ணை இடுக்கி எங்களைப் பார்த்தார். முன்னால் இருந்த கணக்குப்பிள்ளை மேஜைமேல் விரித்து வைத்திருந்த பஞ்சாங்கம். விரல்கள் சதா அதன் பக்கங்களில் நிரடிக்கொண்டேயிருந்தன - இப்போது நினைத்துப் பார்க்கும்போது மெல்லிய சிரிப்பு உதிக்கிறது - அந்தப் புத்தகம் பிரெய்லியில் பதிப்பிக்கப்பட்டதோ என்று!...

> **அ**ந்த சாதகத்தெ மறக்க முடியுங்களா. பத்துத் தலெமொறைக்கி ஒருதரம் ஜனிக்கிற அதிசயமில்லே அந்தப் பையன்...

என்றார் ஜோசியர். கரகரப்பான குரல். தொண்டையில் இரண்டு தகரங்கள் உரசிக்கொண்ட மாதிரி ஒலித்தது.

இன்ன இடத்தில் இன்னார். வீட்டுக்குடையவன் இன்னார். இன்ன ஹோரை. கோசாரப் பலன்கள் இன்னது - என்கிற மாதிரி ஏகப்பட்ட விஷயங்கள் அடுக்கினார். எனக்கு ஒரு சொல்லும் புரியாத வயது. மேற்சொன்ன பட்டியலையே தோராயமாய்த்தான் சொல்கிறேன். திரும்பும் வழியில், கார் ஓட்டுநரிடம் மாமா தன் வியப்பைப் பகிர்ந்துகொண்டது நினைவிருக்கிறது:

> என்னா மாரிமுத்து, கிளவரு என்னா போடு போட்டாரு தெரியுமா!

தலைக்கு முன்புறம் தொங்கும் பின்பார்வைக் கண்ணாடியில் புருவத்தை உயர்த்தினார் மாரிமுத்து.

> கிட்டத்தட்ட நாப்பது வருசத்துக்கு மின்னாடி பாத்த ஜாதகத்தெ கரதலப்பாடமா ஒப்பிக்கிறாரப்பா!!...

மாரிமுத்து புன்னகைத்தார்.

> ...அட நெஜமாத்தான் சொல்றேன். நாளெப்பின்னே ஜோசியம்

எதுவும் பாக்கணுமின்னா, இவர்ட்டத்தான் வரணும். நல்லாச் சொல்றாரு.

தொகுத்து எழுதும்போது இரண்டு விஷயங்கள் தோன்றுகின்றன.

ஒன்று, அந்த ஜாதகத்தை மாமா பார்த்ததில்லை. மூக்கரை ஜோசியர் சொன்னதுதான்; இவர் கேட்டுக்கொண்டதுதான். ஞாபகங்கள் குழறும் வயதை ஜோசியர் எட்டியிருந்தார். இதைவிட, முக்கியம், சோமன் பற்றிய விபரங்களைச் சொல்லித்தான் மாமா விசாரிக்கவே செய்தார்; ஒன்றுக்கொன்று அதிக தூரத்தில் இல்லாத கிராமங்கள் என்பதால், சோமனின் வரலாறு ஜோசியருக்குமே தெரிந்திருக்க வாய்ப்புண்டு. பின்னால் நிகழ்ந்தவற்றுக்குப் பொருத்தமாகத் தமது நினைவை அவர் மாற்றியமைத்துக் கொள்ளவும், அதற்கேற்றபடி ஜாதக அம்சங்களை வளைந்து சொல்லவும்கூட வாய்ப்புண்டு! அதிலுமே இன்ன அமைப்புக்கு இன்ன பலன் என்கிற அளவுக்கு மாமாவுக்கு ஜோசியம் தெரிந்திருக்கும் என்று நான் நம்பவில்லை...

ஆக, வியக்கவேண்டிய சங்கதி, ஜோசியரின் ஞாபக சக்தி அல்ல; எதையுமே தீர விசாரிப்பவரான மாமாவுக்கு, பார்த்த மாத்திரத்தில் தங்கவேல் ஜோசியர்மீது ஏற்பட்ட நம்பிக்கைதான்...

இரண்டாவது விஷயம், ஜோசியத்துக்குச் சம்பந்தமில்லாதது - ஜோசியருடன் சம்பந்தப்படுவது. அதாவது, முந்தைய பத்தியில் எனக்கு ஏற்பட்ட ஐயங்கள் அனைத்தையும் ஒரே வீச்சில் காலிபண்ணக் கூடியது.

சென்னைக்குக் குடிவந்த புதிதில், இலவசப் பாஸ் கிடைத்ததால், ஒரு இசைக் கச்சேரி கேட்கப் போயிருந்தேன். பாடகர் மிகப் பிரபலமானவர். பழைய தலைமுறை மகோன்னதம் ஒன்றின் ரத்த உறவினர். அந்த மகானின் பாணியில், கிட்டத்தட்ட அவருடைய குரலிலேயே பாடுகிறவர். பழையவரின் இசைத்தொகுப்புக்கள் பலவற்றை நானே சொந்தமாக வைத்திருந்தேன் - மிகப் பலதடவை கேட்கவும் செய்திருந்தேன். மாமாவுடன் மூக்கரை ஜோசியரைப் பார்க்கப் போனேனே, அந்தக் காலகட்டத்திலேயே உடல் நலம் சீர்கெட்டு அமமரானவர் அந்த மேதை.

முதல் ஓரிரு கீர்த்தனைகளிலேயே மிகத் தெளிவாகப் புரிந்துவிட்டது - ரத்த உறவுக்கும் கலைமேன்மைக்கும் நேரடிச் சமன்பாடு ஏதும் இருப்பதற்கில்லை. நீண்ட ராகம் தானம் பல்லவியை

அவர் முடித்தபிறகு, மனம் வெகுவாய்ச் சோர்ந்துவிட்ட மாதிரி உணர்ந்தேன். தனியாவர்த்தனம் வேறு தொடங்கிவிட்டது.

சிகரெட் பிடிக்கலாம் என்று எழுந்து வெளியில் வந்தேன். என் அருகில் உட்கார்ந்து கேட்ட வைரக்கடுக்கனும் வெளியே வந்தது. இருவருக்கும் பொதுவான கைத்தாங்கியில் போட்ட தாளமும், அவ்வப்போது ஒலித்த உச்சுக்கள் மற்றும் அட!க்களும், யாரும் தோய்ந்துவிடக்கூடிய பிடிகள் விழுந்தபோது தன் வலதுகையை விதானம் நோக்கி உயர்த்திப் பாராட்டியதும் அவர் ஒரு தொழில்முறை ரசிகர் என்று தெரியவைத்தன. என் அருகில் வந்து நயமான ஆங்கிலத்தில் கேட்டார்:

> எனக்கும் ஒரு சிகரெட் தந்து உதவ முடியுமா!

நீட்டிய பாக்கெட்டிலிருந்து ஒன்றை உருவிக்கொண்டார். அடுத்து லைட்டருக்குக் கைநீட்டினார். முதல் கொத்துப் புகையை மூக்குவழியாய் வெளியேற்றிபடி என்னிடம் சொன்னார்:

> உங்களுக்குத் தெரியுமில்லையா, இவருடைய சொந்தச் சித்தப்பாதான்...

'தெரியும்' என்று தலையாட்டினேன்.

> அவரை நான் நிறையக் கேட்டிருக்கிறேன் - நேரிலேயே. 1950ல் மைலாப்பூரில் ஒரு கோவில் கச்சேரி. இதே ராகம் தானம் பல்லவி பாடினார். தேவகானம். கேட்கக் கொடுத்துவைத்தவர்களுக்கு, பிறவிப்பயன் கிட்டிவிட்டது என்றே சொல்ல வேண்டும். இன்னொருமுறை அவரே பிறந்து வந்தால்கூட அப்படிப் பாட முடியுமா என்பது சந்தேகம்தான். அவருடைய முனகலுக்குக்கூட உறைபோடக் காணாது இவர் பாட்டு. இன்னமும் பல பிறவிகள் தவம் செய்ய வேண்டும் - அந்த உச்சத்தைத் தொட.

அதன்பிறகு, சிகரெட் முடியும்வரை இருவரும் பேசிக்கொள்ளவில்லை. நான் அரங்கத்தை விட்டு வெளியேறப் போனபோது, அவர் மீண்டும் அரங்கத்துக்குள் நுழைந்தார். பேருந்து நிறுத்தத்தைப் பார்த்து நடந்தபோது எண்ணவோட்டம் அவரையே சுற்றிவந்தது.

எனக்கு ஆங்கிலம் தெரியும் என்று அவர் எப்படி முடிவுகட்டினார் என்று லேசாக ஆச்சரியப்பட்டேன். அதைவிட, அரை நூற்றாண்டுக்கு

முன் கேட்ட கச்சேரியின் பதிவை அவர் தமக்குள் எங்கே சேமித்து வைத்திருக்கிறார்; தேவைப்படும்போது நினைவில் மேலெழும் மேற்படிப் பதிவை ஒலித்துக்காட்டும் கருவி எது என்று நினைத்து நினைத்து மாளவில்லை எனக்கு. ஞாபகத்தில் உள்ளதையும், தற்போதைய கச்சேரியையும் ஒப்பிடும் அளவுகோலை வேறு பத்திரப்படுத்தி வைத்திருக்கிறார்!...

ஆகவே, இப்போது நினைத்துப் பார்த்தால், ஜோசியரின் நினைவாற்றலைச் சந்தேகிக்க வேண்டியதில்லை என்றே தோன்றுகிறது. என் மனத்தின் வரையறைகளை எல்லாருக்குமுடையதாக ஆக்கிப் பார்க்க வேண்டியதில்லைதானே.

பார்க்கப்போனால், நேரிலும் கேஸட்டிலும் மாமா விவரித்த விதம், அவருடைய மொழியாளுமை, உணர்ச்சித் ததும்பல் இவற்றுடன் ஒப்பிட்டால், வெறும் இரு பரிமாணத் தட்டைதானே நான் எழுதிச் செல்வது...

ஆனா, ஆயுசு அம்புட்டு கெட்டியில்லே. சாதகத்தெப் பாக்கும்போதே சொல்லு வரத்தாஞ் செஞ்சுச்சு. பெத்த ஆத்தாகிட்டே அம்புட்டையும் சொல்லீற முடியுமா. வைத்தியனெ மாதிரித்தேன் சோசியனும். நல்லதெ விண்டு சொல்லீறலாம். கூடக்கொஞ்சம் தச்சணெ கேட்டு வாங்கிக்கிறலாம். கெட்ட சேதிகளெப் பட்டும் படாமெத்தேன் சொல்லணும். குடுக்குற கையி கூசிச் சுருங்கீறாதா? உள்ளதும் போச்சுரா ளொள்ளெக் கண்ணாண்டு ஆயிறாது? பெறகு, இருக்குற வரைக்கிம் தாயி புள்ளைக நிம்மதியா இருந்துக்கிறட்டுமே; என்னா சொல்றீக. வைத்தியனாவது, சொஸ்தமாகும் ஆகாதுன்னு ஒரு வார்த்தெ சொல்லித்தான் தீரணும். சோசியன் அப்பிடியில்லையே, சொல்றது அம்புட்டுமே ஊகம்தானே. பலிச்சாலும் போச்சு. பலிக்காமெப் போனாலும் போச்சு. வாக்கு வர்ற விசயம் அச்சு அசலா நடந்துரும். நாமளாக் கணக்குப்போட்டுச் சொல்றது கொஞ்சம் அப்பிடி இப்பிடித்தான். அதுனால, வில்லங்கமா எதுனாச்சும் பட்டுச்சுன்னா, ஈரெட்டா ரெண்டு வார்த்தெ சொல்லி நிறுத்திக்கிருவேன்! ‘என்னாப்பா, அப்பிடிச் சொன்னயே, இப்பிடி ஆயிப்போச்சே'ண்டு யாரும் வந்து ஏவம் கேக்க முடியாது பாருங்க. அப்பறம், ஆயிரந்தான் சொன்னாலும், இருக்குறதும் போயிச் சேர்றதும் மனுசக் கையிலே

இல்லேன்னு தெரியாதவுங்க யாரும் இருப்பாங்களா! இல்லே, அதெக் கணிக்கிறதுதான் லேசா. என்னமோ, அடுத்தவெங்கிட்டெ ஒரு சொல்லு வாங்கி, தாவந்தத்தெத் தீத்துக்கிர்றதுதான்.

என் ரெண்டாவது மயென் இருக்கானே, சாதகம் எளுதும்போதே இத்தனெ வருசம் ஆயுசுன்னு துல்லிசமாக் கணிச்சுருவான் பாத்துக்கங்க.

அங்குட்டு டில்லியிலெயெல்லாம் தமிளாளுக ஏகப்பட்ட பேரு இருக்கதாச் சொல்லிக்கிர்றாங்களே நெசந்தானா. சோசியம் சாமி இதுலெயெல்லாம் நம்பிக்கெ உள்ளவுங்க நெறையா இருப்பாங்களா? இல்லே, எதுக்குக் கேக்குறேன், நம்ம ரெண்டாவது பயலுக்கு நல்ல வாக்கு இருக்கு. அவனுக்கு ஒரு கையெக் காட்டிவுட்றலாம்ண்டு பாக்குறேன். இந்தூருலெ இருந்தா சரசுவதி கடாச்சம் மட்டும்தான் மிஞ்சும். லச்சுமி ஓரக்கண்ணாலெ கூடப் பாக்கமாட்டங்குறா. தட்டாம்பயிறுந் தக்காளியும் புளியங்காவும் தச்சணை வாங்கி அடுப்பெரிக்கிறது லாயக்குப்படுமா, சொல்லுங்க?

மாமா பிடிகொடுக்காமல் சிரித்தார். ஜோசியர் கில்லாடி. உடனடியாக, பழைய விஷயத்துக்கே திரும்பினார். ஜோசியத்துக்குச் சம்பந்தமில்லாதது என்றாலும், எவ்வளவு அதிகமாய்த் தகவல் கொடுக்கிறோமோ, அந்த அளவுக்கு தட்சிணை பேறும் என்று நினைத்தாரோ என்னவோ!...

ஆனா, நீங்க கேட்டு வந்துருக்கீங்களே, அந்தப் பையனெச் சும்மா சொல்லக்கூடாதுங்க. இங்கெ நெலக்கோட்டெ மாரியம்மன் கோயில் திருளாவுலெ அவுக கோஸ்டி வந்துருந்துச்சு. மந்தையிலெ மூணு நா தொடந்து நாடகம் போட்டாக.

மொத நா, அல்லி அர்ஜுனா. அதுலெ அல்லியா இந்தப் பையந்தான் நடிச்சாரு. ஐயோ, பொம்பளெ வேசத்திலெயே அம்புட்டு அளகா ஒரு ஆம்பளெ இருந்தா ஊர்லெ இருக்கிற பொம்பளை அத்தனெபேரும் மேலெபோய் விளுகத்தானெ செய்வாக? என்னா நெறம், என்னா சாரீரம்?

ரெண்டா நாத்து, இரணிய வதம். நம்மாளுதேன் இரண்யன்.

என்னா உருட்டு, என்னா மெரட்டு. இத்தனைக்கிம், அந்தக் கொரல் இன்னம் முளுசா ஆம்பளெக் கொரல் ஆயிருக்கலே. ஒடம்பும் அம்புட்டு முத்தலே பாத்துக்கங்க. ஆனாலும், அந்தப் பாவனெ, பாட்டு எல்லாமே கொஞ்சம் ஓங்கியிருந்துச்சா, அது இரண்யனேதாங்குறதுலெ யாருக்குமே சந்தேகம் வந்துருக்காது... நேத்துப் பொம்பளெ வேசம் கட்டுனது இதே ஆளுதான்னு நெனச்சுக்கூடப் பாக்கத் தோணாது.

நாடகம் நாட்டியம்ன்றதெல்லாமே அதுதானுங்களே. கண்ணுலெ லேசாக் கோடி காட்டி, மனசுக்குள்ளாறெ விசுவரூபம் எடுக்க வைக்கிறதுதானுங்களே.

அது பெரிசில்லேங்க, மூணாநாத்து கீசக வதம். நம்மாளு, சைரந்திரி வேசம் கட்டினாரு. எப்பேர்ப்பட்ட முனிவனுக்கும் விரதபங்கம் ஆயிரும். அதென்னா நடை, ஒரு தளுக்கு, ஒரு மினுக்கு. சபையைப் பாத்துக் கண்ணெக் காட்டுனா, ஒவ்வொருத்தருக்கும் ‘தனக்குத்தான் அந்த வீச்சு’ன்னு தோணும். முந்தின நா அந்த உருட்டு உருட்டுன ஆம்பளையா இதுன்னு மூக்குலெ கைவச்சிருச்சு ஜனம்.

எனக்கானா அடங்கவேயில்லே. அதெப்பிடி, ஆம்பிள அம்சமும் பொம்பிளெ அம்சமும் ஒரே ஆளுகிட்டெ இப்பிடி ரெம்பிக் கிடக்கே? இயற்கையிலேயே இப்பிடி நடக்க வாய்ப்பிருக்கா என்ன?ன்னு ரெம்பக் கொளம்பிப் போனேன். அப்பண்டா, நாமல்லாம் ஆம்பளெ பொம்பளேண்டு நெனச்சிக்கிர்றது வெறும் நெனைப்புத்தானா. இதென்னாடாது ஆச்சிரியமா இருக்குன்னு மனசு அடங்கவேயில்லே பாத்துக்கிருங்க.

ஆனா, அந்தமாதிரி அளகனா இருக்குறதெல்லாம் ஒரு சாபம்ங்க. எப்பிடியாச்சும் ஆயுசு நீடிக்காமெப் போயிரும். திஸ்டியெ விடுங்க, ஈசல் மொய்க்கிற மாதிரி மேல வந்து விளுந்துச்சுகன்னா, எப்பேர்க்கொத்த யோக்கியன்னாலும் மனசு பொரண்டுருமால்லியா. அப்பறம் அதுலெ ஒரு ருசி உண்டாயி, பொலிகாளெ கணக்காத் திரிய ஆரமிச்சுருவாங்ய. விந்துவிட்டவன் நொந்துகெட்டான்னு பெரியவுங்க சும்மாவா சொல்லிவச்சுருக்காங்க.

சட்டென்று என்புறம் திரும்பிப் பார்த்தார். சின்னப்பையன் இருக்கும் இடத்தில் அசந்தர்ப்பமாய் வந்து விழுந்துவிட்ட பழமொழிக்காக

மனம் குன்றினாரோ என்னவோ. ஆனால், அர்த்தமே புரியாமல் எனக்குள் பதிந்துவிட்ட பழமொழி, இப்போது தன் முழு வீச்சோடு நினைவு வருகிறது - இலக்கை எட்டுமுன்பே விசையிழந்த அம்புபோல, பரிதாபமாகத் தரையில் வீழ்கிறது!

திரும்பும் வழியில், வாடிப்பட்டி விலக்கில் காரை நிறுத்தி, மாமா பதனீர் குடித்தார். இவ்வளவு குடிக்கிறாரே, வயிற்றுக்குள் எவ்வளவு இடம்தான் இருக்கும் இவருக்கு என்று வியந்தேன். எனக்கு ஒரு ஓலைப் பொட்டலம் நிறைய நுங்கு வாங்கித்தந்தார்.

வீடு வந்து சேரும்போது, பொட்டலம் காலியாகியிருந்தது.

ஆ. மடம்

1972ல் என்னுடைய அப்பா காலமானார். கொஞ்சநாளாகவே மகோதரத்தினால் அவதிப்பட்டு வந்தவர். எதிர்பாராத ஒருநாளில் மிகவும் பிரகாசமான ஆரோக்கியத்துடன் தென்பட்டு, மறுநாள் அதிகாலையில் இறந்தார்.

தந்தியில் தகவல் கிடைத்தாலும், மூன்றாவது நாள்தான் சம்பந்தமூர்த்தி மாமாவால் வர முடிந்தது. முந்தின வருடம்தான் பணிமாற்றல் பெற்று, டெல்லியில் குடியமர்ந்திருந்தார் மாமா. அந்தமுறை மூன்று வாரம் எங்களுடன் தங்கினார்.

அவ்வளவு சுருங்கிய முகத்துடன் அவரை நான் பார்த்ததேயில்லை - அதற்கு முன்னும், பின்னும். யாரோடும் அதிகம் பேசாமல் அவர் மௌனம் அனுஷ்டித்ததும் அதுதான் முதல் தடவை.

வாசல் திண்ணையிலோ, வீட்டின் எதிரிலுள்ள சிமெண்ட்டுக் களத்திலோ, வளாகத்தின் பின்பக்கத்தில் இருந்த தென்னந்தோப்பிலோ தனியாக உட்கார்ந்திருப்பார். தோப்பில் இருக்கும்போது, ஓயாமல் வாயில் பைப் புகையும். அழுக்கான நாலுமுழ வேஷ்டி, கழுத்தையொட்டி வடக் கயிறு போலப் பூணூல் ஒதுங்கித் தெரியும் கைவைத்த பனியன் இவற்றோடு, சிகை கலைவதற்கு வாய்ப்பேயில்லாத போலீஸ் தலை, ஒருபுறம் முறுக்கி மறுபுறம் தொய்ந்து இறங்கிய மீசை என்று விநோதமாகக் காட்சியளிப்பார்.

திடீரென்று நினைவு வந்த மாதிரி வேகமாக எழுந்து அம்மாவின் அருகில் போய் உட்கார்வார். அவளும் காத்திருந்த மாதிரி தன்னோடு சேர்த்து அணைத்துக்கொள்வாள். ஆளுக்கொருபுறம் பார்த்தபடி கண்மல்குவார்கள். சிலவேளை யாராவது ஒருவர் விசித்து அழுவார்கள். அம்மாவின் மடியில் தலைபுதைத்துக் குலுங்குவார் மாமா. அம்மாவின் உடன்பிறந்த சகோதரர்கள் இந்தக் காட்சியைப் பார்த்துக்கொண்டே, உணர்ச்சி வறண்ட முகத்துடன் நடமாடுவார்கள்.

அவர்கள் மூன்றுபேரும் அக்காவிடம் காட்டிய பாசத்தைவிடவும், ஒன்றுவிட்ட தம்பியான சம்பந்தமூர்த்தி மாமா காட்டிய பிரியம் அபாரமானது.

சில சமயம் அம்மா செல்லமாய் அதட்டுவாள். ஒரு தடவை அவள் சொன்னது நினைவு வருகிறது:

> போறுண்டா சம்பந்து. இப்பிடியா எப்பப் பாத்தாலும் குமுறிண்டிருக்கறது. அக்கா என்ன சின்ன வயசிலேயா அறுத்திருக்கேன்? இல்லே, போனவருக்குத்தான் சின்ன வயசா? அவர்தான் சொல்லிண்டே இருப்பரே? 'எட்டெட்டுலெ சாகணம், எட்டெட்டுலெ சாகணம்' ன்னு. ஒரு வருஷம் முந்தியே போய்ட்டார். மஹான் இல்லியா எம் புருஷன்...

மளுக்கென்று தான் உடைந்து அழ ஆரம்பித்தாள் அம்மா. எனக்கு, 'ஓரெட்டில் கிடைக்காத தாய்ப்பாசமும், ஈரெட்டில் கல்லாத கல்வியும்...' என்று அப்பா அடுக்கிக்கொண்டே போவது ஞாபகம் வந்தது.

சுபஸ்வீகாரத்துக்கு மறுநாள், காலையில் வெளியே கிளம்பினார் மாமா. வழக்கம்போல கறுப்பு அம்பாஸிடர் வந்து காத்திருந்தது. என்ன நினைத்தாரோ, சகாக்களோடு விளையாடிக்கொண்டிருந்த என்னை, உரத்து சப்தம் கொடுத்துக் கூப்பிட்டார்.

> கிஷ்ணையா, போ. டவுசர் சட்டை மாத்திண்டு வா.

என்று அப்பாவின் பத்தாம்நாள் போட்டிருந்த என் புது மொட்டையை வருடினார். அந்த நாட்களில், கனிவாக யாராவது ஒரு வார்த்தை சொன்னாலே விசும்பி விசும்பி அழும் பதநிலைக்கு வந்திருந்தேனா, மாமா தலையைத் தடவியதும் வயிற்றைப் பிசைந்தது.

ஆனாலும், வெளியில் அழைத்துப் போகவிருக்கிறார்; அழுவதற்கு அவகாசமில்லை. அம்மாவிடம் ஓடினேன்.

சோழவந்தான் போவதற்கு இரண்டு மார்க்கங்கள் உண்டு. கீழ்நாச்சிகுளம் கருப்பட்டி என்று போவது ஒன்று. இரும்பாடி வழியாகச் செல்வது இன்னொன்று. பொட்டமடை என்ற இடத்தில் கவை பிரிந்து பாதைகள் விலகும். இரும்பாடி போய்விட்டுத் திரும்பும்போது, கவையை நெருங்குவதற்குச் சற்று முன்னால், ஓட்டுநரின் முதுகில் தட்டி நிப்பாட்டச் சொன்னார் மாமா.

இறங்கினோம். கவனமாக நடக்கவேண்டிய அளவுக்கு ஒடுக்கமான வரப்பில் நடந்தோம். எங்களுக்கு ஓரிரு அடிகள் முன்னால் வரிசையாக ப்ளக் ப்ளக்கென்று தவளைகள் குதித்தன. அளவில் பெரிய ஓரிரண்டு குதித்தபோது, நிரம்பிய வயலிலிருந்து சேற்றுநீர் தெறித்தது. தயங்கி உயர்ந்துகொண்டிருந்த சூரியனின் மஞ்சள் மாறா ஒளியும், அந்தக் காலை நேரத்தில் பரிவாக வீசிய இளம் காற்றும், சுற்றிலுமிருந்த நெல்வயல் பரப்பில், வரப்புகள் உருவாக்கியிருந்த கட்டங்களுக்குள் விம்மிய பசுமையும், என் வலதுகையைத் தன் அகலமான இடதுகைக்குள் பொத்திப் பற்றியிருந்த மாமாவின் இறுக்கமான பிடியும் எத்தனை ஜென்மமானாலும் எனக்கு மறக்கவே மறக்காது. தொலைவில் தனியாக நின்று, நாங்கள் வருவதை அக்கறையாகப் பார்த்துக்கொண்டிருந்த ஒற்றைப் பனை மரத்தையும்தான்.

ஒளிர்பச்சை நிறத்துடன் சுற்றிலும் வயல்கள் இருக்க, நடுவில் மிகப் பெரிய ஒற்றையறையும், வாசல்படியின் இருபுறமும் சுவரையொட்டி நீண்ட அகலமான திண்ணைகளும் கொண்ட, வெளிறிய இளநீலநிறக் கட்டடம் ஒன்று. சிறிய கல்யாணமண்டபத்தின் பரிமாணத்தில் நின்றது. அதன் இடுப்புயரத்துக்கு, அதாவது, நின்றிருக்கும் மாமாவின் தலைமட்டத்துக்கு, காவி-வெள்ளைப் பட்டைகள்...

உள்ளே யாருமே வந்தது இல்லை என்கிற மாதிரி ஏகாந்தம் நிரம்பியிருந்தது. வாசல்நிலைக்கு எதிர்ப்புறச் சுவரில் நாலைந்து படங்கள் சாத்தியிருந்தன. சின்னஞ்சிறு சுடருடன் அகல் ஒன்று எரிந்துகொண்டிருந்தது. விக்கிரகமேயில்லாத கோயிலை முதன் முறையாகப் பார்க்கிறேனா, எனக்கு ஆச்சரியம் தாளவில்லை.

ஆனால், மாமாவிடம் இறுகியிருந்த மௌனத்தை லேசாக அசைத்துப் பார்க்கக்கூட தைரியம் இல்லை. பீடத்தில் பதித்த சிற்பம்தான் இல்லையே தவிர, வெண்பளிங்கில் செதுக்கிய, சம்மணமிட்ட மனித உருவம் ஒன்று சுவரையொட்டித் தரையில் வைக்கப்பட்டிருந்தது. இப்போதைய நினைவில், மிகத் திருத்தமான, தத்ரூபமான சிலை அல்ல அது என்று தெரிகிறது. அமர்ந்த நிலையில், சுமார் மூன்றடி உயரம் இருக்கலாம்.

உள்ளே நுழைந்ததும் இன்னொரு ஆச்சரியம் என்னை நனைத்தது. ஆமாம், இரண்டாள் உயரமுள்ள கூரைக்குக் கீழ், சுவரின் மூன்று புறங்களிலும் மரச்சட்டத்தில் பதித்த பிரம்மாண்ட ஓவியங்கள் இருந்தன. சுத்தமாகத் துடைக்கப்பட்ட கண்ணாடித் திரைக்குப் பின்னால் பொதிந்திருந்த தைலவண்ண ஓவியங்கள். ஒவ்வொன்றும் சுமார் மூன்றடிக்கு நாலடி அகலநீளம் கொண்டவையாக இருக்கலாம் என்று இப்போதைய நினைவில் அளவுபடுகிறது.

சுவருக்குப் பத்து என முப்பது ஓவியங்கள். முப்பதிலும், ஒரே ஆளின் பல்வேறு நிலைகள் காட்சியாகியிருந்தன. ஒன்றில் ஜடாமுடி, மீசையுடன் இருந்தவர், மற்றதில் மழுங்கச் சிரைத்த தலையும் முகமும் கொண்டிருந்தார். பசுவுக்குக் கீரை வழங்கும் படம் (தன் மடுவுக்கு நேர்கீழே வைத்த பாத்திரத்தில் தானாகவே பால் சொரிந்துகொண்டிருந்தது பசு), தரையில் நிற்பவரை நோக்கி முழுக்க வளைந்து இளநீர்க் கொத்தை நீட்டிக்கொண்டிருக்கும் தென்னை, மூன்று கல் அடுப்பில் ஏற்றிய மாபெரும் பானையில் கஞ்சிபோன்ற எதுவோ கொதிப்பதற்குத் தன் பாதங்களின் நுனியில் எரியும் தழலைக் காட்டியபடி ட வடிவில் கால் நீட்டி அவர் அமர்ந்திருப்பது (கைகளைக் கோத்து மடியில் புதைத்திருந்தார்), தலைவிரிகோலமாக வெற்று நெற்றியுடன், கன்னத்தில் வழியும் கண்ணீருடன் அமர்ந்திருக்கும் பேரிளம்பெண்ணின் மடியில், நிலைகுத்திய விழிகளுடன் தலைசாய்த்துக் கிடக்கும் அதே மனிதர் என்று பல்வேறு படங்கள் நினைவிருக்கின்றன.

பின்னாட்களில், ரவிவர்மா ஓவிய நகல்களை, கொண்டையராஜுவின் காலண்டர்ப் படங்களைப் பார்க்கும்போது, அன்று பார்த்த பெயர்தெரியாத ஓவியரின் நினைவும் எனக்குள் வந்துபோகும். உண்மையிலேயே அப்படியொரு மண்டபத்தையும் அதிலிருந்த ஓவியங்களையும் பார்த்தேனா, இல்லை நிஜம்போலவே நிகழ்ந்து

தீர்ந்த கனவொன்றின் சிதில மிச்சமா என்று பலதடவை வியந்திருக்கிறேன்.

நேரில் ஒருமுறை போய் உறுதிசெய்துகொண்டிருக்க முடியும். ஆச்சரியம் பாருங்கள், எத்தனையோமுறை கரட்டுப்பட்டி சென்றுவந்திருந்தபோதும், இரும்பாடி மார்க்கமாகப் போக வாய்க்கவேயில்லை. இப்போது, இந்தச் சந்தர்ப்பம் என்பதால் மட்டுமே வெளியேறி வந்திருக்கும் ஞாபகங்கள் கரட்டுப்பட்டிக்குப் போய்வந்த நாட்களில் மேலெழவே இல்லை என்பது ஆச்சரியம்தான்.

எப்படியானாலும், இப்போதைய மொழியின் பலம் கொண்டு, பால்யகாலக் காட்சியைப் பார்ப்பது சுவாரசியமாக இருக்கிறது!...

இரும்பாடியில் மாமா விசாரித்துப்போன டீக்கடையில் அந்தப் படங்களிலொன்றின் சிறிய வடிவம் மாட்டியிருந்தது நினைவு வருகிறது. அதனால், அந்தக் காட்சியும் அந்த விஜயமும் கனவு அல்ல; நிஜமாகவே நடந்ததாய்த்தான் இருக்க வேண்டும்.

டீக்கடைக்காரரர் வெற்றிலை குதப்பிய வேகம் பார்ப்பதற்கே மிரட்சியூட்டியது. இவ்வளவு ஆவேசமாக மென்றால் தாடை வலி கண்டுவிடாதா என்று திகைப்பாய் இருந்தது. மாமா அவர் அருகில் நெருங்கியதும், தன் முகத்தை முன்னால் நீட்டிக் காட்டி,

ம்ம்... ம்ம்...?

என்று கேட்டார். கடையின் முன்முற்றத்தில் கிடந்த பெஞ்ச்சில் சாவகாசமாக உட்கார்ந்திருந்த ஓரிருவர், எங்களை வெறித்துப் பார்த்தனர். மாமா தலையசைத்தவுடன், தான் நின்றிருந்த இடத்திலிருந்த இடத்தைவிட்டு வெளிவந்து, பக்கத்திலிருந்த சிறு வைக்கோல் போரில் தாம்பூல எச்சிலைப் பீய்ச்சிவிட்டுத் திரும்பினார் கடைக்காரரர். மஞ்சள் போரில் செந்நிறமாய்க் கொழகொழவென்று வழிந்த எச்சிலை கண்கள் உற்றுப் பார்க்க, அவருடைய பேச்சில் என்னுடைய கவனம் குவிந்தது...

இடது தோளில் பளபளக்கும் பித்தளைத் தோண்டியும், தொங்கவிட்ட வலது கையின் முனையில் அரளிப்பூக்கள் நிரம்பிய பிரம்புக் குடலையும் கொண்ட மனிதர் உள்ளே நுழைந்தார். இளைஞர். வெளிறிய மாநிறம். செதுக்கு மீசை. வெளிப்புறம்

நோக்கிப் பிறழ்ந்த, வசீகரமான மாறுகண். அடர்த்தியான புருவங்கள். நெற்றியை நிரப்பிய விபூதிப் பட்டையில் அங்கங்கே வியர்வை இறங்கி அழித்திருந்தது.

பூசையை முடிச்சிட்டு வந்தர்றேன். செத்தெ ஒக்கார்றீங்களா?

என்று மாமாவிடம் விநயமாகக் கேட்டவாறே, திண்ணையைக் காட்டினார். கிணுகிணுவென்று ஒலித்த சங்கீதக் குரல். நாங்கள் சென்று அமர்ந்த மாத்திரத்தில், அவ்வளவு பெரிய மண்டபத்துக்கு விகிதப்பொருத்தமற்ற, சாதாரண உயர நிலைக்கதவுகளை அழுத்திச் சாத்தினார். உள்ளே தாழிடும் சப்தம் கேட்டது.

வயல் வரப்பில் இறங்கிய மாமாவை நாய்க்குட்டிபோலப் பின்தொடர்ந்தேன். பைப் பற்ற வைத்தார் மாமா. வாயிலிருந்து வெளியேறும் புகையின் அடர்த்தி குறைய ஆரம்பித்தபோது, மடத்துக்குள்ளிருந்து கைமணி உரத்துக் கிணுகிணுக்கும் ஒலி கேட்டது. சில நிமிடங்கள் கழித்து, நிலைக்கதவின் தாழ் அகலும் ஓசையும் கேட்டது. ஓணான் மாதிரித் தலையை வெளியே நீட்டியவர், மாமாவைப் பார்த்து 'வரலாம்' என்று தலையாட்டினார்.

கீழே குனிந்து, ஒரு கல்லில் தட்டிச் சாம்பலைக் கவிழ்த்துவிட்டு, பைப்பைக் குர்த்தாப் பைக்குள் வைத்தவாறே வேகமாக நடந்தார் மாமா. அவசரத்தில் என் கையைப் பற்றிக்கொள்ள மறந்துவிட்டார். கால் பிறழாமல் கவனமாகவும், வேகமாகவும் அவரைத் தொடர்வது சிரமமாய் இருந்தது.

பளிங்குச் சிலையின் முன்னால் சூடத்தட்டில் கரும்புகையெழுப்பிக் கனன்று கொண்டிருந்தது சுடர். சற்றுப் பெரிய அளவு கற்பூரக் கட்டி போல. சுடர் மெல்ல மெல்லத் தணிந்து, இறுதியில் நீல நிறச் சிறுபுள்ளியாகி அவியும்வரை மூன்றுபேரும் சிலைகள் மாதிரி நின்று அதையே வேடிக்கை பார்த்துக்கொண்டிருந்தோம்.

...ராமண்ணன் கடையிலெ சொன்னாங்களாக்கும்? இங்கெ ஜீவசமாதி ஆயிருக்கவரு நம்ம தாய்மாமாதேன். மூத்தவரு. சின்ன மாமா பெரிய நாடகக் கலைஞ்சரு. அப்பறம் பட்டணத்துலெ போயி ரெண்டு மூணு சினிமாலெகூடக் கதாநாயகனா நடிச்சாரு. அப்பறம் என்னாச்சுன்னு தெரியலே, காணாமெப் போயிட்டாரு. அண்ணனும்

தம்பியும் ஒரு அச்சுலெ வாத்த மாதிரி இருப்பாகன்னு சொல்லும் எங்க ஆயா. அந்தா, பெரியமாமாவெ மடியிலெ போட்டுக்கிட்ருக்குல்ல, அந்தக் கிளவிதேன்...

படத்தைத் தானும் கொஞ்சநேரம் உற்றுப் பார்த்துக்கொண்டிருந்தார். மூக்கை ஒருதரம் ஆழ்ந்து உறிஞ்சிவிட்டுத் தொடர்ந்தார்:

அஞ்சு பிள்ளைகள்லெ எங்கம்மாதான் மூத்தது. வாடிப்பட்டியிலே ஒரு பணக்கார வீட்டுலெ வேலைக்கி விட்டுருந்தாக. சாகந்தன்னியும் சொல்லிக்கிட்டே இருக்கும். கூடப்பெறந்த ஆம்பளெகள்லெ ஒருத்தன் இல்லாமலே போயிட்டான், இன்னொருத்தன் இருந்தும் இல்லாமெப் போனான்னு...

சாலையில் எங்கள் கார் நின்றிருந்த இடத்தில் ஒரு கூட்டு வண்டி வந்து நின்றது. அடைப்புக்குறிகள் போல நேர்த்தியாக வளைந்து நீண்டிருந்த கொம்புகளின் நுனியில் மாட்டிய சலங்கைகள் கலகலக்கிற விதமாகத் தலையாட்டிக்கொண்டு நின்ற ஜோடிக் காளைகளை நான் பார்த்துக்கொண்டிருக்கும்போதே, சரிகை பளபளக்கும் புடவைவிளிம்பு வண்டியின் பின்புறப் படியில் இறங்குவது தென்பட்டது. இங்கே பேச்சு நின்றுவிட்டது.

வரப்பில் நிதானமாகக் காலூன்றி நடந்து வந்த தம்பதியின் வயது முப்பதுக்குள் இருக்கலாம் என்கிறது இப்போதைய நினைவின் மதிப்பீடு. சலவை வேட்டியும், வெள்ளைச் சட்டையும் அணிந்த கணவரின் அடியையொற்றி நளினமாக நடந்துவந்தார் மனைவி. அடர்நீலப் பட்டுப்புடவையின் அடர்த்தியும் அகலமுமான சரிகைவிளிம்பு காலை வெயிலில் கண்கூசும்படி மினுங்கியது.

உருமாலில் சாட்டைக்கம்பைச் செருகியிருந்த வண்டியோட்டி இரண்டு கைகளாலும் பிடித்திருந்த தாம்பாளத்தில் பழவகைகளும், ஒரு பந்து பூவும் காகிதப் பொட்டலங்கள் சிலவும் இருந்தன...

கண்கூப்பிப் பிரார்த்தனையில் இருந்தவர்களிடம் பூசாரி இளைஞர் சொன்னார்:

நல்லா வேண்டிக்கிருங்கம்மா. இங்க வந்துட்டீகல்லே, அடுத்த வருசம் கைக்கொளந்தையோட வருவீக. நம்பி வந்தவுகளெ நம்ப சாமி கைவிட்டதா சரித்திரமே கெடையாது. தொட்டில் எங்க வாங்குனீக. நல்லா அளகா இருக்கே. பின்னாடி

அரசமரம் இருக்கு பாருங்க அதுலெ கட்டீருங்க.

தீபாராதனைத் தட்டில் அந்த அம்மாள் காசு போட முனைந்தபோது,

தட்டுலெ போடக் கூடாதம்மிணி. அந்தா, உண்டியல் இருக்கு பாருங்க. அதுலெ போட்ருங்க.

திருநீறு வாங்கிக்கொண்டு அவர்கள் புறப்பட்டுப் போன பிறகு, எங்களிடம் தொடர்ந்தார்:

எங்க அப்பாருதான் மாமியாளுக்குக் கொள்ளிபோட்டாரு. ஆயாவுக்குக் கடோசி வரைக்கும் தீராத கொறை ரெண்டு இருந்துச்சு. ஒண்ணு, தான் உசிரோடெ இருக்கும்போதே பெரிய மாமா சமாதியாயிட்டது. அவரு மட்டும் இருந்திருந்தா, சந்நியாசியானாலும் தாயாருக்குப் பண்ற கருமத்திலெ குறை வைக்கப்படாதூன்னு, தானேதான் கொள்ளிவச்சிருப்பாரு. ஆதிசங்கரரு, பட்டினத்தடிகள் மொதக் கொண்டு பெரியவுக எல்லாருமே அப்பிடித்தான் செஞ்சாகளாமே. தனக்குத்தான் அந்த பாக்கியம் இல்லாமெப் போச்சுன்னு பொலம்பும்...

அவர் கதை சொல்லும் வேகமோ, தான் எதிர்பார்த்தவிதமாகத் தகவல்கள் கிடைக்காததோ, மாமாவின் முகத்தில் வெளிப்படையான அதிருப்தி தெரிந்தது. ஆனால், இவை இரண்டுமே அல்ல, மூன்றாவது காரணம் ஒன்று இருந்தது என்பது திரும்பிப்போகும் போது தெரிந்தது... தன் பாட்டியின் இரண்டாவது மனக்குறையைச் சொன்னார் பூசாரி:

... தான் அய்யிரு வீட்டுலெ பொறந்தும், தன் குழந்தைகள் யாருக்குமே அய்யிரு வீட்டுச் சம்பந்தம் அமையலேண்டு சங்கடப்பட்டுக்கிரும். எங்கம்மா கோவமாச் சொல்லும். 'அதென்னா லூசு மாதிரிப் பேசுறே? அம்பலகாரருக்கு வாக்கப்பட்டுருக்கே, அதுலயும் கூத்தாடி வேற. ஒனக்கே இது சாஸ்தியாத் தெரியலையா கிளவீ?!' ஆனா, எங்க பாட்டி காலத்துலேயே, அது கண்ணு முன்னாடியே, குடுமி வச்ச அய்யிரெல்லாம் குடும்பத்தோடெ வந்து பெரியமாமா சமாதியிலெ விளுந்துகும்புடுறதென்ன, மாவிளக்கு ஏத்துறதென்னன்னு எல்லாத்தையும் கண்ணாரப் பாத்துருச்சு. உங்களைப் பாத்தாலும் அய்யிரு மாதிரித்தேன் இருக்கு!

புன்சிரித்தார். அப்புறம், கண்கள் விரிய, தனக்கே சொல்லிக் கொள்கிறவர் மாதிரிச் சொன்னார்:

> இவுரு பெரீய்ய மகான்ங்க. பிள்ளெவரம் குடுப்பாரு, தீராத வியாதிகளெ சொஸ்தம் பண்ணுவாரு. ஒரு தபா அவரு கையிலெ துன்னூறு வாங்கீட்டாப் போதும், மனசுலெ அப்பிடியொரு நிம்மதி வந்து உக்காந்துரும்ன்னு சொல்லும் எங்கம்மா. மேளியும் மம்பிட்டியும் புடிச்ச கையிலெ துன்னூத்துப் பை வந்து உக்காந்ததே ஆச்சிரியம்தானுங்களே... என்னா, இன்னும் பத்து அம்பது வருசம் இருந்துருக்கலாம். ஆனா, 'எங்க அண்ணென் தானா முடிவெடுத்துத்தான் கிளம்பீருச்சு' ன்னு எங்கம்மா சொல்லிக்கிட்டேயிருக்கும். ஆயாவையும்தான் நெனைச்சுப் பாருங்களேன், ஆம்பளெப் பிள்ளெ ரெண்டு பெத்து ரெண்டையும் வாரிவிட்டுருச்சு. அது சாதகம் அப்பிடி. மூக்கரை சோசியர் முன்னமேயே சொன்னாராம்ல்ல... 'ஆத்தா, நீ பெத்த ரெண்டு மகனும் ஒனக்குக் கொள்ளிபோட மாட்டான் - ரெண்டு பேருமே ஒலகத்தெச் சந்தோசப்படுத்தப் பொறந்தவன். ஒனக்கு மருமகங் கையாலெதான் கொள்ளி... அதுஞ் சரிதான், ஒருத்தரு வேசங்கட்டிச் சந்தோசப்படுத்துனாரு... பெரியமாமா நடெமொறையா இருந்தே சந்தோசப்படுத்துனாரு...

சட்டென்று எழுந்தார். மாமா பர்ஸை எடுத்து அதிலிருந்து பத்துரூபாய்த் தாள் ஒன்றை உருவினார். பூசாரி நிதானமாகச் சொன்னார்:

> அதெல்லாம் வேணாங்க. மடத்துத் தேவைக்கி ஊருக்குள்ளேருந்து மானியம் வருது. உண்டியல்லெ காசு சேருது. எனக்கு இது தொளில் இல்லேங்க. மில்லு வேலெ இருக்கு. வாரமானாக் கூலி குடுத்துருவாங்க. நம்ம குடும்பத்திலே ஒரு மகான் வந்து பொறந்திருக்காரு. அவரெக் கொண்டாடணும். அம்புட்டுத்தான். எதும் செய்யணும்ன்னு நெனச்சீங்கன்னா, உண்டியல்லெ போட்டுருங்க.

மாமா போட்டுவிட்டு வரும்வரை பார்த்துக்கொண்டிருந்துவிட்டு, காற்றின் வேகத்தால் கிடுகிடுத்த ஜன்னல் கதவுகளுக்கு முட்டுக்கொடுத்திருந்த கொய்யாக்கட்டைகளை விடுவித்து ஜன்னல்களை நன்கு மூடித் தாழிட்டுவிட்டு, பிறையில் வைத்திருந்த

கொத்துச் சாவியை எடுத்துக்கொண்டு வாசலை நோக்கி நடந்தார்.

...இன்னம் கொஞ்சநேரம் இருந்து பேச எனக்கும் ஆசெதான். இன்னைக்கிப் பன்னெண்டு மணி சிப்டுக்குப் போயாகணும்.

நீங்க எங்கெ வேலெ பாக்குறீங்க.

பாண்டியராசபுரம் சக்கரெமில்லுலெ லேபரா இருக்கேங்க.

நாங்களும் வெளியேறினோம். வெளியே வெயில் லேசாக உறைக்க ஆரம்பித்திருந்தது. வரப்பில் நடந்து வரும்போதும் இருவரும் பேசிக்கொண்டேதான் வந்தார்கள். மாமா கேட்டார்:

ஒங்க சின்ன மாமா பெறந்தது எந்த வருஷம்?

1920. பங்குனி உத்தரத்தன்னிக்கிப் பெறந்தாரு. வாடிப்பட்டிப் பெரியாஸ்பத்திரிலெதான் பெரசவம். இவரு பெறக்குற அதே வேளையிலெ, ஒட்டஞ்சத்திரத்திலெ 'இந்திரசித்து' பெசல் நாடகத்துலே நடிச்சுக்கிட்ருந்தாராம் எங்க தாத்தா!

ஒங்க பாட்டி எப்பக் காலமானாங்க?

சரிய்யா ஒரு வருசம் ஆச்சுங்கய்யா. போன ஆடி மாசம்...

சாலையில் அவர் நிறுத்தியிருந்த சைக்கிளை இப்போதுதான் கவனித்தேன்.

அத்தனையையும் ஞாபகத்தில் மீட்டெடுக்கும்போது இரண்டு விஷயங்கள் முக்கியமாய்ப் படுகின்றன.

1 அன்றைய வயதுக்கு அத்தனை பிரம்மாண்டமானதாய்த் தென்பட்ட கட்டடம், இப்போது பார்த்தால் சாதாரணமான, நாற்பதடிக்கு நாற்பதடி உள்ளதாகத் தென்படலாம். சிதிலமாகிக்கூடப் போயிருக்கலாம். கிட்டத்தட்ட அரை நூற்றாண்டு ஆகிவிட்டதே...

2 சுவரில் சட்டமிட்டு மாட்டியிருந்த ஓவியங்கள் ஒன்றில் அந்தச் சாமியாரின் பூர்விகப் படம் ஒன்றும் இருந்தது. சாதாரண க்ராப் வைத்துக்கொண்டு நின்றிருந்த அந்த மனிதரின் முகத்தில் மிகப் பரிச்சயமான சாயல் ஒன்று இருந்தது. திரும்பும் வழியில், அந்த முகம் திரும்பத்திரும்ப நினைவில் வந்து நமட்டியது. அப்போதெல்லாம் மாமாவைத் திரும்பிப் பார்ப்பேன். அவர் மும்முரமாகப் புகையை

உறிஞ்சிக்கொண்டும் வெளியேற்றிக்கொண்டும் இருந்தார். பேச்சுக்கொடுக்க இடைவெளியே இல்லை.

கார் எங்கள் வளாகத்துக்குள் நுழைந்த மாத்திரத்தில், விட்டுப் போன இடத்திலிருந்து விளையாடுவதற்கு சிநேகிதர்களைப் பார்க்க ஓடிவிட்டேன்...

காரில் திரும்பும்போது, ஜன்னலுக்கு வெளியே வெறித்துக்கொண்டு வந்த மாமா, திடீரென்று தமது நெற்றியில் ஒரு தடவை ஓங்கித் தட்டிக்கொண்டதும்,

> முட்...டாத்தனம், முட்...டாத்தனம். போன வருஷம் வந்திருக்க மாட்டேனோ!

என்று தமக்குத்தாமே சொல்லிக்கொண்டதும் பசுமையாக நினைவிருக்கிறது.

இப்போது இதை எழுதும்போது தோன்றுகிறது... சம்பந்தமூர்த்தி மாமாவுக்குமே அந்த ஆளுயர ஓவியத்தைப் பார்த்தபோது, கண்ணாடியில் பார்க்கிற மாதிரி இருந்திருக்குமோ?

இ. தென்கரை தேவநாத சர்மா

தமது இயல்பு மாறாமல், சொந்த மாநிலத்தில் விடுமுறைக்கு வரும்போதும் நடுவில் ஓரிரு நாட்கள் காணாமல் போவார் மாமா என்று முன்னமே சொன்னேனே. மாமி தன் இயல்பின் பிரகாரம், எங்களுடன் வீட்டிலேயே இருப்பாள்.

> உள்ளூர்லெ பாக்கறதுக்கு என்ன இருக்கு?

என்று மெப்பாகச் சொல்லிக்கொள்வாள். வீட்டில் இருப்பதற்காக, ஒப்பனையில் குறை வைக்க மாட்டாள். மெல்லிய இளஞ்சிவப்பு உதட்டுச் சாயம், எட்ட இருந்தாலும் கிறுகிறுக்க வைக்கும் நறுமணம் என்று தேவலோகத்திலிருந்து வந்தவள் மாதிரி இருப்பாள். தேவதை மாதிரியே அழகாகவும் இருப்பாள் மாமி...

வாசல் களத்தில் வைத்து நாங்களெல்லாரும் பேசிக்கொண்டிருந்தோம். தயங்கித் தயங்கி இறங்கிக்கொண்டிருந்தது இருள். சற்றே தழைந்த

குரலில், அம்மாவிடம் கேட்டாள்:

> ஏங்க்கா, இந்த க்ருஷ்ணா லட்டுவை வேண்ணா எங்களோடெ அனுப்பிடறேளா!

தெருவிளக்கு வெளிச்சம் தன் முகத்தில் விழுகிற கோணத்தில் அமர்ந்திருந்தாள். அம்மா சிரித்துக்கொண்டே சொன்னாள்:

> தாராளமாக் கூட்டிண்டு போயேன். நீயாச்சு, ஒன் மருமானாச்சு!

மாமியின் கண்களில் மளுக்கென்று நீர் கோத்தது. கலங்கிய விழிகளுடன் என்னைப் பார்த்துக் கேட்டாள்:

> வந்துர்றியாடா கன்னுக்குட்டி. நல்ல ஸ்கூல்லெ படிக்கலாம். தெனைக்கும் ஷு போட்டுண்டு, டை கட்டிண்டு போலாம். ஒனக்குப் பிடிச்ச பாட்டெல்லாம் ஒசந்த ப்ளேயர்லே கேக்கலாம். ஃபஸ்ட் க்ளாஸ் சைக்கிள் வாங்கித் தரேன். நெறைய நெறையக் கதெப் புஸ்தகம் வாங்கித் தரேன். விதவிதமாச் சமைச்சுப் போடறேன்...!

> எனக்கு ஷு போட்டுண்டா கால்லெ கொப்பளாம் வந்துருமே மாமி...

என்றேன்.

> பாருங்கோக்கா, இஷ்டமில்லேன்றதெ எம்புட்டு நாசூக்காச் சொல்றான்.

நான் அம்மாவை இறுக்கிக் கட்டிக்கொண்டேன். அம்மா தானும் கண்களைத் துடைத்துக்கொண்டே, ஏதோ ஒரு கோவில் பற்றிப் பேச்செடுத்தாள். குமுறும் குரலில் தடுத்தாள் மாமி.

> போறுங்க்கா. அழகர்கோவில்லே தொட்டில் கட்டினோம். ராமேஸ்வரத்திலே கரையேத்தினோம். பாவநாசத்திலே ஹோமம் பண்ணினோம். மூங்கிலணைக் காமாட்சிக்கு மாவிளக்கேத்தினோம். குலதெய்வத்துக்கு அபிஷேகம் பண்ணிட்டு வந்தோம். ஒரு தெய்வம்கூடக் கைகுடுக்கலியே. இந்த வயித்துக்கு, இந்தப் பிறவிக்கு அம்புட்டுத்தான் போல...

மாமியின் குரல் விகாரமாக உடைந்தது. மாமியின் நீண்ட வசனம் ஆரம்பித்தபோதே என் கைகளை மெல்ல விலக்கிவிட்டு, மாமியை

நெருங்கியிருந்த அம்மா, அவளைத் தன்னோடு இறுக்கிக்கொண்டாள். இருவரும் சேர்ந்து உரத்து விசும்பினார்கள்.

நல்லவேளை, மாமாவின் கார் வளாகத்துக்குள் நுழைந்தது.

ஒரே பார்வையில் சூழ்நிலையின் இறுக்கத்தை உணர்ந்துவிட்டார். என்னைப் பார்த்து,

> *என்னடா, கிஷ்ணையா. ரெண்டுபேரும் இப்பிடிக் கட்டிண்டு அழறா? இன்னிக்கி என்ன டாப்பிக்?*

என்று கேட்டார். எனக்கு வயது ஒன்பதோ பத்தோ. நான்காம் வகுப்பா, ஐந்தாவதா என்று நினைவில்லை. நடந்தவற்றை அடிபிறழாமல் ஒப்பித்தேன். உட்கார்ந்த வேகத்தில் எழுந்து நின்றவர், இருவரையும் ஒருமுறை உறுத்துப் பார்த்துவிட்டு, வீட்டை நோக்கி நகர்ந்தார். விபரம் தெரிந்தோ தெரியாமலோ, தானும் கண் மல்கி அமர்ந்திருந்த சின்னக்காவைப் பார்த்து,

> வாடி கோந்தே. காஃபி தா மாமாவுக்கு. இவாளுக்கு வேறெ வேலெயில்லே. அது சரி, அது எப்பிடிரா கிஷ்ணையா, ஒரு வரி ஒரு வார்த்தெ விடாமே மனப்பாடமாறது ஒனக்கு! எல்லாம் ஒங்கம்மாட்டேர்ந்து வந்ததாக்கும்...! யானெ மாதிரி ஞாபக சக்தி அவளுக்கு. பெரியவனாயி, ஸிவில் ஸர்வீஸ் எழுது. மாமா ஹெல்ப் பண்றேன். எங்கியோ போயிடலாம்...

என்று கூறியபடியே, என்னைத் தூக்கிக்கொண்டு போனார். மாமாவிடம் மெல்லிய நறுமணமும், புகை மணமும் சேர்ந்து மணக்கும். மாமா பைப் பிடிப்பதே ஸ்டைலாக இருக்கும்...

மறுநாள் சோழவந்தான் தென்கரைக்கு என்னைக் கூட்டிக்கொண்டு போனார். சிலுக்குவார்பட்டியிலிருந்து திரும்பும்போது அவர் குறித்துவைத்த பெயர்களில் ஒன்று அன்றைக்கு டிக் ஆனது. மறுநாள் திருவேடகம் கோயிலுக்குப் போகும்போது எனக்குத் தோன்றியது - நேற்றுப் போன அதே பாதையில்தானே போகிறோம், அப்போதே கூடக் கொஞ்சதூரம் போய் இதையும் முடித்திருக்கலாமே. ஏடகநாதரும் ஏலவார்குழலியம்மையும் உறையும் அந்தக் கோயில் இன்னமும் என் நினைவில் பசுமையாய் மீந்திருக்கிறது - காவிரிக்கரைக் கோயில்கள் போன்ற விஸ்தீரணமும், அமைதியும்

கொண்டிருந்த வைகைக்கரைக் கோயில் அது...

மாமா எழுதிக்கொண்ட மற்ற இரண்டு பெயர்களை டிக் செய்வதற்கு இன்னும் இரண்டு வருடங்கள் காத்திருக்க வேண்டியிருந்தது - என் அப்பாவின் மரணத்தையொட்டி மாமா தம்பதி கரட்டுப்பட்டிக்கு வந்த நாட்கள் வரை.

முந்தைய முறையே சென்றிருக்கக் கூடிய இடங்கள்தாம்; மேலும் அந்த முறையே, ஒருவாரம் வரை தங்கியிருந்தார் மாமா. இருந்தும் ஏன் அப்படிச் செய்யவில்லை என்று பின்னர் குழம்பியிருக்கிறேன்...

இன்றைய வயதில் அதற்கு ஒரு நியாயம் கிடைக்கிறது. அபூர்வமாகக் கிடைத்த தின்பண்டத்தை உடனடியாய்க் காலி செய்ய மனசில்லாமல், கொஞ்சம் கொஞ்சமாய் ருசித்துத் தின்னும் குழந்தை மாதிரித் தெரிகிறார் மாமா...

வீட்டு வாசலில், பக்கத்துக்கொன்றாக இரண்டு தென்னை மரங்கள் நின்றன. இடது பக்க மரத்தில் கட்டியிருந்த பசுமாடு, தலையை இடவலமாக அசைத்துக்கொண்டது. வால் ஊசல்போலச் சீராக ஆடி முதுகில் அறைந்து அறைந்து சொடுக்கியது. அந்த வீடு முழுக்கச் சாண மணம் நிறைந்திருந்தது. ஊஞ்சலில் இருந்தவர் எட்டிப் பார்த்தார்.

யாரு?

நமஸ்காரம்.

என்று உரத்துச் சொன்னார் மாமா. ஊஞ்சல் நின்றது. எழுந்து வந்தார் அந்த மனிதர். பருத்த சரீரம். பெருத்த தொந்தி. தொப்புளுக்குக் கீழே கட்டியிருந்த பஞ்சகச்ச வேஷ்டி. கணீரென்ற குரல். வடம்போல இருந்த அழுக்குப் பூணூலை இரண்டு கையாலும் பிடித்து முதுகைச் சொறிந்துகொண்டே பேசினார். இடது அக்குளின் முன்புறம் பூத்திருந்த பென்னம்பெரிய பாலுண்ணிகள் இரண்டும் விகாரமாக அசைந்தன.

என்ன வேணும் ஒங்களுக்கு?

இங்கே தேவநாத சர்மான்னு...

நாந்தான். என்ன, கச்சேரிக்கு அழைக்க வந்துருக்கேளா. எந்த மாசத்துக்கு? ஆவணி வரைக்கும் புக்காயிடுத்து. புரட்டாசிலேன்னா வச்சுக்கலாம்.

இல்லே, நான் கச்சேரிக்காக வரல்லே...

அவருடைய பரந்த முகம் சிறுத்துக் கூம்பியது. லேசாகக் கறுத்தது என்றுகூடச் சொல்லலாம்.

பின்னே?

ஓங்கள்ட்டெக் கொஞ்சம் விபரம் கேக்கணும்.

உள்ளே வாங்கோ. எதெப்பத்தி விசாரிக்க வந்தேள்?

வரும்போது கவனிக்கவில்லை, வலதுகாலைச் சற்று விந்தி நடந்தார் அவர். உள்ளே ஒரு தம்பதி நின்றிருந்தனர். நடு வயதினர். இவர் வருவதற்காகக் காத்திருந்தவர்கள் மாதிரி மெல்ல நகர்ந்தனர். மடிசார் அணிந்த பெண்மணி, கையில் ஒரு தாம்பாளத்தில் நெற்றுத் தேங்காய், ரவிக்கைத்துணி, மஞ்சள், வெற்றிலைபாக்குடன் நின்றார்.

ஓங்கள்ட்டெ உத்தரவு வாங்கிக்கத்தான் நிக்கறா.

என்றார். இவர் சென்று அவருக்கு இடப்புறம் நின்றார். அவர்கள் நமஸ்கரித்தனர்.

கவலைப்படாமெப் போங்கோ. எல்லாம் நல்லபடியா நடக்கும். ஜானவாஸத்துக்கு வரமுடியுமா தெரியலே. கண்டிப்பா முகூர்த்தத்துக்கு வந்துருவோம். மட்டப்பாறைதானே, இந்தோ இருக்கு...

தாம்பாளத்திலிருந்தவற்றை, தங்கள் கையிலிருந்த மஞ்சள் பையில் நிரப்பிக்கொண்டார் அந்தப் பெண்மணி. ஆண்பிள்ளை என்னையும் மாமாவையும் உறுத்துப் பார்த்தார்.

ஊஞ்சலில் அமர்ந்துகொண்ட சர்மா, மாமாவை எதிரே இருந்த மர நாற்காலியில் உட்காரச் சொல்லிக் கைகாட்டினார். நான் தரையில் உட்காரப் போனேன். கையைப் பிடித்து இழுத்து, தன் மடிமீது ஏற்றி வைத்துக்கொண்டார் மாமா.

அந்தப் பிள்ளையெப் பத்தி ஏதுக்கு விஜாரிக்கறேள்?

அதெல்லாம் நான் எப்பவோ தெலெமுழுகியாச்சு. குரு சாபம்ன்னா எவ்வளவு பயங்கரமானதுன்னு இந்தக் காலத்துப் பசங்களுக்குத் தெரியமாட்டேங்கறது. நாங்கல்லாம் எவ்வளவு பயபக்தியா இருந்து கத்துண்டோம். குருவுக்கு மாத்தரமில்லே, அவர் சம்சாரத்துக்கு, தோப்பனாருக்கு, ஒண்ணுவிட்ட சித்தப்பாக்குன்னு அஞ்சாறு உருப்படிக்குக் கை கால் பிடிச்சு விட்டுட்டு நாம தலையைச் சாய்க்கிறப்போ, மூணு ஜாமம் ஆயிடும். அப்பறமென்ன, சித்தக் கண்ணசந்தா கோழி கூவிடும்.

பெரியவா பண்ணி வச்ச ஏற்பாடு அப்பிடி. ஒடம்பு வணங்கினாத்தான் மனசும் வணங்கும். அப்பறம், வித்தெ உள்ளவனும் வியாதி உள்ளவனும் தூங்கமாட்டான்னு கேட்டதில்லே? எங்க குருநாதர், கால்பிடிச்சுவிடும்போதுதான் அபூர்வமான பிடியெல்லாம் கத்துக்குடுப்பர். அப்பிடி முசிஞ்சு கத்துக்கக் கண்டுதான் இன்னிக்கி இப்பிடி ஒரு ஸ்திதி வாச்சிருக்கு. நாலுபேருக்கு நம்மளெத் தெரிஞ்சிருக்குன்னா, பெரியவா மனசாரக் குடுத்த வரம்தான் காரணம்...

நீங்க கேக்கறேளே, அந்தப் பிள்ளைக்கி கற்பூர புத்தி. மஹா கெட்டிக்காரன். அதுலெ சந்தேகமில்லே. வித்யாகர்வம்ங்கிறது யாருக்கும் இருக்கத்தான் செய்யும். இப்போ ஏங்கிட்டே இல்லேங்கறேளா. அது அகம்பாவமா மாறாமெப் பாத்துக்கறது நம்ம பொறுப்புத்தான். இல்லே, ஏவிவிட்ட முனி திரும்பிவந்து அடிச்சதூங்கற மாதிரி, நம்மளையே போட்டுத் தள்ளிரும்.

அந்த சோமன், சொல் பொறுக்க மாட்டான். நாங்களும் அப்பிடி இருந்தவாதான். ரோஷம் மானம் இல்லாதெ ஒரு மனுஷன் இருப்பானா? ஆனா, திட்டத் திட்ட திண்டுக்கல்லு, வைய வைய வைரக்கல்லுன்னு பெரியவா சொல்லலே? இவனுக்கு ஒரு வார்த்தெ சொன்னா மூஞ்சி தொங்கிரும். சேத்து ஒருவார்த்தெ சொன்னா, 'சாப்பாடு வேணாம்'னு முறுக்கிப்பன். மூணாவது வார்த்தெ சொன்னோமோ, 'எங்கம்மைட்டெப் போறேன்'னு வெடைப்பன். போயேன். கம்மனாட்டி வளத்த பிள்ளே கசடு. தாயார் பாசமெல்லாம், பால்குடியோடெ விட்டுறணும். பாக்கப்போனா, நாடோடி மனசு இருக்கறவன்ட்டெத்தான் சரஸ்வதி ஹ்ருதயத்தெத் தெறந்து காட்டுவ.

இந்தப் பிள்ளெ ஒருநாக் காணாமெப் போயிட்டான். பால்மாட்டெக் கோனான் தேடிண்டு போறா மாதிரி இவனெத் தேடிண்டு பின்னோடயே போவேன்; சமரசம் பண்ணிக் கூட்டிண்டு வருவேன்னு தாயாரும் பிள்ளையும் எதிர்பார்த்தா போலருக்கு. யாருகிட்ட? தேவநாதன் பனங்காட்டு நரியாக்கும், சலசலப்புக்கு அஞ்ச மாட்டான்.

ஒரு முழு வருஷம்கூட இங்கே இல்லியே. மகரக்கட்டு வர்ற பிராயம். வாய்ப்பாட்டுக்காரன் கவனமா இருக்கவேண்டாமா. வேட்டைநாயெப் பழக்கற மாதிரிப் பழக்கணுமாக்கும். முறையாப் பொருந்தியிருந்து சாதகம் பண்ணலேன்னா, மனசு ஒண்ணு நெனைக்கும், கொரல் இன்னூண்ணு பேசும். காசு குடுத்துக் கச்சேரி பண்ணக் கூப்படறவன் சகிச்சுப்பனா? கைக்குக் கிடைச்சதை எடுத்து மேடையெப்பாத்து எறிய மாட்டானா, சபையிலெ உள்ளவன்?

அப்பறம், அந்தப்பிள்ளெ கூத்தாடியாப் போயிட்டான்னு சேதி வந்தது. சகட யோகக்காரனுக்கு வித்தெ பண்ணிவச்சுப் பிரயோஜனம் ஏது. ஒரு எடத்திலெ நிம்மதியா இருப்பனா?

திரும்பி வரும் வழியில், மாமா சொன்னார் - என்னை நோக்கியல்ல; தமக்குத் தாமே பேசிக்கொள்ளும் தொனியில் அவர் கூறியது எனக்கு நினைவிருக்கிறது:

சகட யோகம்ன்னா, இன்னிக்கி ராஜாவா இருந்தவனெ, நாளைக்கிப் பிச்சைக்காரனா ஆக்கிப்பிடறதுன்னுதான் கேள்விப்பட்டிருக்கேன். இந்த மகானுபாவன் வேற அர்த்தம்ன்னா சொல்றார்?!....

பூணூலை இரண்டு கைகளாலும் பிடித்து, மீண்டும் முதுகின் குறுக்கே இழுத்துத் தேய்த்துக்கொண்டார் தேவநாத சர்மா. ஊஞ்சல் ஆட்டம் சற்று நின்றிருந்தது.

இருங்கோ, காஃபி சாப்ட்டுட்டுப் போலாம். ராஜீ, ஏ ராஜீ.

என்று வீட்டின் உட்புறம் நோக்கிக் குரல் கொடுத்தார். அந்தப் பெண்மணி இடது தோளையும் புடவையால் மறைத்துக்கொண்டு வெளியில் வந்தார். என்னுடைய அம்மாவும் மடிசார் கட்டுகிறவள்தான் - ஆனால், அதை இவ்வளவு அழகாகக்

கட்டிக்கொள்ள முடியும் என்று நான் நினைத்தே பார்த்ததில்லை. நமஸ்காரம் என்று கைகூப்பியவளின் அத்தனை விரல்களிலும் மோதிரம் இருந்ததைப் பார்த்தேன்.

ஓடிப்போனானே, அந்த சோமன் பயலைப் பத்தி விசாரிச்சு வந்திருக்கா இவா. எதோ ஒறவு சொன்னா. எனக்குத்தான் மனசுலெ பதியலே.

அடடே. அப்பிடியா! அந்தப் பிள்ளெ பேரெச் சொன்னாலே இவாளுக்கு மேல்மூச்சு வாங்க ஆரமிச்சுரும். இத்தனைக்கும் அவன் போயி எம்புட்டோ வருஷம் ஆயிடுத்து பாத்துக்கங்கோ...

சரி சரி, ஒன்னெக் கேட்டாளா யாராவது? இவாளுக்கு ஆகாரம் ஏதானும் குடு.

அதெல்லாம் வேண்டாம்.

என்று அவசரமாய் மாமா மறுத்தார்.

அட, நீங்க ஒண்ணு. நம்மாத்துக்கு வந்துட்டு வெறுமனே திரும்பலாமா?

என்று கறாராய்ச் சொன்னார் சர்மா. உள்ளே போகத் திரும்பிய அவர் மனைவி, திடீரென்று ஞாபகம் வந்தவள் மாதிரி,

ஆனா, சும்மா சொல்லக்கூடாது. க்ருஷ்ண விக்கிரகம் மாதிரி இருப்பன்...

என்றாள். சர்மா முகம் சிடுசிடுத்தது.

ஆமாம். க்ருஷ்ணனை நேர்லெ பாத்தவ இவ. சொல்றா, கேட்டுக்கங்கோ. தங்க ஊசிங்கறத்துக்காக, கண்லேயா குத்திக்க முடியும்?

உள்ளேயிருந்து ஒரு சிறுவன் பட்சணத்தட்டுகளோடு வந்தான். என்னைவிட இரண்டு மூன்று வயது பெரியவனாய் இருக்கலாம். கட்டுக்குடுமி வைத்திருந்தான். ஆச்சரியம், வேஷ்டி கட்டியிருந்தான்!

இந்தோ இருக்கானே, ரெண்டு வருஷமா எங்கிட்டே சிட்செ. எழுதி வச்சுக்கங்கோ, இன்னும் ஆறே வருஷம்தான். ஊர்பூரா

> இவம் பேச்சாத்தான் இருக்கும். சங்கீத லோகத்தெ ஒரு கலக்குக் கலக்கப்போறாம் பாருங்கோ.

அந்தப் பையன் முகம் சிவந்தது. சிரிப்பே இல்லாத முகம் அது என்பதும், நெஞ்செலும்பெல்லாம் துல்லியமாகத் தெரியுமளவு ஒல்லியாக இருந்தான் என்பதும் என்னைக் கடுமையாய்த் தொந்தரவு செய்தது நினைவிருக்கிறது...

நெய் மணக்கும் மாலாடுவும், பார்வைக்கே மொறுமொறுப்புத் தெரியும் தேன்குழலும் வைத்த தட்டுகள் இரண்டையும் பார்த்துக்கொண்டே நின்றான். அந்தக் கண்களை இப்போது நினைக்கும்போதும், 'அய்யோ, எவ்வளவு ஏக்கம்' என்று பதறுகிறது.

> போடா போ. மாமிகிட்டெக் காஃபி எடுக்கச் சொல்லு. பாத்துண்டே நிக்கறாய்? இங்கென்ன அவுத்துப்போட்டா ஆடறா.

என்று அதட்டினார் தேவநாத சர்மா. பையன் நகர்ந்தான்.

> அப்பிடியே இந்தக் கூளாம்பியெக் கொட்டி அலம்பிக் கொண்டு வை.

முன்பைவிட வேகமாக ஊஞ்சல் ஆடத் தொடங்கியது. இடையில் ஒரு தடவை ஊஞ்சலை நிறுத்தி, திறந்த கூஜாபோல முக்காலிமேல் இருந்த பித்தளைப் பாத்திரத்தை எடுத்து, அதனுள் புளிச்சென்று துப்பினார். எச்சில் பணிக்கத்தை அந்தப் பையன் தயக்கமின்றி எடுத்துக்கொண்டு நகர்ந்தான். ஏனோ, எனக்குக் கூசியது.

மிகச் சரியாக ஐம்பது வருடம் ஆகிறது. இத்தனை நாளும் இதெல்லாம் எங்கே பத்திரமாய் இருந்தன என்பது திகைப்பாகத்தான் இருக்கிறது. டெல்லியில் மாமா என்னிடம் விவரித்தபோதும் இந்தக் காட்சிகள் எழுந்தனதான். ஆனால், எழுத உட்காரும்போது கொள்ளும் துல்லியம் அப்போது இல்லை.

என்னை வியக்க வைத்த இன்னொரு சங்கதி, அந்த பாகவதரின் வீட்டு அமைப்பு மட்டுமின்றி, வாய்க்குவாய் அவர் உதிர்த்த பழமொழிகளும் எனக்கு நினைவிருப்பது. அல்லது, அவர் சொன்னவையே இல்லாமல், அந்த இடத்துக்குப் பொருத்தமானவையாக, நான் வேறெங்கோ

கேட்டவற்றைக் கோத்துவிட்டேனோ என்று தயக்கமும் எழத்தான் செய்கிறது. ஆனால், அந்த இடங்களில் அவர் பழமொழி சொன்னது வாஸ்தவம்தானே... அவையும் கிட்டத்தட்ட இதேவிதமாய்ப் பொருள்பட்டவைதான்.

***

லைட்பாய் மகாமுனி

திடீரென்று ஒரு சம்பவம் நினைவு வருகிறது. ஏழெட்டு வருடங்களுக்கு முன்னால். நெல்லையப்பர் கோவிலின் உட்பிரகாரத்தை ஒட்டியுள்ள குளத்தின் படிக்கட்டில் நாங்கள் நாலைந்துபேர் உட்கார்ந்திருந்தோம் - நான், மோகன்தாஸ், பாலகிருஷ்ணன், அவனுடைய நண்பரான தருமபுரி வக்கீல் ஒருவர் மற்றும் இருபது வயது இளைஞர் ஒருவர் எல்லாரும். யாரோ ஒரு இலக்கியவாதியின் திருமணத்துக்குப் போயிருக்கிறோம்...

அந்த இளைஞர் யார் என்று பலதடவை யோசித்திருக்கிறேன். பெயர் நினைவு வந்தால் முகம் மறந்திருக்கும்; முகம் நினைவிலெழுந்தால் பெயர் மறந்திருக்கும். அப்புறம் கொஞ்ச நாளில் இரண்டுமே புதைந்துபோயின...

குளத்து நீரின் சிற்றலைகளை மென்காற்று வருடிப் போனது. பிரகாரக் குழல் விளக்கின் பிம்பம் நீர்ப்பரப்பின்மேல் மிதந்தது. 'நெளியும் ஒளி' என்று ஒரு சொற்றொடர் எனக்குள் உதித்தது. மோகன்தாஸிடம் அதைச் சுட்டிக் காட்ட நிமிர்ந்த அதே சமயத்தில் அவன் என்னை நோக்கித் திரும்பினான். வந்து அமர்ந்ததிலிருந்து என் வலதுகையை விடாமல் பற்றிக்கொண்டிருந்தவன், சட்டென்று முகம் மலர்ந்தான். என் காதோரம் குனிந்து,

> ஒனக்கும் எனக்கும் எம்பது வயசாகும்போது இந்த வேளையும் இப்போ இருக்குற வெளிச்சமும் ஞாபகம் வரும். அப்போ எவ்வளவு கிளர்ச்சியாய் இருக்கும் தெரியுமா!

எனக்கு அப்போதே எண்பது வயதாகிவிட்ட மாதிரிக் கிளர்ச்சி ஊறியது...

மேற்சொன்ன சம்பவம் நினைவு வந்ததே, இன்னொரு சம்பவத்தினால்தான். ஆரம்பத்தில் சொன்ன, பெயர்மறந்த நண்பர் சம்பந்தப்பட்டது!

கோட்டூர்புரம் கிளையில் பணிபுரிந்த காலத்தில், உடலிலும் மனத்திலும் கடும் சோர்வுடன் வீடு திரும்பப் பேருந்து நிறுத்தம் நோக்கி நான் நடந்துகொண்டிருந்த சாயங்கால வேளையில், படுவேகமாக என்னைக் கடந்து சென்ற கார் சுமார் ஐம்பதடி தொலைவில் சடாரென்று நின்றது. பின் கதவு திறந்து வேகமாக என்னை நோக்கி வந்த இளைஞர் என்னைப் பார்த்துத்தான் சிரிக்கிறாரா என்று நான் வியந்து முடிக்குமுன், என் கையைப் பற்றிக் குலுக்கினார்.

> சார், என்னெத் தெரியலயா. ராஜாமணி சார். திருநவேலீலெ பாத்தமே.

அவர் நாலைந்து முறை சொன்னபிறகும், ஏற்கனவே பார்த்திருந்த எந்த முகத்துடனும் தற்போது எதிரில் நிற்கும் முகத்தைப் பொருத்திக்கொள்ள முடியவில்லை என்னால். மையமாகத் தலையாட்டிச் சிரித்து வைத்தேன்.

ஏதோவொரு செய்திச் சானலில் நிருபராகப் பணிபுரிவதாகச் சொன்னார். என்னைக் கொண்டுபோய் அண்ணா பல்கலைக்கழக நிறுத்தத்தில் இறக்கிவிடவும் முன்வந்தார். முன்பக்கம் ஓட்டுநருக்குப் பக்கத்து இருக்கையில் அமரச் சொன்னார். உற்சாகமாகப் பேசிக்கொண்டு வந்தார். பல்கலைக்கழகத்துக்குள் தாம் இறங்கவேண்டிய இடத்தில் நிறுத்தி ஓரிரு சொற்கள் பிரிவுபசாரமாகப் பேசிவிட்டு,

> சார் எங்கெ சொல்றாரோ அங்கெ எறக்கி விட்டுட்டு இதே எடத்துக்கு வந்துருங்க.

என்று சொல்லி அனுப்பிவைத்தார். ஆனாலும், எனக்குக் கடைசிவரை அடையாளம் காணமுடியவில்லை; அது அவருக்குமேகூடப் புரிந்திருக்கலாம். அடுத்தடுத்து இரண்டு முறை யதேச்சையாகச் சந்திக்க நேர்ந்த பிறகு, நண்பராகிவிட்டார் ராஜாமணி.

2020 பிப்ரவரி முதல் பாதியில், அவருக்குத் திருமணம் நடந்தது. திருவல்லிக்கேணியில். என்னையும் அழைத்தார்.

முகூர்த்தம் முடிந்தபிறகு, திடீரென்று ஒரு யோசனை உதித்து, திரு. மகாமுனியைப் பார்க்கப் போனேன். அவரைச் சந்தித்தது குறித்து மாமா கூறியவற்றை முந்தின வாரம்தான் எழுதியிருந்தேன் என்பதுகூட என்னைத் தூண்டியிருக்கலாம். அவரைச் சந்தித்துவிட்டுத்

திரும்பும்போது, மேலேசொன்ன இரண்டு நினைவுகளும் அடுத்தடுத்து மேலெழுந்தன. தன் வாழ்வின் எந்தவொரு நாளையும் துல்லியமாக நினைவில் மீட்கக் கூடிய தேவபுருஷர்களை நினைத்தால் பொறாமையாய் இருக்கிறது!

மாமா சந்தித்தவர்களில் எனக்கும் சந்திக்கக் கிடைத்த ஒரே நபர் திரு. மகாமுனி. டெல்லியில் மாமாவைச் சந்தித்துத் திரும்பி இத்தனை வருடங்கள் கழித்து அந்தச் சந்திப்பு நடந்ததற்கு, இந்த நூலை எழுத முற்பட்டிருக்கிறேன் என்பதுதான் காரணம். இல்லாவிட்டால், உரையாடல்களில் இயல்பாக நுழைந்து இயல்பாக வெளியேறிவிடும் எத்தனையோ நபர்களில் ஒருவராக அவரும் கரைந்திருக்கக் கூடும்...

பெரியவரை நினைத்ததும் அவருடைய மூக்குதான் முன்னால் வருகிறது. நுனி லேசாய் உட்புறம் நோக்கி வளைந்து பறவையின் அலகுபோல இருந்தது. கன்னச் சதைகள் முற்றாக வற்றி அலகை இன்னும் துருத்திக் காட்டின.

தொண்ணூற்றிச் சொச்சம் வயது என்றார், நம்பலாம். ஆனால், ஒரு சொல் பிறழவில்லை. யோசித்து எதையும் சொல்வதில்லை. அதற்காக, சிந்தனையின் கோவையில் குழப்பமில்லை என்று சொல்ல முடியாது. ஆரம்பத்தில் சொன்ன ஒரு தகவலை, அரை மணிநேரம் கழித்து அவரே மாற்றிச் சொன்னபோது, தேடிவந்தது தவறோ என்றுகூடப் பட்டது.

இன்னொன்றையும் சொல்லவேண்டும். மாமாவின் கூற்றில் எழுந்து வந்த திரு. தனவேல் பிள்ளையின் தகவல்கள்போல பேசும் விஷயத்தில் மட்டுமே குவிந்திருக்கவில்லை மகாமுனியின் பேச்சு.[27] எதையோ சொல்லப்போய், ஏதேதோ சொல்கிறவராய் இருந்தார். குறிப்புகளைத் தொகுத்து எழுதும் இந்த நேரத்தில், அவருடைய

27 பிழை திருத்துவதற்காக மொத்தத்தையும் படிக்கும்போது தோன்றுகிறது - தனவேல் பிள்ளை சொன்னவற்றில் தாம் தேர்ந்து வடிகட்டியவற்றை மட்டும் மாமா கோவையாய்ச் சொல்லியிருக்கலாமே. மாமா சந்தித்தவர்கள் என்ன பேராசிரியர்களா, இல்லை பட்டிமன்றப் பேச்சாளர்களா! மனப்போக்கில் எதையாவது சொல்லத்தான் செய்திருப்பார்கள். திரு. மகாமுனியை நேரில் சந்தித்திருக்காவிட்டால், எனக்கேகூட இப்படியெல்லாம் யோசிக்கத் தோன்றியிருக்குமா...

முகமும் பேச்சும் மீண்டும் எனக்குள் மலர்கின்றன - ஏனோ தெரியவில்லை என் அப்பா சொன்ன திருவாழத்தான் கதையும் சேர்ந்தே நினைவு வருகிறது. விவரம் தெரியாத வயதில் கேட்ட கதைக்கு என் மனம் தானாக வனைந்துகொண்ட தோற்றத்தின் பழுத்த வடிவமாக அவர் முகம் இருந்ததாக உணர்கிறேன்.

ஊர் ஊராகப் போகும் திருவாழத்தான் ஊருக்கொரு பெயர் சூட்டிக்கொள்வான். 'தோலிருக்கச் சுளைமுழுங்கி', 'பொங்கச் சட்டி' என்று இடத்துக்கேற்பப் பெயர். வேலைக்கு அமர்த்திக்கொள்ளும் முதலாளிகளுக்குப் பெரும் இழப்பை உருவாக்கிவிட்டுத் தப்பியோடுவான்.[28] 'போர் சுட்டுப் பொரி பொறுக்கி' என்று ஒரு இடத்தில் பெயர் சொல்வான். பொரி தின்ன ஆசைப்பட்டு, யானை அளவு பெரிய வைக்கோல் போரைக் கொளுத்திவிடுவான். கருகிக் கிடக்கும் வட்டத்தில், உதிராமல் தாள்களில் மீந்த நெல்மணிகள் வெப்பத்தில் பொரிந்திருக்குமா, அவற்றைப் பொறுக்கித் தின்று கொண்டாடுவான்... மகாமுனியின் உரையாடலில் அதே தன்மை இருந்தது என்று தோன்றியதுகூடக் காரணமாயிருக்கலாமோ. ஆனால், போரைச் சுட்டது அவர். பொரி பொறுக்கியவன் நான்!

ஆனாலும் அவர் சொன்ன சில சம்பவங்கள் சோமனை அறிவதற்கு உதவிகரமாய் இருந்தன என்பதையும் சொல்லத்தான் வேண்டும்.

இன்னொன்றும் தோன்றுகிறது. தனவேல் பிள்ளையின் பேச்சையும்,

---

28 ஒவ்வொருமுறையும், நீர்வழியாகவே தப்புவான் என்பதும், கால்வாயில் இழுபடும்போது

> பாட்டாளன் மகன் போறேன் பாடிஓடிப் பிடி
> தேட்டாளன் மகன் போறேன் தேடிஓடிப் பிடி

என்று பாடியவாறு போவான் என்பதும் நினைவு வருகிறது. (இந்தப் பாடலை முன்னமே ஏதோ புனைகதையில் எழுதிவிட்டேனோ என்ற ஐயமும் எழுகிறது...!) தவிர, இந்த விவரிப்புக்குத் தொடர்பற்றது என்பதால், முழுக் கதையையும் அத்தியாயத்தினுள் சேர்க்கவில்லை...

மகாமுனியின் நினைவலைகள் மட்டும் அவருடையதாக மட்டுமே இருக்குமா? மாமா, அப்பா என்று என் பால்யத்தை நிரப்பியிருந்த, இப்போது இல்லாமல் போய்விட்ட அத்தனைபேரையும் எனக்குள் உயிர்ப்பித்துக்கொண்டேதானே எழுதுகிறேன்; குறிப்பாக, தொகுத்தெழுதும்போது அவர்களின் பீடிப்பிலிருந்து விலகவே முடியவில்லை.

மகாமுனியின் பேச்சையும் எனக்கு ஒப்பிடத் தோன்றியதல்லவா, யார் கண்டது, நானுமே மகாமுனி கதை சொன்னவிதமாகவே கலைந்து கலைந்து சொல்கிறேன் என்று யாருக்காவது தோன்ற வாய்ப்பிருக்கிறதே?!

கேஸட்டில் உள்ளவற்றையும், மாமா என்னிடம் சொன்னவற்றையும் தொகுத்து எழுதியிருக்கிறேன். ஆனால், அவருக்குத் தெரிந்திருக்க வாய்ப்பில்லாத தகவல்களும் சொன்னார் மகாமுனி. உரிய இடங்களில் கோத்திருக்கிறேன்...

திருவல்லிக்கேணியின் கட்டைத்தொட்டித் தெருவில் இருந்தார் மகாமுனி. தமிழ் சினிமாவின் ஆரம்பகால லைட்பாய்களில் ஒருவர். சோமனைப் பற்றிய அபூர்வமான தகவல்களை அவரிடம் கேட்டறியலாம் என்று தனவேல் பிள்ளை சொன்னதாகவும், தொடர்ந்து தாம் அவரைச் சந்திக்கப்போனதாகவும் மாமா என்னிடம் சொன்னது நினைவு வந்ததால், தேடிப்போனேன். ராஜாமணியின் திருமணம் பார்த்தசாரதி கோயிலுக்கு அருகிலுள்ள சிறு மண்டபத்தில் எளிமையாக நடந்தது. சாப்பிட்டுவிட்டுக் கிளம்பும்போது திடீரென இந்த யோசனை உதித்தது...

கிட்டத்தட்ட ஒன்றரை அறை கொண்ட வீடு. முழு அறையின் சுவரோரம் மடக்குக் கட்டில் போட்டு அமர்ந்திருந்தார் மகாமுனி.

ஒரே பையன் அவருக்கு. ஜவுளிகளை மொத்தவிலைக்கு வாங்கி, தெருத்தெருவாக சைக்கிளில் கொண்டு விற்பனை செய்து கொண்டிருந்தான். சொற்ப சம்பாத்தியம்தான். ஆனால், உழைத்துச் சம்பாதிப்பதில் ஆர்வம் இருந்த கடைசித் தலைமுறைக்காரன். வீடு திரும்பும் வழியில் லாரி மோதி இறந்துவிட்டான்...

> *மிசாவுலெ தலைவரு மகனெப் பிடிச்சுட்டுப் போனாகல்லே, அந்த வருசம். தலைவரு வீட்டு வாசலுக்கு நாங்க நாலஞ்சுபேரு போயிருந்தம்.[29] கஸ்ட நேரத்துலெ அவரெத் தனியாத் தவிக்க*

---

29 உதாரணமாக, இந்தச் சம்பவம் மாமா திரு மகாமுனியைச் சந்தித்து நாலைந்து வருடங்களுக்குப் பின்னர் நடந்தது. திரு.மகாமுனி என்னிடம் தெரிவித்தது. இந்த நூலுக்குத் தொடர்புள்ளதா என்று நிர்ணயித்துக் கொள்ள முடியவில்லை. 'நாமொன்றும் நவீனத்துவ நாவல் எழுதவில்லையே; வடிகட்டி

வுடலாமா? தலைவரு எறங்கி வர்றதுக்காகத் தெருவுலெ காத்துருக்கம், வீட்டுக்குள்ளாறெருந்து ஒரு ஆளு வெளிய வாறாரு.

'மகாமுனி யாரப்பா?'

'நாந்தாண்ணே.'ன்னு வேகமா எந்திரிச்சேன்.

வட்டச் செயலாளரு சம்சாரம் போன் பண்ணிச் சொல்லியிருக்கு. பொம்பளேன்னா வாயிலெ வயித்துலெ அடிச்சு ஒன்னு கதறி நிம்மதிப்பட்டுக்கிறலாம். நாம? நெஞ்சுலெ அன்னைக்கி அடைச்ச உருண்டெ இன்னமும் வெளியேறலே தம்பீ. இந்தா, அந்தப்பய நெனெப்பு வந்தோடனெ, பாருங்க, மூச்சை அடைக்கிது.

வலதுகையால் நெஞ்சை அழுத்திப் பிசைந்துகொண்டார்.

மகனுக்குக் குழந்தைகள் இல்லை. மருமகள் திருவண்ணாமலைக்கருகில் ஒரு கிராமத்திலிருந்து வாழ்க்கைப்பட்டு வந்தவள். 'எங்கெ பாத்தான், என்னா சொல்லி இஸ்துனு வந்தான்; ஒண்ணுமே பிடிபடலேப்பா' என்று சொல்லும்போது திரு. மகாமுனியின் முகத்திலிருந்தது பெருமிதமா, கசப்பா என்று அனுமானிக்க முடியவில்லை. சென்னை யையும், திருவல்லிக்கேணியையும் விட்டுப் போவதில்லை என்று பிடிவாதமாக மாமியார் மாமனாருடன் தங்கிவிட்டாள். மாமியாரும் போனபிறகு, இவர்கள் இருவர் மட்டும்தான். அந்தம்மாளுக்குமே சுமார் எழுபது வயது ஆகிறதாம். பதினேழு வயதில் மணமாகி வந்தவர்.

வேளை தவறாமல் பார்த்தசாரதி கோயிலுக்குப் போய்விட்டு வருவார் அந்தப் பெண்மணி.

இப்பிடி ஒரு கதிக்குக் கொண்ணாந்து தள்ளீட்டாருல்லெ, அந்தாளு. தெனைக்கும் ஞாபகப்படுத்தி, நாக்கெப் புடுங்குற

வடிகட்டி மையப்புள்ளியில் சரியாய்ச் சென்று குத்தும் அம்புகளை மாத்திரமே தொகுக்கவேண்டிய நிர்ப்பந்தம் இருக்கிறதா என்ன?' என்று சமாதானம் கொள்கிறேன்.

நூலை எழுதிச்செல்லும் பாதையில், காதிலும் கண்ணிலும் கருத்திலும் வந்துவிழுந்த சகலத்தையும் கொட்டித் தீர்த்துவிடுவதற்கான இடம் இது மட்டுமே என்றும் எண்ணுகிறேன்.

> மாரி நாலு வார்த்தெ கேட்டுட்டு வருவா போல! ஆனா, உள்ளாறெ நிக்கிறது என்னா நம்மளெ மாதிரி மனுசப் பெறவியா - குத்தவுணர்ச்சியிலெ புளுங்குறதுக்கு?

கிழவர் சிரித்தார். பையன் சம்பாத்தியத்தில், உட்கார்ந்து சாப்பிடக் கொடுத்துவைக்கவில்லை என்பதில் அவ்வளவு ஆதங்கம் அவருக்கு. வார்த்தைக்கு வார்த்தை 'எம் புள்ளே எம் புள்ளே' என்று மாய்ந்து போனார்...

> அதுக்கெல்லாம் வரம் வாங்கிட்டு வரணுமுங்க. அட, நமக்கு எந்த பாக்கியமும் வேணாம்ன்னு எல்லாத்தையும் தூக்கியெறிஞ்சுட்டு கண்காணாமெப் போகுறத்துக்கு அந்தய்யா மாதிரி தெகிரியமாவது வேணும். யாரெச் சொல்லுறேன் தெரியுதுல்லே? நீங்க கேட்டு வந்திருக்கீகளே, அந்த சோமன்தான்...

புதுக்கோட்டையிலிருந்து மெற்றாசுக்கு வந்த புதிதில் ஊர்வலங்களில் பெட்ரோமாக்ஸ் விளக்கைச் சுமந்து செல்லும் வேலை கிடைத்திருக்கிறது. கல்யாண ஊர்வலமானாலும் சரி, கடவுள் ஊர்வலமானாலும் சரி, நாதசுரக்காரர்கள் நகரும் வேகத்தைப் பொறுத்துப் பெட்ரோமாக்ஸ் நகரும்.

சில இடங்களில், குறிப்பாகத் தெருமுனைகளில், வாத்தியக்காரர்களுக்கு உற்சாகம் ஊற்றெடுத்துவிடும். ஒரே இடத்தில் நின்று வாசிக்க ஆரம்பித்துவிடுவார்கள். அவர்களுக்கென்ன, சுற்றி நின்று கேட்கும் கூட்டம் கைதட்டும். கணக்குப் பார்க்காமல் ரூபாய் நோட்டு மழை பெய்யும். விளக்கைத் தூக்கி நிற்பவர்களுக்குத்தான் கால் மரத்துவிடும். சரி, இறக்கிவைக்கலாமென்றால், அந்த இடமே இருட்டில் மங்கிவிடாதா. ஓரிரு மணி நேரம் தோள்ச்சுமையோடு நின்றுவிட்டு, மறுபடி நடக்க ஆரம்பிக்கும்போது முழங்கால் துவளும். இறக்கிவைத்த சுமை இன்னமும் தோளில் இருக்கிற மாதிரியே கனக்கும்.

வருடம் முழுவதும் ஊர்வலங்கள் இருக்காது. மனிதர்களுக்கும் கடவுள்களுக்கும் உவப்பில்லாத நாட்களும் வாரங்களும் உண்டுதானே. ஆனால், அந்த மாதிரியான நாட்களிலும் வருமானத்துக்கு வழி உண்டு என்று ஊர்க்கார சிநேகிதன் ஒருத்தன் காட்டித் தந்தான்.

ஏம்ப்பு இப்பிடித் தெருத்தெருவாத் தூக்கீட்டு அலையணும்? எங்கூட வா, இதே வெளக்கெ நின்ன எடத்துலெயே பிடிச்சுக்கிட்டு நிக்கிற வேலெ வாங்கித்தாறேன்.

மேடை நாடகங்களில் ஃபோக்கஸ் லைட் கையாளும் வேலை. மேடைக்கு முன்னால், சபை ஆரம்பிக்கும் இடத்துக்கு ஐந்தாறடி முன்னால் மரத்தடுப்பு அமைத்திருப்பார்கள். வாத்திய கோஷ்டி அமரும் இடம் அது. கூத்துக் காலங்களில் மேடையின் ஓரத்திலேயே இருந்த வாத்திய மேடை, நடிகர்கள் புழங்கக் கூடுதல் இடம் தருவதற்காகவோ, நடிப்பைத் தவிர வேறு எதையும் சபை பார்க்க வேண்டியதில்லை என்ற கருத்து வலுப்பட்டதாலோ, மேடைக்குக் கீழே வந்துவிட்ட காலம் அது. வாத்தியக் கோஷ்டியின் இரண்டு பக்கமும் துவாரபாலகர்கள் மாதிரி இரண்டு விளக்குகள் நிற்கும்.

அவற்றின் முன்பக்கம், வண்ண வண்ணக் கண்கள் கொண்ட சுழலும் தட்டுகள் பொருத்தியிருக்கும். கோபமான காட்சிகளா, சிவப்புப் போடு. காதல் காட்சியா நீலத்தைப் போடு. மத்தியான வேளையா மஞ்சள் போடு, கிராமத்துக் காட்சியா மென்பச்சை போடு என்று நாடகம் ஆரம்பிப்பதற்கு முன்பே சில குறிப்புகள் தருவார் மேஸ்திரி. நாற்காலியில் உட்கார்ந்தே அவர் கையசைப்பதற்கு ஏற்றபடி, இரண்டு விளக்குக்கு அருகிலும் நின்றிருக்கும் ஆட்கள் தட்டைச் சுழற்ற வேண்டும். கடைசிக் காட்சியில், பெரும்பாலும் உணர்ச்சி மிகுந்துவிடுமா, கடகடவென உருளும் தபலா, டோலக் சத்தத்துக்கு ஏற்ப, கண்மண் தெரியாத வேகத்தில் தட்டைச் சுழற்றிவிட வேண்டும். ‘பிச்சைக்காரன் வாந்தியெடுத்த மாதிரி அத்தனை நிறங்களும் விவஸ்தையில்லாமல் மேடையில் கொட்டும்!’ என்று சிரித்தார் மகாமுனி.

நாடகக் கம்பெனி ஒன்றுக்கு மகாமுனியின் திறன் பிடித்துப்போய்விட, தங்கள் நிறுவனத்தில் நிரந்தர வேலை போட்டுக் கொடுத்தார்கள். ஒரே சம்பளத்தில், விளக்குப் பொறுப்பையும், எலக்ட்ரிக்கல் வேலைகளையும் பார்ப்பதற்கு ஒரு ஆள் கிடைத்தால் அவர்களுக்கு லாபம்தானே...

தமிழ்நாடு முழுக்கப் பல ஊர்களுக்கு அழைத்துப் போவார்கள். ஆரம்பத்தில் நன்றாய்த்தான் இருந்தது. இப்போதும் நிற்கத்தான் வேண்டும்; ஆனால், தலைச் சுமையோடு நிற்கவேண்டாமே. ஆனால், போகப்போக இதிலும் சலிப்புத் தோன்ற ஆரம்பித்தது.

அத்தோடு, இப்படி ஊர் ஊராய்ப் போய்க்கொண்டிருந்தால் பெண்டு பிள்ளை என்று குடித்தனம் செய்வது எப்படி என்ற கவலையும் சேர்ந்துகொண்டது.

கம்பெனியின் முக்கிய நடிகர்கள், சம்சாரத்தைக் கூட்டிக்கொண்டே எல்லா இடத்துக்கும் வருவார்கள். தனியாகத் தங்கிக்கொள்வார்கள். அவர்களுக்குக் கட்டுப்படியாகும். நடிகர்களின் சம்பாத்தியமும், எடுபிடிக்குச் சமமாக விளக்கருகில் நிற்கும் மகாமுனியின் சம்பாத்தியமும் ஒன்றாகுமா.

மிகச்சரியாக இந்தப் பருவத்தில்தான் அந்தக் கம்பெனிக்கு சோமன் வந்து சேர்ந்தார். பெரும்பாலும் ஸ்த்ரீபார்ட் போடுவார். நாடகம் முடிந்ததும் தனியாக உட்கார்ந்து சாராயம் குடிப்பார். அபாரமான முக்கியத்துவம் அவருக்கும் அவர் நடிப்புக்கும் சங்கீதத்துக்கும் இருந்ததால் அவர் குடிப்பதை கம்பெனி ஆட்சேபிக்காது.

> அது மட்டுமில்லே. சரியான பொம்பளெ ஷோக்குப் புடிச்ச ஆளு. சமையலுக்கு ஒரு பொம்பளெ அவரோடெயே இருந்துச்சு. சின்னவயசுப் பிள்ளெ. அலமேலூன்னு பேரு. தேவகோட்டெக்காரி. கிட்டத்தட்ட இவரு தொடுப்புன்ற மாதிரி…

மகாமுனி பெருமூச்சு விட்டார்.

> ,,,ஒங்களெ மாதிரித்தான், இன்னொரு ஆளும் இதே சோமனெக் கேட்டு வந்தாரு. அது இருக்கும், அம்பது வருசம் கிட்டெ. அந்தப் பொம்பளையெப் பத்திச் சொன்னவொடனே, அவளையும் தேடிப் போப்போறேன்னு சொன்னாரு.[30] பொம்பளெ விசயம்ன்னா ஆசையாக் கேட்டுக்குறாத ஆம்பளெ எவன் இருக்கான்!

என்றபடி, வேட்டி மடிப்பிலிருந்து எடுத்த அரைச் சுருட்டைப் பற்றவைக்க முனைந்தார். அவர் யாரைச் சொல்கிறார் என்று எனக்குத் தெரியும்; உண்மையில் அந்த மனிதர் கொண்ட ஆர்வத்தைத்தான் தொகுத்துப் பார்க்க முயல்கிறேன் என்பதையெல்லாம் மகாமுனியிடம் விவரிப்பதென்றால், அடுத்த ஞாயிற்றுக்கிழமை

---

30 இது தொடர்பாக எனக்கு ஒரு குழப்பம் இருக்கிறது. அதைப் பின்னிணைப்பில் விரிவாகத் தெரிவித்திருக்கிறேன்.

வரை நான் அங்கேயேதான் இருந்தாக வேண்டும். என்னுடைய ஒரு வாக்கியத்துக்கு, குறைந்தது நூற்றைம்பது வாக்கியங்களாவது பொழிகிறாரே...!

சுருட்டு மணம் கும்மென்று கிளம்பி, தெருவையே நிறைத்தது.

அந்தாள்ட்டெ இருந்த பாட்டுக்கு, சும்மா கச்சேரி பண்ணியே பெரிய ஆளாயிருக்கலாம். விதி யாரெ வுட்டுவய்க்கிது? இருங்க, ஒண்ணொண்ணாச் சொல்றேன்.

அவர்கள் போட்ட நாடகத்தைத் திரைப்படமாக எடுக்க முனைந்தது ஒரு சினிமா நிறுவனம். கல்கத்தாவில் படம் பிடிக்கப் போனார்கள். இதற்குள், சோமனின் அந்தரங்க உதவியாள் மாதிரி ஆகிவிட்டிருந்தார் மகாமுனி.

எங்கூடவே வந்துர்றியாப்பா?

என்று கேட்டார். இவர் தலையாட்டினார்.

திரைத்துறையில் லைட்பாயாக மகாமுனி போய்ச் சேர்ந்த கதை இவ்வளவுதான். இவர்கள் இருவரும் கம்பெனியிலிருந்து விலகியபோது, இன்னொருவரும் சேர்ந்து வெளியேறினார். இவர்கள் வெளியேறியதற்கு என்ன காரணமாய் இருந்தாலும், அவருக்கு ஒரேயொரு காரணம்தான் இருந்தது. சோமனின் மீது கொண்ட காதல்...

வந்து நேரமாச்சே. டீ காப்பி எதுவும் குடிக்கிறீகளா?

என்று அவர் கேட்டதற்கு நான் பதில் சொல்வதற்கு முன்பே, அமராவதியம்மாள் கண்ணாடித் தம்ளரில் கடுங்காப்பி கொண்டு வந்து வைத்தார். கண்ணாடித் தம்ளர்களை அவர் குனிந்து தரையில் வைத்தபோது, ரவிக்கை அணியாத மார்பைவிட்டு முந்தானை விலகியது. சுருக்குப் பை போலத் தொங்கியாடிய முலையைப் பொருட்படுத்தாத வயதை இருவருமே எட்டியிருந்தார்கள். எனக்குத்தான் கொஞ்சம் கூச்சமாய் இருந்தது... கடுங்காப்பிக்குப் பிறகு, பெரியவரின் பேச்சு இன்னும் வேகமெடுத்தது.

அந்தக் காலத்துலெயே இந்த வூட்டெ வாங்கிப் போட்டதாலெ பிளைச்சேன். தெம்பு இருந்தவரெக்கி, அமராவதி இங்கெ

> ரெணுமூணு அய்யங்கார் வூடுகள்லெ பாத்தரம் களுவப் போவா. இப்ப அவளும் கிளண்டு போனாளால்லியா. தலைவரு புண்ணியத்துலெ முதியோர் பிஞ்சன் வருது. நமக்கென்னாங்க, ஒரு வேளெக் கஞ்சி. அப்றம், பாதிநேரம் ஒறக்கம். தேடி வாறதுக்கு ஆளுமில்லே; படியெறங்கிப் போறதுக்கு நம்மகிட்டெத் தெம்புமில்லே...

மேற்பாதங்கள் இரண்டும் கடுமையாய் நீர்கோத்து அதைத்திருந்தன. ஒரு கையால் மறு கையின் முன்பகுதியை அழுத்தித் தேய்த்துக் கொண்டேதான் பேசினார். எண்ணெய் தடவின மாதிரிப் பளபளக்கும் முன்னங்கைகள்...

ஆனால், அவரிடம் புதிதாக அதிகத் தகவல்கள் தேறவில்லை. படப்பிடிப்புத்தளத்தில் அமைத்த பரண்மேல் நாள்முழுக்க நிற்பதுதான் தொழில் என்றால், தெரிய வரும் சமாசாரங்கள் குறைவாகத்தானே இருக்கும்! சோமனுக்கு நெருங்கிய நண்பராக இருந்த காமிராமேன் ஒருவர் இருக்கிறார்; திருவொற்றியூரில் நகரத்தார் இறுதிக்காரியங்கள் நடத்துவதற்கென்று அமைந்த மண்டபத்துக்கு அருகில் வசிக்கிறார்; இன்றுவரை உயிரோடு இருக்கிறார் என்றுதான் தமக்கு நினைப்பு என்று உறுதியாய்ச் சொன்னார். அவரையும் தேடிப் போனேன். அவர் இறந்தே இருபது வருடத்துக்குமேல் இருக்குமாம். தள்ளுவண்டியில் இஸ்திரி போட்டுக்கொண்டிருந்த கிழவர் தெரிவித்தார். தலையிலடித்துக் கொண்டு திரும்பினேன். முதல்தடவையாக, கிழவர்களால் சூழப்பட்டவனாக உணர்ந்தேன்!

கிளம்பும்போது, மகாமுனி வேறொரு சங்கதி உதிர்த்தார். யதேச்சையாகத்தான் அது கடைசியாய் வந்து விழுந்ததா, அல்லது அவர் சம்பந்தப்பட்ட துறையின் நியதிப்படி, கிளைமாக்ஸ் வரும்வரை காத்திருந்தாரா என்று தெரியவில்லை!

> இதே விசயங்களெ எங்கிட்டெக் கேட்டு ஒர்த்தர் வந்தாருங்க. நம்மூருக்காரருதான். வடக்கே போலீஸ் அதிகாரியா இருந்தவரு. அது இருக்கும், நாப்பது அம்பது வருசம்...

ஆனால், இருந்து மேற்கொண்டு தகவல் கேட்பதற்கான மன அவகாசம்தான் எனக்கு இல்லை. போதும் என்று தோன்றிவிட்டது...

அந்தம்மா வேற மாகாணப் பொம்பளெ. சொந்தப்பேரு என்னமோ சொல்லுவாங்க. நமக்கு அதெல்லாம் எங்கெ வாயிலெ மொளையிது. நாடகத்துக்காக விசயகுமாரீன்னு பேரு மாத்திக்கிருச்சு. நம்ம எஸ்ஸெஸ்ஸாரு பொஞ்சாதீன்னு நெனச்சிறாதீக. அந்த நேரத்துலே மூணு விசயகுமாரிக இருந்தாக, நாடக ஒலகத்துலெ. இந்தம்மா கேயார் விசயகுமாரி. இந்த கேயார் விசயா இருக்குல்லே, அதுக்குக்கூட அசல் பேரு வேறெ. தெரியுமில்லே? நாஞ் சொல்ற அம்மிணி மட்டும் தொயந்து நடிச்சுக்கிட்ருந்தா, இந்தப் பொண்ணுகூட வேறெ பேருதான் வச்சிருக்கும். ரெண்டுலயும் கேயார் வருது - கன்ப்பீசன் ஆயிரக் கூடாதுல்லே!

அந்த விசயகுமாரி தட்டுத் தடுமாறித் தமிள் பேசப் படிச்சிக்கிருச்சு. கொஞ்சிக் கொஞ்சிப் பேசும். ரொம்பத்தான் கொணட்டுதேன்னு தோணும். என்னா செய்ய, மொளைஞ்ச தொளிலு அப்பிடி. ஆனா, மனசு ரெம்ப சுத்தம். நானே ஒண்ணுரெண்டு தபா கைமாத்து வாங்கியிருக்கேன். திருப்பிக் குடுக்கப் போனா வாங்காது. பிரியமாச் சொல்லும்,

‘வச்சுக்க மகாமுனி. அதென்னா, சின்னத்தொகெ. அதை வெச்சு நா என்னா பங்களாவா கட்டூறப்போறேன். புள்ள குட்டிகளுக்கு எதுனா துணிமணி வாங்கிக் குடு.’

இந்த ஆளெ, அதான் நீங்க கேட்டு வந்தீகளே, அந்த சோமனெத் தொரத்தித் தொரத்திச் சுத்துச்சு. இந்தாளு, கிட்டத்தட்டச் சாமியாரேதான். பரண்லெ வெளக்கோடெ நிக்கிம்போது, அந்தப் பொம்பளையோட தலையும் மொலையும் நல்லாத் தெரியும். இப்பேர்க்கொத்த அளகி, தானா மேல வந்து வுளுறா. இப்பிடி வெலகிவெலகிப் போறானே, இவனெல்லாம் ஆம்பளையான்னு எனக்குத் தோணும். சரியான கொணக்கேடன்.

சில சமயம், மேக்கப்பு ரூம்புக்குள்ளெ போயி அந்தப் பொம்பளையெ எதாச்சும் சொல்லி அளுக வுட்ருவான். ஓயாம அளுவுறதுக்காகவாடா ஒரு பொம்பளெ லவ் பண்ணுவான்னு எங்கூட்டாளிக்கெல்லாம் ஒரே ஆச்சிரியம். அதுக்கென்னா செய்றது, அது வாங்கியாந்த வரம் அப்பிடி. இல்லே அந்தம்மாளுக்கும் அதுதான் புடிச்சிருந்துச்சோ

என்னமோ. எல்லார் வூட்லெயும் ஒரேமாரியா உப்புப்புளி சேக்குறம்!

அவ்வளவுதான். இந்தாளு காணாமெப் போனானா, அந்தம்மா நடிக்கிறதையே விட்டுட்டுப் போயிருச்சு. அவுக ஊர்லெ போயி இருந்துக்கிருச்சு. ராசாத்தி மாதிரி வாள்க்கெ அமஞ் சதுங்க. எனக்கு எப்பிடித் தெரியும்ன்னு பாக்குறீங்களா? ஒரு பத்துப் பதினஞ்சு வருசம் மிந்தி இங்கே ஒரு படபூசெ நடந்துச்சே. அந்தம்மா வந்துதான் குத்துவிளக்கேத்துச்சு. மைசூர்ப்பக்கம் எங்கயோ எம்மெல்யேயா ஆயிருச்சாம். வீட்டுக்காரரோட வந்துச்சு. என்னைய அடையாளம் பாத்துருச்சு. கிட்ட வந்து கையப் பிடிச்சுக்கிட்டு 'என்னா மகாமுனி, எப்பிடியிருக்கே, புள்ளெகுட்டியெல்லாம் நல்லாருக்கா'ன்னு வாய் நெறைய விசாரிச்சது. இன்ன இன்ன வெவரம்ன்னு செத்தெ நேரம் பேசிப்புட்டு, ஒரு கொத்து ரூவா நோட்டெ எங்கையிலே திணிச்சுட்டுப் போச்சு.

என்ன செய்ய, நம்ம பொளப்பே அப்பிடித்தானே ஓடுது. யாராச்சும் பாக்க வர்றவுக அஞ்சு பத்து குடுத்தாத்தானே...

கிழவரின் எதிர்பார்ப்பைப் புரிந்துகொண்டேன். கையில் ரூபாய் நோட்டை வைத்ததும் அவருக்குத் தலைகால் புரியவில்லை. கண்ணில் ஒற்றிக்கொள்வதென்ன, என் பாதத்தை நோக்கி ஒற்றைக் கையை நீட்டுவதென்ன, முகம் மலர்ந்த சிரிப்பென்ன என்று ஏகக் குதூகலம். ஆனால், அந்த நடிகையின் பெயரே அவருக்கு நினைவில்லை என்பதுதான் கொஞ்சம் குழப்பமாக இருந்தது. தவிர, நடிக நடிகைகளை மக்கள் பிரநிதியாக்கும் வழக்கம் கர்நாடகத்தில் அறுபதுகளிலே ஆரம்பித்துவிட்டதா என்பதும் தெரியவில்லை. ஒருவேளை, ஏதாவது கதை சொன்னால்தான் இவனிடம் கொஞ் சமாவது காசு பெயரும் என்று நினைத்து, இட்டுக்கட்டிச் சொன்னாரோ என்றும் சந்தேகம் வந்தது.

ஏனென்றால், மைசூரு மாண்டியா மாவட்டங்களில் சுதந்திரத்துக்குப் பிறகு தேர்ந்தெடுக்கப்பட்ட உறுப்பினர்களின் பெயர்ப்பட்டியலைத் தேடிப் பிடித்தேன். அவர்களில், விஜயாம்பா, விஜயகுமாரி, அல்லது ராதிகா கட்கர் என்ற பெயருள்ள மக்கள் பிரதிநிதி யாருமே இல்லை.

மற்ற பெயர்கள் இரண்டும் மாமா கொடுத்த கேஸட்டில், திரு. தனவேல்பிள்ளை சொன்னதாக வரும் பெயர்கள்.

தவிர, திரு மகாமுனியே சொன்ன இன்னொரு கதை, மேற்சொன்ன கதைக்கு நேர் எதிராய் நின்று பல்லிளித்தது. ஆகவே, சோமன் தொடர்பாக அவர் சொன்ன மற்ற கதைகளை நம்புவதா வேண்டாமா என்று தெரியவில்லை. தமது முன்னாள் எஜமானரை ஏக வசனத்தில் மட்டுமல்ல, வெளிப்படையாய்த் தெரிகிற அவமரியாதையுடனும் அவர் குறிப்பிட்டது எனக்குப் பிடிக்கவில்லை என்பதையும் சொல்லத்தான் வேண்டும்...

ஆனால், இந்த நூலை எழுத ஆரம்பித்த சமயத்தில், கிடைக்கும் தகவல்களைத் தணிக்கையில்லாமல் பதிவு செய்வது என்று உறுதி மேற்கொண்டிருந்தேன். மேலும், வரலாற்று நூல் எழுதும்போது, புனைவின் அம்சங்கள் கொஞ்சமாவது சேரத்தானே செய்யும்? வரலாறு என்பதே புனைவுகளின் தொகுப்புதான் என்றும், தொகுத்தவர்களின் அபிலாஷைகளின் பிரகாரமே அது தன்னை நடத்திக்கொள்கிறது என்றும் சொல்பவர்கள் இருக்கிறார்கள்தானே!

மகாமுனி சொன்னவை அத்தனையுமே புனைவு என்று வைத்துக்கொண்டாலும், அவை சோமனின் மனோபாவத்துக்குப் பொருந்தி வருவதாகவே தோன்றுவதுதான் சுவாரசியம். மாமா சேகரித்த பிற தகவல்கள் அத்தனையும் நூறுசதவீதம் உண்மை என்பதற்கு மட்டும் உத்தரவாதம் ஏதும் இருக்கிறதா என்ன? அப்புறம், அவர் சேகரித்ததற்கும் நான் தொகுப்பதற்கும் பின்னணியில் இருப்பது ஒரே காரணமா...!

ஊன்றுகோல் உதவியுடன், வீட்டின் முன்பக்கம் மொட்டைமாடிக்கு இட்டுச்செல்லும் படிக்கட்டுக்கு அடியில் இருந்த கழிவறைக்குப் போனார் மகாமுனி.

சிகரெட் பிடிக்க நமநமத்தது நாக்கு. எழுந்து வெளியே வந்தேன்.

நடுத்தெருவில் குறுக்காக, தெருவை அடைத்துப் படுத்திருந்தது ஒரு சிந்திப் பசு. பார்வைக்கே தெரிந்தது, பால் மரத்த பசுவாய் இருக்கலாம். படுத்தவாக்கில் நசுங்கியிருந்த மகத்தான மடு வெகுவாகத் தளர்ந்து தெரிந்தது. தாடை லேசாக அசைபோட்டுக் கொண்டிருந்தது. பிரம்மாண்டமான உடம்பு. பாதி மூடிய கண்கள்.

பழுப்பாய் இருந்த இமை முடிகளைச் சுற்றி பொடிக் கொசுக்கள் பறந்தன. தரையை நோக்கி இறங்கியிருந்த உமிழ்நீர்க் கோட்டின் அருகில் ஒரு சேவல் நின்று வேடிக்கை பார்த்தது...

கூடூர் நிலையத்தில் சோமன் ரயிலேறப் போனபோது, கூடப்போய் ஏற்றிவிட்டவர் மகாமுனிதான். ஒருவகையில், அவரைக் கடைசிகடைசியாய்ப் பார்த்தவர் என்றுகூடச் சொல்லலாம். சக பிரயாணிகள் பார்த்திருப்பார்கள் என்றாலும், அவர்களுக்கு சோமன் யாரென்று தெரியாமல் இருந்திருக்கலாமே. இப்போதுபோல, சினிமா நடிகர்களைக் கடவுளாக வரித்துக்கொள்ளாத காலம் அது.

இதே எம்ஞ்சாரெப் பாருங்க. அவரெ நெச மதுரெவீரன்னே நெனச்சவுக இருக்கத்தானே செஞ்சாங்க? எம்பொஞ் சாதியேகூட, என்னெ யாராவது தூக்கிப்போட்டு மிதிச்சாக்கூட அம்புடுப் பதற மாட்டா - எம்ஞ்சாரெ ஒரு வார்த்தெ சொல்லிப்புட்டா பளியாக் கோவம் வந்துரும். அந்தாளு பாட்டுக்கு, பொசுக்குனு கச்சியெ ஒடெச்சிப்புட்டாரு. பெரிய மன்சங்க, என்னா கோமாளித்தனம் வேணும்னாப் பண்ணலாம். கண்ணு எரியத் தூக்கம் முளிச்சு, கைவலிக்கப் போஸ்டரு ஒட்டி, தொண்டெ கிளியக் கோசம் போட்டு வளத்த கச்சியாச்சுங்களே. நாம அப்பிடி விசுவாசத்தெ மாத்திக்கிற முடியுமா? ஆனா, என் வூட்டுக்காரி இருக்காளே, உதயசூரியனுக்கு அவ ஓட்டுப்போட்டதே, எம்ஞ்சாரு மூஞ்சிக்காகத்தான்.

இல்லயே, பாகவதருக்கும் சின்னப்பாவுக்கும்கூட ஏகப்பட்ட ரசிகர்க உண்டுன்னு கேள்விப்பட்ருக்கேனே.

நீங்க சொல்லுறது வாஸ்தவம்தான். ஆனா, அவுங்கல்லாம் கேட்டு வந்துருந்தா ஜனம் ஓட்டுப் போட்ருக்கும்ன்னா நெனைக்கிறீங்க? இல்லே, பாகவதருதான் மொதலமச்சரா ஆயிருக்க முடியுமா? சரி அதெ வுடுங்க, அரசியலையெல்லாம் அந்தந்தக் காலத்துலெயே ஏறக்கட்டியாச்சு. பெத்த மகனெ செயில்லெ போட்ட பொம்பளையோடெ தலைவரு கூட்டணி வச்சப்பவே மனசு விட்டுப்போச்சுங்க. அவருக்கென்னா, ஏகப்பட்ட கொளந்தைக. ஒண்ணு கஸ்டப்பட்டுட்டாலும் பாவிக்காது. என்னைய மாதிரி, கருவப்பெலெக் கொத்து ஒண்ணே ஒண்ணே வச்சிருந்து

> அதையும் பறிகுடுத்தாத் தெரியும். நமக்கு ஆரம்பத்துலேர்ந்தே அந்தப் பொம்பளையெப் பிடிக்காதுங்க. அவுக கச்சியிலே இருந்தாலும் திராவிடத் தலைவருதானங்க காமராசரு. அவரே மனசு ஒடஞ்சு போய்ச்சேரலே. இன்னங் கொஞ்சநா எலிக்ஸன் வராமெ இருந்துருந்தா, என்னையெல்லாம்கூட உள்ளாறெ தூக்கிப் போட்டு பெண்டெடுத்துருப்பாக. சரி வுடுங்க, அதெப் பேச வேணாம்னுட்டு, அங்கெயே பேச்சுப் போகுது - நாய் வைராக்கியம் மாதிரி.

தானாகச் சிரித்துக்கொண்டார்.

அன்று சோமனின் கைகாலெல்லாம் உதறிக்கொண்டிருந்ததாம். படப்பிடிப்பு முடிந்து, காரேறி கூடூர் நிலையத்துக்குப் போய் ரயிலுக்காகக் காத்திருக்கும்போதும் அவருடைய உடம்பில் நடுக்கம் இருந்ததைப் பார்க்க முடிந்தது என்றார் மகாமுனி. அதுதான் சோமனுடைய கடைசிப் படப்பிடிப்பு என்பது தமக்குத் தெரியாது என்றார். ஒருவேளை, சோமனுக்குத் தெரிந்திருந்ததோ என்னவோ என்ற சந்தேகம் இவருக்கு உண்டு. சோமன் தமக்குள் மூழ்கியிருக்க, சாயங்காலம் நடந்த படப்பிடிப்பு இவர் மனத்தில் ஓடியது.

தாசிவீடே பழியாய்க் கிடக்கும் கணவனை மீட்க, அவள் வீட்டுக்கு வருகிறாள் மனைவி. தயங்கித் தயங்கி, இடதுகாலை எடுத்துவைத்து உள்ளே நுழைகிறாள். வெடுக்கென்று முகத்தைத் திருப்பி இவளை இளக்காரமாய்ப் பார்த்தவாறே, நாயகனிடம் தாம்பூலத்தை நீட்டுகிறாள் தாசி. காலடியில் உட்கார்ந்து அவள் மடித்துத் தரும் தாம்பூலத்தை இடது கையால் வாங்கி, வாய்க்குள் அதக்கிக்கொள்கிறார் சோமன். இதை மூன்று காட்சிகளாய்ப் பிரித்து எடுத்தார்கள். முதல் காட்சி, தாசிக்கு ஒரு குளோஸ்-அப்...

> அந்தம்மா மொகரெ ஆம்பளை கணக்காவும், நம்ம சோமன் அய்யா மொகம் பொம்பளெ கணக்காவும் இருந்துச்சு. இவுருக்குப் போட்டியா, விசயாம்மா மொகத்துலெ அளகு கொஞ்சுது. பாக்கப்போனா, ரெண்டு பொம்பளைகளெயும் விட அளகா இருந்தது நம்ம அய்யாதான். ஆம்பளெ வேசம் போட்ட பொம்பளெ கணக்கா இருந்தாரு.

என்று சிரித்துக்கொண்டே சொன்னார் மகாமுனி. நாலாவது

காட்சியில், எல்லாருக்குமே அதிர்ச்சி அளித்த ஒரு விஷயம் நடந்தது.

> காலுலே வுளுந்து, 'எங்கூட வந்துரு சாமீ'ன்னு மன்னாடுது பொஞ்சாதி. அதான், நம்ம விசயாம்மா. டைரக்டரு கட் சொன்னதுக்கப்புறமும் அளுகெ நிக்கலே. தாசியா நடிச்ச பொம்பளெ குனிஞ்சு 'ஏத்தா, என்னா இது. எந்திரி எந்திரி. எல்லாரும் பாக்குறாகல்லே'ன்னு உலுக்கி எளுப்புச்சு. சோமன் அய்யா மொகம் சுண்டீட்டாரு. நேரா மேக்கப் ரூமெப் பாத்துப் போனாரு.

அசந்தர்ப்பமாய்ச் சிரித்தார் மகாமுனி.

> சூட்டிங்கைப் பாத்துக்கிட்டு நாக்காலியிலெ உக்காந்திருந்த ரெட்டி வேகமா எந்திரிச்சி சோமன் அய்யா பின்னாடியே ஓடுனான். ரெட்டிதான் தயாரிப்பாளரு. அந்தப் படம் அரெகொறையா நின்னதிலெ சொத்துபூராம் அத்துப்போயி நொடிச்சே போனான்... தெய்வம் நின்னுகொல்லும்னு சொல்லமாட்டாக? சினிமாலெ இருக்குறவனுக்குப் படம்தானே தெய்வம்? நின்னுச்சு. கொன்னுச்சு.
>
> சரி, அப்பறம் என்ன நடந்துச்சு?

தொடர்ந்து மகாமுனி சொன்னதை நம்பவே முடியாமல் கேட்டுக்கொண்டு உட்கார்ந்திருந்தேன்.

> என்னா, பத்து வருசம் களிச்சுக் கொன்னுச்சு. படம் புடிக்கிற எடத்துலெ ஒரு அசம்பாவிதம் நடந்து போச்சுங்க. ஸ்பாட்லேயெ அந்த ரெட்டி பூட்டான். நமக்கும், போதும்டான்னு தோணீருச்சு. அதும்போக, கச்சி வேலெகளுக்கே நேரம் சரியா இருந்துச்சு. அடுத்த பத்து வருசத்துக்கு, பிள்ளெகுட்டியெக் கூடக் கெவுனிக்காமெ என்னையமாதிரி ஆளுக உளைச்சுத்தானே அண்ணாவெ மொதலமச்சர் பதவியிலெ உக்காத்தினம்?
>
> வருமானம்?
>
> அப்பல்லாம், கச்சிக்காரவுகளெ நல்லாப் பாத்துக்கிருவாங்க...

மேற்கொண்டு இது விஷயமாக ஏதும் சொல்லப் பிரியப்படவில்லை அவர் என்பது முகக் குறிப்பிலேயே தெரிந்தது...

இந்த இடத்தில், சம்பந்தமூர்த்தி மாமாவின் கேஸட் குரல் இடையீடாகப் புகுந்து, மானசீகமாக எனக்குள் ஒலிக்கிறது:

> ஆனால், அப்புறம் திரு. அப்துல் வஹாபை சந்தித்தபோது, மேற்சொன்ன நிகழ்ச்சி வேறொரு விதமாக முடிச்சவிழ்ந்தது. அவரைப் பற்றிச் சொல்லும்போது சொல்கிறேன்...

இன்னொரு சம்பவமும் சொன்னார் மகாமுனி. அவர்மீதான நம்பிக்கையை முழுசாகத் தகர்த்த சம்பவம்.

ஏறத்தாழப் பத்துவருடங்கள் கழித்து, மைசூருக்குப் போயிருந்தார். புராதனமான கோவில் ஒன்றில் படப்பிடிப்பு. வளாகம் முழுக்கத் தித்திப்பு மணம் பரவியிருந்ததாம். பத்துப் பதினைந்து பேர் நின்று வேடிக்கை பார்க்க, பக்தர்கள் அவரவர் போக்கில் உள்ளே போவதும் வருவதுமாய் இருந்தனர். மைசூர்க்காரர்களுக்கு திரைப்படப்பிடிப்பு சகஜமான விஷயம் இல்லையா!

தரையிலிருந்து மேல்நோக்கி ஒளிபாய்ச்ச வேண்டிய பொறுப்பு மகாமுனிக்கு. தரையில் முட்டிபோட்டு அமர்ந்திருந்தார். வலது தோள்பட்டையில் ஏதோ ஊடுருவுகிற மாதிரி உணர்வு. சட்டென்று அந்தத் திக்கில் திரும்பினார். இவரையே உற்றுப் பார்த்துக் கொண்டிருந்த பெண்முகம் சடாரென்று வேறுபுறம் திரும்பியது.

இவர் விடவில்லை அந்தப் பெண்மணியையே பார்த்துக் கொண்டிருந்தார். ஓரிரு நிமிடங்கள் கழித்து அந்தப் பெண்ணின் முகம் இவரை நோக்கித் திரும்பியது. கண்ணுக்குக் கண் சந்தித்த மாத்திரத்தில் புரிந்துவிட்டது - ஆஹா, இது விஜயகுமாரி அல்லவா! இன்னார் என்று தெரிந்துதான் அந்தம்மாளும் பார்த்தார் போல. ஆனால், அதைக் காட்டிக்கொள்ளாத விட்டேற்றியான பார்வை. தவிர, இவரைத் தெரியாவிட்டால் அவ்வளவு அவசரமாக அந்த இடத்தைவிட்டு நகரவேண்டிய அவசியமென்ன?

> விசில் சத்தம் பெருசாக் கேட்டது தம்பி. காமராமேன்தான். மலையாளத்துக்காரன். நெனச்சவொடனே நெருப்புலெ மூத்தரம் பேயணும் அவனுக்கு. கோயில்னு கூடப் பாக்காமெ கெட்டவார்த்தயா வஞ்சு தீத்துருவான். ஆனா, வேலை பாக்க வந்த லெக்குலெ வேற விசயத்திலெ மனசுபோச்சுன்னா வசவு வாங்கத்தானே வேணும்?

பொக்கை வாய் திறந்து, குழிந்த கன்னங்கள் அதிர அவரது சிரிப்பு வெளியேறிய காட்சி, அமானுஷ்யமாய்த் தென்பட்டது.

மகாமுனியின் நினைவுகூரலில் அந்த நடிகை வரும் இரண்டு தருணங்களில் இரண்டாவதுக்குத்தான் வாய்ப்புகள் அதிகம் என்று படுகிறது. அது இருக்கட்டும், அவருடன் பேசிவிட்டுத் திரும்பும்போது, மாமாவின் கேஸட்டில் கேட்டதைத் திரும்பவும் நேரில் கேட்டமாதிரி இருந்தது. மாமாவின் குரலில் இருந்த கம்பீரம் இல்லாத மகாமுனியின் குரலும், கொச்சை வழக்குப் பேச்சும் மட்டுமல்ல, கேஸட்டைக் கேட்டபோது எனக்குள் உருவான ராதிகா கட்கரின் முகமும், மகாமுனி பேசியபோது உருவான முகமும்கூட ஒன்றாகவே இருந்தன என்பது பேராச்சரியமாய் இருந்தது. எனக்கு உருவகித்துக்கொள்ள வேறு முகங்கள் இல்லாமலா போயின?

அதைவிட, மின்சார ரயில் மாம்பலத்தில் நிற்கும்போது, எதிர் நடைமேடையில் ஒரு வட இந்தியக் குடும்பம் காத்திருப்பதைப் பார்த்தேன். சிவப்புக்கலர் நைலக்ஸ் புடவையும் முக்காடுமாய் ஒடிசலாய் ஒரு பெண்மணி நின்றிருக்க, அவளை அச்சாணி மாதிரிக்கொண்டு மொத்தக் குடும்பமும் சுற்றி அமர்ந்திருந்தது - ஏகப்பட்ட மூட்டை முடிச்சுகளுடன். திடீரென்று எனக்குள் மின்னல் சொடுக்கிய மாதிரி உணர்ந்தேன்.

அந்தக் கணத்தை, அந்தக் காட்சியின் முழுமையை, முன்னரே அனுபவித்திருக்கிறேன் என்று பட்டது. பல்லாவரத்தை நெருங்கும்வரை நமட்டிக்கொண்டிருந்த மனம், தேஜா வூவேதான் அது என்று தானே சொல்லி நிதானப்பட்டுக்கொண்டது. முன்னரே தெரிந்த கருதுகோள்தான் அது.

ஆனால், அவ்வளவு நேரம் நமட்டியதற்குக் காரணம். முன்னொரு முறை இதே அனுபவம் நேர்ந்திருக்கிறது என்று உணர்ந்தது அல்ல, அந்த மாம்பலத் தருணம் என் வெவ்வேறு பிராயங்களில் திரும்பத் திரும்ப என் வாழ்வில் நிகழ்ந்து தீர்ந்திருக்கிறது என்று தோன்றியதுதான். திரும்பத் திரும்ப என்றால், எத்தனை முறை. அந்தக் குடும்பத்துக்கு மட்டுமின்றி, என் அனுபவத்துக்கும் மைய அச்சாக இருந்த அந்தப் பெண்மணி, எத்தனை ஆண்டுகளாய் அதே பிராயத்தில், அதே இடத்தில் இருக்கிறாள் என்று திகைப்பாய் இருந்தது.

தேஜா வூவுக்கு உள்மடிப்புகளும் இருக்குமோ. அதாவது, இது ஏற்கனவே நடந்திருக்கும் அனுபவமாயிற்றே என்று தோன்றியதல்லவா, அந்தப் பழைய அனுபவத்திலும் அதேவிதமாக எனக்குத் தோன்றியிருந்ததுபோல உணர்ந்தேன்; முடிவற்ற எதிரெதிர்ப் பிம்பங்களைப் பிறப்பிக்கும் கண்ணாடிக் குகையா மனம்?

சாயங்காலம் எதேச்சையாய் பாலகிருஷ்ணன் கூப்பிட்டான். 'அடுத்த வாரம் சென்னை வருகிறேன்; நீ ஊரில் இருப்பாய்தானே' என்று விசாரித்தான். அப்புறம் பேசிக்கொண்டிருக்கும்போது, மகாமுனியின் சந்திப்பை சுருக்கமாகச் சொல்லிவிட்டு, மாம்பலம் நிலையச் சம்பவத்தையும், நான் உணர்ந்த திகைப்பையும் சொன்னேன். 'காஸ்மிக் ரெக்கரன்ஸ்' என்று ஆரம்பித்து வெகுநேரம் பேசிக்கொண்டிருந்தான். உலக வாழ்க்கையில் புதிதாக நடப்பதற்கு எதுவுமேயில்லை; முன்னமே நடந்ததுதான் வடிவத்தை மட்டும் மாற்றிக்கொண்டு திரும்ப நடக்கும் என்கிறான் என்பதுபோலத் தோராயமாய்ப் புரிந்துகொண்டேன். கடைசிவரை துலக்கமாகப் புரியாதபோதிலும், தொடர்ந்து கேட்டுக்கொண்டிருந்தேன். பாலனுடைய பேச்சின் வசீகரம் அப்படி.

நல்லவேளை, வெளிமாநில அழைப்புகளும் இலவசம் என்று ஆகிவிட்ட காலகட்டம் இது.

***

அப்துல் வஹாப்

அப்துல் வஹாபின் வீடு பள்ளிவாசலுக்கு இரண்டு கட்டிடம் தள்ளி இருந்தது. நான் வடக்கே இருந்தவனல்லவா, அன்சாரியைப் போன்று, என் துறைக்குள்ளேயும் வெளியேயும் முஸ்லிம் நண்பர்கள் அநேகர் உண்டு. வாசலில் நின்று,

ஜனாப்.

என்று குரல் விடுத்தேன். லுங்கியும் கைவைத்த பனியனுமாய் வெளியே வந்தவருக்கு எழுபத்திச் சொச்சம் வயதிருக்கலாம். பற்கள் முழுக்க உதிர்ந்ததால், உட்புறமாக மடிந்த உதடுகள். சும்மா இருக்கும்போதே மெல்வதுபோல சதா அசைந்தன.

ஸலாம் அலைக்கும் பாய்.

அலைக்கும் வஸ்ஸலாம்.

என்றவர் சரளமாக உருதுவில் பேச ஆரம்பித்தார். எனக்கு ஹிந்தி அளவுக்கு உருதுவில் பாண்டித்தியம் இல்லை. உடனடியாக நான் வேண்டிக்கொண்டதால் தமிழுக்கு மாறினார். நாலைந்து வாக்கியங்கள். பரஸ்பரம் இன்னார் என்று தெரிந்துகொண்டதும்,

வீட்லெ இன்னைக்கிக் கவிச்சி. நீங்க பிறாமணாள் மாரித் தெரியிறீங்கோ. இங்கெ வேணாம். பக்கத்லெ ஒரு பார்க்கு இரிக்கி. அங்கிணெ போயிப் பேசுவமா?

போலாங்களே.

பார்க்கை நோக்கிய சிறுநடையிலேயே நண்பராகிவிட்டார். பற்களே இல்லாமல் இறைச்சி எப்படிச் சாப்பிடுவார் என்று எனக்குள் உதித்த

கேள்வியை, இன்னும் கொஞ்சம் நெருக்கமாகட்டும், அப்புறம் கேட்கலாம் என்று ஒத்திப்போட்டேன்!

அவருடைய தலை நிற்காமல் லேசாக ஆடிக்கொண்டிருக்கும். அதை ஆட்டம் என்று சொல்ல முடியாது. அதிர்வு. ஆமாம், கழுத்தில் ஸ்பிரிங் வைத்த பொம்மைகள் பார்த்திருப்பாயே கிஷ்ணையா. வேகமாகத் தட்டினால் குலுங்கிவிட்டு, விசை குறைந்துகொண்டே வந்து, கடைசியில் நிற்கப்போகும்போது அதிருமே அது மாதிரி. அவருடைய நடையேகூட பொம்மலாட்ட பொம்மை மாதிரித்தான் இருந்தது - சீராகவும் சரளமாகவுமின்றி வெட்டிவெட்டி நடந்தார். படப்பிடிப்புக்குப் போன இடத்தில், இரண்டாவது மாடியிலிருந்து விழுந்திருக்கிறார்; பிடரியில் பலமான அடிபட்டதாம். அதிலிருந்து நடை மாறிவிட்டது.

> தலைக்கி வந்தது தலைப்பாயோடெ போச்சும்பாங்கள்லெ. எனக்குத் தலையிலெயே நின்னிருச்சு!

என்று சந்தோஷமாகச் சிரித்தார்.

> அடேயப்பா! அவுரயெல்லாம் யாவுகம் வச்சிருக்கிற மன்சாள் இன்னமும் இருக்கீஹண்றதே சந்தோசமா இருக்கு! யா அல்லா...

என்று வியந்தார். அப்புறம் கடகடவெனக் கொட்ட ஆரம்பித்தார்.

> சோமன் ஸாருட்டெ எனக்கு ஆச்சிரியமான விசயம், அவருக்கு சிநேகிதாளே கெடியாதூண்றதுதாங்க.

ஆனாலும், விரல்விட்டுச் சொல்லக்கூடிய சிலபேர் உண்டு. புல்லாங்குழல் வித்வான் ஒருவர், ஒரு கஞ்சிராக் கலைஞர், களரி வித்தை பயிற்றுவிக்கும் ஒருவர் (இவருடைய பெயர் திரு. வஹாபுக்கு நினைவில்லை), வங்காள மடமொன்றின் துறவி ஒருவர் (பிற்பாடு, நான் சந்தித்த காலத்தில் சென்னைக் கிளையின் தலைவரானார்; கொஞ்சகாலம் உடல் நலம் குன்றியிருந்து காலமாகிவிட்டார் என்றும் பின்னாளில் கேள்விப்பட்டேன். அவருடைய பெயர் சர்வானந்தா என்கிற மாதிரி என் நினைவில் பதிந்திருக்கிறது; உறுதியாய்ச் சொல்ல முடியவில்லை), அப்புறம், தஞ்சாவூர்க்கார நட்டுவனார் ஒருவர்.

ஒரு டாக்டரைப் பார்க்கப் போவார் சோமன். அவர்கள் இருவரும் முழுக்க ஆங்கிலத்தில் பேசிக்கொள்வார்கள். இவ்வளவு சரளமாக ஆங்கிலம் பேச எப்போது கற்றார் சோமன் என்று திரு அப்துல் வஹாபுக்கு ஆச்சரியமாய் இருக்குமாம். ஒன்றுமே புரியாமல் அந்த அறைக்குள் எதற்காக உட்கார்ந்திருப்பது என்று மெல்ல எழுந்து வெளியே வந்துவிடுவார். டாக்டரைச் சந்தித்தபிறகு, கோவளத்தில் ஒரு தர்ஹாவுக்குப் போவார்கள் - வழக்கமாக.

> டாக்டர்ட்டெப் போயிட்டு தர்ஹா வாசலுக்கு வந்துர்றீஹளா. நான் முன்னக்கூட்டி அங்கிணெ போயிக் காத்துருக்கேன்?

> அதெதுக்கு பாய், நீ என் கூடவே வா. ரெண்டு எடத்துக்கும் நம்ம கார்லெ போயிரலாம்.

என்று அழைத்துப் போவாராம்.

பின்னர், சோமன் காணாமல் போனபிறகு, நாலைந்து தடவை அந்த டாக்டர் தேடி வந்திருக்கிறார். கடைசிவரை இவர் சொன்னதை அவரால் நம்ப முடியவில்லை, அதை மறைத்துக்கொள்ளவும் தெரியவில்லை அவருக்கு என்றார், திரு.வஹாப்.

> நாம்ப என்ன குர்த்தாப் பாக்கட்லெயா மறைச்சு வப்போம்!

சிரிக்கும்போது, கூடுதலாக ஆடியது தலை.

> தர்ஹாவுக்கு எதுக்காகப் போனீங்க?

> தொளுஹெ முடிச்சு வாறவுஹகிட்டே ஊதிக்கிறத்தான். காத்து கருப்பு பிடிச்சிருந்தா ஓடீரும். ஒரு தபா, அங்கே ராத்தங்கவும் செஞ்சோம்.

> ஓ, தனக்குப் பேய்பிடிச்சுருக்கூன்னு நினைச்சாரோ!

> அது நம்பளுக்குத் தெரியாது. ஆனாக்கெ, செலவேளெ, அவரு மூஞ்சி சாம்பிராணித்தட்டு கணக்காக் கருப்படிச்சிருக்கும்; நான் பலதபா பாத்திருக்கேன்.

சோமன் பங்கேற்ற கடைசிநாள் படப்பிடிப்பை மறக்கவே முடியாது என்றார். தன்னை ஒதுக்கிவிட்டுத் தாசி வீட்டில் போய்த் தவம் கிடக்கும் கணவனை மீட்டுச் செல்ல வருகிறாள் மனைவி. வந்து நின்று கூப்பிடும்போது ஒரு பாடல் பாடுவாள். அதற்கு

பதிலாக சோமன் ஒரு பாட்டுப் பாடுவார். இருவருக்கும் பாடி முடித்தவுடன் நாலைந்து வாக்கியம் வசனங்கள். அப்புறம் தாசி ஒரு பாட்டுப் பாடுவாள். அது முடியும் தறுவாயில், கணவன்-மனைவி அதே பாடலில் இணைவார்கள். இப்படி மூவர் பாடும் பாடல் அந்த நாளில் ஒரு புதுமையாம். பாடல் பதிவுக்கு மாதக்கணக்காக ஒத்திகை நடந்தது என்றார்.

> அந்தப் படம் மொடங்குனதோட, பதிவான பாட்டும் வெளிவராமெப் போச்சு. அருமையான மெட்டு. நந்தலால்ன்னு ஒரு பங்காலிதான் அந்தப் படத்துக்கு மீசிக்... அத்தோடெ தமிழ் சினிமாவெ வுட்டே போய்ட்டாரு, மனுசன்...

கொஞ்சநேரம் மௌனமாக அமர்ந்திருந்தார். எப்போதும் போலின்றி, சற்று மாறுபட்டு, தாளலயத்தோடு ஆடியது தலை. சரிதான், வெளிவராமல் போன பாடலின் மெட்டை உள்ளூர நினைவுகூர்கிறார்போல என்று நினைத்துக்கொண்டேன்... சட்டென்று, என் முகத்தைக் கூர்ந்து பார்த்தவர்,

> அவரெ நான் கடோசியாப் பாத்தன்னைக்கி இன்னொரு சம்பவம் நடந்துருச்சுங்கோ.

என்றார்.

> சொல்லுங்க.

ஒப்பனை அறைக்குள்ளேயே வாஷ்பேஸின் உள்ள கழிவறை ஒன்றும் உண்டு. மணிக்கணக்காக ஒப்பனை போட வேண்டியிருக்கும்போது, கலைஞர்களோ, ஒப்பனையாளர்களோ பயன்படுத்துவதற்காக. படப்பிடிப்பு முடியும் தறுவாயில் இருக்கிறது; முடிந்ததும் சோமன் நேரே ரயிலேறப் போகவிருக்கிறார்; ஒப்பனையைக் கலைக்க அவர் வருவதற்குள், சிறுநீர் பெய்துவிட்டு வரலாம் என்றுதான் போயிருக்கிறார், திரு.வஹாப். வயிறு புரட்டியதால், சற்று உட்கார முற்பட்டிருக்கிறார்.

> உள்ளாறெ போயி ரெண்டு நிமுசம்கூட ஆவலே. மேக்கப் ரூம் கதவு திறக்குறதும், டமால்னு ஒடனே சாத்துற சத்தமும் கேட்டுச்சு. ‘ஆ... ஆ’ன்னு சோமன் ஸாரு கத்துற சத்தம். தடாமுடான்னு எதோ உருளுற சத்தம். அவசரமாக் களுவிக்கிட்டு வெளியெ ஓடியாந்தேன். கன்னத்தெப் பிடிச்சுக்கிட்டு நிக்கிறாரு ஸாரு. எதுத்தாப்புலெ அந்த ரெட்டி

நிக்கிறாரு. அவருதாம் புரடியூசரு. மூஞ்சியிலெ அசட்டுச் சிரிப்பு. என்னையப் பாத்தவொடனே, கதவெத் தெறந்து வெளியே ஓடுறாரு சோமன் ஸாரு. ரெட்டியும் பின்னாடியே வெளியேறுராரு. எல்லாருக்கும் ஒரு மாதிரிப் புரிஞ்சுருச்சு. அவுஹவுஹ வாய்க்குள்ளயே சிரிப்பெ அடக்கிக்கிட்டு, ஒர்த்தரையொருத்தர் பாத்துக்கிட்டாஹ.

தன்னைக் காதலித்த பெண்ணின் முன்னால், தனக்கு நேர்ந்த அவமானத்தை எப்படித்தான் சோமன் சகித்துக்கொண்டாரோ என்று ஒரு கணம் தோன்றியது. அந்த மனிதர்மீது அலாதியான பச்சாதாபம் ஊறியது.

ஏனோ, ஜனாப். வஹாபின் முகம் சுரத்திழந்துவிட்ட மாதிரிப் பட்டது. மேற்சொன்ன சம்பவம்தான் காரணமோ, அல்லது என்னிடம் பகிர்ந்துகொள்ள விரும்பாத வேறு ஏதேனும் நினைவில் எழுந்துவிட்டதோ. பேச்சின் வேகமும் குன்றிவிட்டது. இனி, உருப்படியாக ஒரு வார்த்தைகூட அவரிடமிருந்து பேறாது என்று நானாக அவநம்பிக்கையுற்ற அதே கணத்தில் மறுபடியும் வேகமாகப் பேச ஆரம்பித்தார்:

அந்த ரெட்டி சினிமாவுக்குள்ளாற வந்ததே, இந்த மாதிரி சில்லறெ ஆதாயங்களுக்காகத்தானுங்கோ. மஹாராஜன்னு ஒரு டைரக்டர் இருந்தாருங்களே, தெரியுமா? நமக்கு வேண்டப்பட்டவருதான். ரெண்டே படத்தோடெ அவரு யோஹம் அடங்கிப் போச்சு. தாங்கமாட்டாமெ ஆளும் போயிட்டாரு, பாவம். அவரு சொல்லுவாரு, ‘இந்தப் பயலுக்கு ஒடம்பு பூரா மச்சம் வஹாப்பு.’ பின்னே, இத்தனை கீழ்மெ உள்ள மனுசனுக்கு, எடுக்குற படமெல்லாம் லாபம் குடுத்துச்சுன்னா?

ஆனா, அல்லா ரொம்பப் பெரியவன். நீ செய்யிற அக்குருமத்தெயெல்லாம் பாத்துக்கிட்டு சும்மா இருக்கான்னா, நீ எம்புட்டுத் தூரம் போறேன்னு பாக்குறத்துக்காஹத்தான். இறுதிநாள் வரைக்கெல்லாம் காத்துருக்க மாட்டான்.

அந்த ரெட்டி 57லெ செத்துப்போனாரு. சரியாப் பத்து வருசம். சோமன் ஸாரெக் களங்கப்படுத்தின அதே ஸ்டூடியோவுலெ,

அதே மாசம் அதே நாளு. சொல்லும்போதே எனக்கு ஒடம்பு சிலுக்குது; வேளெகூட அதேதான்னா பாத்துக்கிருங்களேன்.

சூட்டிங்கெ வேடிக்கெ பாத்துக்கிட்டு ஒக்காந்துருக்காரு அந்த ரெட்டி. மனசுக்குள்ளாறெ என்னா திட்டம் ஓடிக்கிட்ருந்துச்சோ. பன்னண்டடி ஒசரத்துலே ஒரு பரண். அதுக்குக் கொஞ்சம் தள்ளித்தான் ஒக்காந்துருக்காரு. ஈரோயினிக்கி எதுனா டச்சப் வேண்டியிருக்குமோன்னு, நானும் அங்கிணெயே நிக்கிறேன்.

கேமரா பாக்குற அதே எடத்துலெதான் எல்லார் பார்வையும் குமிஞ்சிருந்துச்சி. திடீல்னு, 'டமால்'னு பெரிய சத்தம். 'ஏடுகொண்டலவாடா'ன்னு பெரிய அலறலு. பரண்மேலெ நின்னுக்கிருந்த ராச்சஸ ஃபோக்கஸ் லைட்டு, ரெட்டியோட உச்சந்தலெ மேலெ விளுந்து நொறுங்கிருச்சு. அது சரியிற நேரம் பாத்து இந்தாள் எதுக்கோ வேகமா எந்திரிச்சிருக்காரு போல. கபால மோச்சம். நீயா எந்திரிக்கிறே, அல்லாவுல்லெ எளுப்பிவுட்டான். அப்பறம் மீள்றது எங்கே.

ஆசுபத்திரிக்கித் தூக்கீட்டு ஓடுனாஹ. வளியிலேயே உசிர் போயிருச்சூன்னு கை விரிச்சுட்டாஹ டாக்டருஹ.

தேதி கிளமெயெல்லாம் சொன்னனே, இன்னொரு விசயம் விட்டுப் போச்சு பாருங்கோ. அந்தப் பரண்லெ நின்னுக்கிருந்த லைட்பாய் யாருன்னு நினைக்கிறீங்கோ? இப்ப என்னையப் போயிப் பாக்கச் சொல்லி அனுப்பினானே, அந்த மஹாமுனியேதான்.

படச்சவன் கணக்குத் தீக்குறதுன்னு முடிவு பண்ணீட்டா, வேலெ அத்தனெ கச்சிதமா இருக்கும் பாத்துக்கங்கோ. என்னா, ஒரு ஈ எறும்புக்குக்கூட பாதஹம் நினைக்காத மகாமுனி போலீஸு, கேஸுன்னு நாலஞ்சு வருசம் அலையிற மாதிரி ஆயிருச்சு... பாவம். அந்தாளு கணக்குலெ என்னா பத்து இருந்துச்சோ. இதே நீங்கோ இருக்கீஹ, நானுந்தான் இருக்கன். இப்பிடி அபாண்டமா எதுனா நம்ம தலையிலே விளுந்துருக்கா பாருங்கோ. பளியெச் சொல்றேன் நானு... ஏதாச்சும் இருக்கும். இல்லாமெ மனுசங்களை அல்லா கஸ்டப்படுத்த மாட்டான்...

மஹாமுனி இந்துவாச்சே, முஸல்மான் கடவுள் எப்பிடி அவனெத் தண்டிக்கப் போச்சுன்னு தோணுதா! மனுசங்களுக்குள்ளாறெதான்ங்க இவ்வளவு பேதமும் தகராறும். கடவுளெல்லாம் நல்லா ஒத்துமையாத்தான் இருப்பாஹ. என்னா சொல்ரீஹ?

கடவுள்ன்ன வொடனே நாவகம் வருது. இங்கே மந்தெவெளியிலே ஒரு மடம் இருக்கே, அங்க ஒரு பங்காலிச் சாமியாரு இருக்காரு. நீங்க விசாரிச்சு வந்த சோமன் ஸாரெப் பாக்க அடிக்கடி வருவாரு. அவரு வந்துட்டுப் போனப்புறம், இவரு மூஞ்சியெப் பாக்க ஸஹிக்காது. மணிக்கணக்கா ஒக்காந்து ஒப்பாரி வச்ச பொம்பளெ மாரி கண்ணெல்லாம் செவந்து, கன்னம் இமையெல்லாம் வீங்கிப்போயித் தெரிவாரு…

அவரெப் பாருங்கோ, ஏதாச்சும் தகவல் கிடைக்கலாம்… அட, காசெல்லாம் நீட்டாதீஹ. நம்பகிட்டெப் பிரியமா இருந்த ஒரு ஆத்மாவெப் பத்திக் கேட்டு வந்திருக்கீஹ. இதுக்குப் போயிக் கூலி வாங்குறதா.

நல்லபடியாப் போயிட்டு வாங்கோ.

கேஸட்டில் இந்தப் பகுதியைக் கேட்டு முடிக்கும் தறுவாயில், தர்ஹாவுக்குப் போகும்முன் அவர்கள் சந்திக்கச் சென்ற மருத்துவர், சீனிவாச ராவாக இருக்குமோ என்று உள்ளுணர்வில் பொறி தட்டியது…

2015 ஜனவரியில் கடைசியாக மாமாவைப் பார்த்துவிட்டுக் கிளம்பிக்கொண்டிருந்தேன் அல்லவா. அடிக்கொரு தடவை அவருடைய திக்கில் பார்ப்பதும், தொய்யும் மனத்தை சமனப்படுத்த முடியாமல் புழுங்குவதுமாக இருந்தேன். தள்ளாத வயதை எட்டி விட்ட மனிதரைத் தனியாக விட்டுவிட்டுப் போகிறேன். எவ்வளவு வற்புறுத்தியும் சென்னைக்கு இடம்பெயர மறுத்துவிட்டார்.

அதெல்லாம் வேலைக்காகுமாடா கிஷ்ணையா. செடியெத்தான் பதியம் போடலாம். அடையாறு ஆலமரத்தெ யாராவது பிடுங்கி நடுவாளா!

சிரித்தார். 'கட்டடத்தையே இடம்பெயர்த்து வைக்கும் தொழில்நுட்பமெல்லாம் வந்துவிட்டதாகச் சொல்கிறார்கள் மாமா.' என்று சமத்காரமான பதில் ஒன்று தோன்றியது. பிரயாசைப்பட்டு அடக்கிக்கொண்டேன். நான் என்ன வாய்வார்த்தையாகவா கூப்பிடுகிறேன் அவரை. பத்மினியும் ஆத்மார்த்தமாக இதையேதானே சொல்லியனுப்பியிருந்தாள்...

ஆனா, சொர்க்கத்திலே உங்க மாமிக்கிப் புரையேறியிருக்கும்டா. அவளுக்கு ரொம்ப ஆசை, உன்னை எங்களோடெ கூட்டிண்டு வந்துரணும்னு. மலையெப் பாத்து மம்முது போனா என்ன, மலையே மம்முதைத் தேடி வந்தா என்ன!

எங்கோ பார்த்துக்கொண்டு சொன்னார். சிரிக்கக்கூட முயன்றார். ஆனால், மெல்லிய நீர்த்திரை கோத்துப் பளபளத்தன விழிகள்... அடுத்த கணமே இயல்புக்குத் திரும்பிவிட்டார்.

இர்றா, எனக்குத் தெரிஞ்ச ட்ராவல்ஸுக்கு ஃபோன் பண்ணியிருக்கேன். கார் வரட்டும்.

எதுக்கு மாமா. ஒரு ஃபட்ஃபட்டி பிடிச்சுப் போயிற மாட்டேனா. லக்கேஜும் ஒண்ணுமில்லையே.

இருக்கட்டுமேடா. இன்னும் நூறு வருஷம் இருக்கப்போறேனா? அந்தந்த மாசப் பென்ஷனை அந்தந்த மாசமே காலிபண்ணிப்பிடுவேன் தெரியுமோ? அடுத்த பென்ஷன் வரும்போது உசிரோடெ இருப்போமோன்னே தெரியாது. எதுக்காக மீத்து வைக்கணும்!

அட, அப்பிடியெல்லாம் ஏன் மாமா சொல்லறேள்.

சிரித்துக்கொண்டார். வாடகைக்கார் வரும்வரை அவருடைய புத்தக அலமாரியைப் பார்த்துக்கொண்டு நின்றேன். திடீரென்று ஞாபகம் வந்தவர் மாதிரி,

வேணுங்கற புஸ்தகத்தெ எடுத்துக்கோடா. என்னோடெ சேத்துவச்சா எரிக்கப் போறா!

எதிர்மறையாகப் பேசக்கூடிய மனிதரே அல்ல... பதில் சொல்லாமல் மேலும் பார்த்து, இரண்டு புத்தகங்களை மட்டும் எடுத்துக்கொண்டேன். ஒன்று மார்க்வெஸ் சிறுகதைகள் முழுத் தொகுப்பு. ஸ்வாமி ராமாவின் 'த ஹிமாலயன் மாஸ்டர்ஸ்'.

உட்கார்ந்திருந்த மாமா எழுந்து, புத்தக அலமாரியருகில் வந்தார்.

> முன்னே ஒரு புஸ்தகம் ஒனக்குத் தரேன்னு சொன்னேனே, ஞாபகமிருக்கா!

தர்மசங்கடமாய் உணர்ந்தேன். சுத்தமாக மறந்துவிட்டது. எத்தனையோ புத்தகங்கள் பற்றிப் பேசியிருக்கிறார்...

> விடு, நாந்தானே சொன்னேன். எனக்குத்தான் ஞாபகமிருக்கணும்.

என்று புன்னகைத்தபடியே ஒரு புத்தகத்தை எடுத்து நீட்டினார்.

Unseen Layers of an Unseen Fabric என்ற அந்தப் புத்தகம் டாக்டர். சீனிவாச ராவ் என்ற இந்தியர் எழுதியது. சந்தோஷமாகக் கையில் வாங்கினேன்...

ரயில் கிளம்பிச் சற்றுநேரம் கழித்து, அந்த நூலைக் கையில் எடுத்தேன். மேலோட்டமாகப் பார்க்க முற்பட்டேன்...

01 The Male, 02 The Female 03 The Others என்ற மூன்று பகுதிகள் கொண்டது அந்த நூல். மூன்றாம் பகுதி இப்படியொரு உபதலைப்புடன் ஆரம்பித்தது: What's in a Gender?[31] ('பாலினத்தில் என்ன இருக்கிறது?' என்று என் மனம் தானாக மொழிபெயர்த்தது)

> பொதுவாகவே, மூன்றாம் பாலினத்தவரின் பாலியல் அணுகுமுறைகள், நடத்தை, உடலியல் அந்தரங்கம் இவை குறித்து ஆண்களுக்கு, ஏன் பெண்களுக்குமேகூட, உள்ளூர ஒருவித ஆர்வம் இருக்கும் என்றுதான் எனக்குத் தோன்றும்.

---

31 தமிழிலும் வெளியாகியிருக்கிறது அந்த நூல். யதேச்சையாய்க் கன்னிமாரா நூலகத்தில் பார்த்தேன். படுமோசமான மொழிபெயர்ப்பு. இப்படிச் சொல்வதன் காரணம், மூன்றாம் பகுதியின் தலைப்பைச் சொன்னாலே உங்களுக்குப் புரிந்துவிடும். நான் குறிப்பிட்ட உபதலைப்பு, தமிழில் 'பாலினம் என்பதுதான் என்ன?' என்று ஆகியிருக்கிறது. புரட்சிகரமான நூல்களுக்குப் பெயர்போன பதிப்பகம் வெளியிட்டிருக்கிறது. மிக மிக நல்ல நூல்களையெல்லாம் முதல் ஆளாக மொழிபெயர்த்து, வேறு யாரும் உருப்படியாகத் தமிழில் கொண்டுவரும் சாத்தியங்களை வெற்றிகரமாகக் கழுவித் துடைத்துவிடும் பதிப்பகம் அது. மொழிபெயர்த்தவரும் புரட்சிக்கு பாத்தியப்பட்டவர்தான்.

ஆனால், மூல நூலின் மொழி வெகு அனுசரணையானது. செய்தித்தாள் படிக்கும் பழக்கம் இருந்தாலே போதும். ஆங்கிலத்தில் படித்துவிடலாம்.

> உண்மையில், மனித குலத்தின் பாலியல் செயல்பாடுகளில் ஒன்றாகவே இந்த ரகசிய ஆவலையும் பார்க்கிறேன்.
>
> இந்தப் புத்தகம் அந்தத் திசையில் சில தெளிவுகளை வழங்கக் கூடும். கதைகள்போலப் புனைவுத்தன்மை கொண்ட சம்பவங்கள் சிலவற்றை என்னிடம் வரும் நோயாளிகள் சொல்லக் கேட்டிருக்கிறேன். அவர்கள் பற்றிய புறத்தகவல்களை வெளிப்படையாய்ச் சொல்வது தொழில்தர்மம் இல்லை என்பதால், அடையாளங்களை முற்றாக மறைத்திருக்கிறேன்.

என, ஆரம்பித்தமாத்திரத்திலேயே வேகமெடுத்தது முன்னுரை.

ஆனால், தொடர்ந்து வாசிக்க ஓடவில்லை. வழியனுப்புவதற்காக பால்கனி கைப்பிடிச் சுவரருகில் வந்து நின்றிருந்த மாமாவின் அரையுருவம் குறுக்கே குறுக்கே வந்து தொந்தரவு செய்தது. கண்கள் அடிக்கடி மல்கின...

ஒரு மணிநேரம்போல ஆனதுக்குப் பிறகுதான் மனம் மெல்ல சமநிலைக்கு மீண்டது. அதற்குள், வாசிக்கும் ஆவல் முழுசாக அடங்கிவிட்டிருந்தது. மடியில் குப்புறக் கிடந்த நூலைப் பிறகு படித்துக்கொள்ளலாம் என்று தோள்பைக்குள் திணித்து வைத்தேன்.

பின்னரும், அந்தப் பயணம் முழுக்க, அதை எடுத்துப் படிக்கத் தோன்றவில்லை. மாமா தாமாகவே முன்வந்து கொடுத்ததாலோ என்னவோ, புத்தகத்தைத் தாண்டிய ஏதோவொன்று அதனுடன் ஒட்டிக்கொண்டு வந்துவிட்ட மாதிரி இருந்தது.

ரயில் பயணத்தின்போது, ஸ்வாமி ராமாவின் புத்தகத்தைத்தான் வாசித்துக் கொண்டு வந்தேன். ராவ் புத்தகத்தை ஊருக்கு வந்து புத்தக அலமாரியில் செருகி வைத்தேன். அன்றோடு சரி. முதல்பக்கம்கூட வாசிக்கப்படாமல் அலமாரியில் கிடக்கும் எண்ணற்றவையோடு தானும் சேர்ந்துகொண்ட புத்தகம், வீட்டில், என்னுடைய இடத்தில் உட்கார்ந்து ஊன்றிப் படிப்பதற்காகவோ, இந்தப் புத்தகத்தை நான் எழுதத் தொடங்குவதற்காகவோ காத்திருந்திருந்ததோ என்று இப்போது தோன்றுகிறது.

கேஸட்டில் மாமாவின் குரலைக் கேட்டதும் பொங்கியெழுந்த

ஞாபகங்களில், இந்தப் புத்தகத்தின் அட்டைப்படமும் மேலெழுந்தது. உடனே எடுத்து வாசிக்கத் தொடங்கிவிட்டேன். வங்காளி மடத்தின் துறவியைச் சந்தித்தது பற்றி மாமா விவரித்ததை எழுதுவதற்கு முன்னால், டாக்டர் சீனிவாச ராவின் நூலை நான் வாசித்தது பற்றிச் சொல்வது பொருத்தமாய் இருக்கும் என்று தோன்றுகிறது. திரு.அப்துல் வஹாப் கூறியதாக மாமா விவரித்ததன் தொடர்ச்சியாகவே இதையும் சொல்லிவிடுவது சரியாக இருக்கும் என்றும் படுகிறது...

டாக்டர். ராவைப் படிப்பது, உளவியல் புத்தகம் வாசிக்கிற மாதிரியே இல்லை - ஸ்வாமி ராமாவின் புத்தகத்தை இன்னொரு கோணத்தில் வாசிக்கிற மாதிரி உணர்ந்தேன்.

'பாலின வேறுபாடு என்பது அடிப்படையாக உடலியல் தளத்தில் திகழ்வது. இனப் பெருக்கத்துக்கான நேரடிச் செயல்பாட்டில் பெண்ணினமும், அதற்கு உறுதுணையான செயல்பாட்டில் ஆணினமும் ஈடுபட்டிருக்கின்றன என்பதுதானே பொதுவான அறிதல்.

மேற்சொன்ன பாத்திரவகிப்பை உறுதிசெய்கிறது சமீபத்திய சர்வே ஒன்று. மாத விடாய் நின்ற பிறகு, பெண்களுக்குப் பாலியல் வேட்கை தேயத் தொடங்குகிறதாம். ஆண்களைப் பொறுத்தமட்டில் அது மரணபரியந்தம் ஒரேவிதமாக நீடிக்கவே செய்கிறது என்கிறது அந்த சர்வே' எனத் தொடங்கும் பத்தியை, 'இப்படியான சர்வேக்களின் தரவுகளுக்கு நம்பகத்தன்மை குறைவு' என்று முடிக்கிறார் சீனிவாசராவ். ஸாம்ப்ளிங்கின் தன்மையே தரவுகளை முடிவு செய்யும் என்கிறார். பிரதேச, சீதோஷ்ண, கலாசார வேறுபாடுகளுக்குள் சமச்சீரான பொதுமை கிடையாது என்கிறார்.

மனிதார்த்தம் என்பது பொதுப்படையான அம்சம்தான் என்றாலும், அது மேற்சொன்ன மேல்கட்டுமானங்களின் தாக்கத்துக்கு ஆளாகாத பிடிவாதம் கொண்டது அல்ல; விலங்கினங்களைவிடவும் தனித்துவமும், தூய்மையும் உலகளாவிய சீர்மையும் கொண்டது கூட அல்ல அது என்பது அவரது கருத்து. உதாரணமாக, உறைபனிப்பிரதேச இணைகளுக்கும்; அடிக்கடி பூகம்பம், எரிமலைச் சீற்றம் அல்லது கடலேற்றம் ஏற்படும் பிரதேசங்களில் வசிப்பவர்களுக்கும்; ஏனைய இடங்களில் வாழ்பவர்களுக்கும் ஒரே மாதிரியான தீவிரம் கொண்ட பாலியல் விழைவோ பாலியல்

செயல்பாடோ இருப்பதற்கான சாத்தியங்கள் குறைவு என்கிறார். சொல்லப்போனால், மரணம் பற்றிய எண்ணவோட்டத்துக்கும், பாலியல் வேட்கைக்கும் நேரடியான தொடர்பு இருக்கக்கூட வாய்ப்பிருக்கிறதோ என்ற ஐயத்தையும் பதிவு செய்கிறார்.

பொதுவாகவே தனிமன ஆழ்நீரோட்டங்களை, எல்லாருக்குமான பொது நதியாகப் பார்ப்பதே நியாயக்குறைவான காரியம் என்றும் சொல்கிறார்.

பிள்ளைப்பேறு என்பது உடலியல் சார்ந்து மட்டுமின்றி, சமூகவியல் அடிப்படையிலும் பாரதூரமான பாரபட்சத்தைப் பெண்கள்மீது செலுத்துகிறது எனும்போது ஆணையும் பெண்ணையுமே ஒரு தட்டில் வைத்துப் பேசுவது எப்படி முறையாகும்? என்று கேட்கிறார்.

தவிர, இரண்டு பாலினங்களின் காமார்த்தத்தை மட்டுமே பேசுவது ஒருவித உளவியல் வன்முறையே என்கிறார். மூன்றாம் பாலினத்தை நெருக்கமாக அணுகி விசாரித்தறியும் பொறுப்பை சமூகம் இதுவரை மேற்கொள்ளவேயில்லை என்கிறார்.

'உடலியல் மற்றும் உளவியல் தளத்தில் தனித்தனியாகத் தென்படும் பாலினங்கள் மூன்றும், உயிரின் பரிமாணத்தில் வெவ்வேறானவை அல்ல; ஆன்மிகத் தளத்திலோ, இப்படி மூன்று பிரிவுகளே கிடையாது' என்று சொல்லி நகர்கிறார்.

இன்னொரு அத்தியாயத்தில், 'ஆண் தன்மை மிகுந்த பெண்களை சமூகம் பெருமளவில் ஒதுக்கி வைப்பதில்லை; காரணம், இனப்பெருக்கத்தில் தங்களுக்கு உள்ள பங்கேற்பில் விலக்குப் பெற்றவர்கள் இல்லை அவர்கள். ஆனால், பெண் தன்மை மிகுந்த ஆண்களுக்குக் கிடைக்கும் அவமானமோ பெருமளவானது. சமூகம் ஆணுக்கு விதித்திருக்கும் நிபந்தனைகளின் தன்மை அப்படி.

மேற்சொன்ன நிபந்தனைகளுக்கான எதிர்வினையாக, உறுப்பகற்று சிகிச்சை மேற்கொண்ட எத்தனை ஆண்கள் இருக்கிறார்கள் - அதுவே, முலைகளை அகற்றிக் கொண்டு ஆணாக மாறிய பெண்களை அறிவீர்களா? அறுவை சிகிச்சை காரணமாக, உடல்ரீதியாய் நேரிடும் உற்பாதங்களை விடுங்கள்; சுரப்பிகளைக் கட்டுப்படுத்தும் மருந்து மாத்திரைகள்கூட, முலைகளை வற்றச் செய்யலாமே தவிர - காணாமல் போக்காது' என எழுதுகிறார்.

மற்றொரு அத்தியாயத்தில், 'எதிர்பாலினமாகத் தன்னை உணர்வது பிறப்பு முதலாகவே ஒருவருக்கு நிகழவேண்டிய கட்டாயம் இல்லை; எந்த வயதிலும் ஒருவருக்குள் அந்த விழிப்பு நேர முடியும்' என்கிறார்.

தம்மிடம் ஆலோசனை கேட்டு வந்த தென்னிந்தியப் பிரமுகர் [32]ஒருவருக்கு இருபதாவது வயதில் இது முதல்தடவையாக நேர்ந்தது என்கிறார். அவருடைய கூற்றாக இவ்வாறு எழுதுகிறார்:

தன்மீது ஒரு பெண் மிகுந்த மோகம் கொண்டிருக்கிறாள். ஆனால், அதை எதிர்கொள்ளும் ஆண்நிலையோ சமநிலையோகூடத் தம்மிடம் இல்லை என்றார் அவர்.

எதனால் அப்படி உணர்கிறீர்கள்?

என்று கேட்டேன். அவர் சொன்ன பதில் என்னைத் தூக்கிவாரிப் போட்டது. ஒரு உளவியலாளனாக என்னால் புரிந்துகொள்ள முடியாத பதில் அது.

அவர் சொன்னார்: உடலளவில் தமக்குள் விளையும் மாற்றங்களில் குழப்பமேயில்லையாம். மனத்தளவில், அந்தப் பெண் நெருங்கும்போது தமக்குள் ஊறும் எண்ணங்களைப் புரிந்துகொள்ள முடியவில்லை. ஆமாம், அவள் நெருங்கி வரும்போது, தாமும் ஒரு பெண்ணாக ஆகிவிடுவதுபோல, அகிலம் முழுவதும் நிரம்பிய பெண்மையின் ஒரு துளியாகத் தன்னை உணர்வதாக, சொன்னாராம்.

அந்தத் தருணத்தில் தக்கையாக, உள்ளீடற்ற வெட்டவெளியாகத்

---

32 இன்னொரு இடத்தில், 'பிரமுகர்' என்ற சொல் மாறியிருக்கிறது. வழக்கமாகத் தமது முஸல்மான் நண்பருடன் வருபவர், முதன்முதலாக வந்தபோது மட்டும், டாக்டர். சீனிவாசராவின் நண்பரான துறவியையும் அழைத்துக்கொண்டு வந்ததாகக் குறிப்பிடுகிறார். ஆனால், துறவி நண்பர் அறிமுகப்படுத்த வந்ததோடு சரி. பிறகு ஒருபோதும் அவருடன் வந்ததில்லை என்பதோடு; சிகிச்சைக்கு வந்த 'கலைஞர்', வருவதைப் பின்னாட்களில் நிறுத்திக்கொண்ட பிறகும்கூட, அவரைப் பற்றித் தம்மிடம் எதுவுமே பிரஸ்தாபித்ததில்லை என்றும் சொல்கிறார்.

நான் ஒரு குறிப்பிட்டவிதத்தில் விஷயங்களை அடுக்கிப் பார்ப்பதால் எனக்கு அவர் சோமனேதான் என்று தோன்றியிருக்கலாம். உன்னிப்பான வாசகரும், காவல்துறை உயர் அதிகாரியுமான சம்பந்தமூர்த்தி மாமாவுக்கு இப்படிக் கோத்துப் பார்க்கத் தோன்றியிருக்காதா என்ன! என்னிடம் சொல்லவில்லையே; மறந்தாரா, தவிர்த்தாரா?

தம்மை உணர்கிறாராம். அப்படிச் சொல்வதுகூடப் பிசகுதான். தனக்குள் பாலினமற்ற ஒரு வியக்தி மேவிவிடுவதுபோல இருக்கிறதாம். இந்தக் குறிப்பிட்ட பெண்ணின் அருகாமையில் மட்டும்தான் இந்த உணர்வு சித்திக்கிறதோ என்று ஐயமுற்று, வேசைமனைகளுக்கும் விஜயம் செய்து பார்த்திருக்கிறார். உடலின் இயக்கத்தில் எந்தவிதக் குறைபாடும் இல்லை. ஆனால், மனம் மட்டும் இரண்டாகப் பிளந்துவிடுகிறது.

'ஒரே சமயத்தில் ஆணாகவும் பெண்ணாகவும் இருப்பது கட்டற்ற ஆன்மீக அனுபவம் இல்லையா?' என்று என்னைக் கேட்டார். எனக்கு உடனடியாக பதில் சொல்லத் தெரியவில்லை. ஆனால், பல்வேறு நாடுகளில் எனக்கு உள்ள துறைரீதியான நண்பர்கள் அனைவருக்கும் இந்தக் கேஸை எழுத வேண்டும்; அத்தனை பரந்துபட்ட ஆராய்ச்சியைக் கோரும் விஷயம் இது என்று மட்டும் பட்டது.

ஜெர்மனியின் டுஸ்ஸல்டார்ஃப் நகரில் வசிக்கும் என் நெருங்கிய நண்பர் பாஸ்கல் மட்டும் உடனடியாக பதிலெழுதினார்:

> *உளவியலின் அடிப்படையையே கேள்விகேட்கும் கேஸ் இது, மிஸ்டர் ராவ். உடல், மனம் என்ற இரண்டு வியக்திகள் உண்டு, உடலின் இயக்கத்தை மனமே தீர்மானிக்கிறது; உடலின் வரையறைகள் மனத்தின் எல்லைகளை நிர்மாணிக்கின்றன என்று நாமெல்லாம் நம்பிக்கொண்டிருக்கிறோமே - இரண்டும் ஒன்றோடொன்று பிணைந்த ஒருமை அல்ல என்றல்லவா ஆகிறது? எதிரெதிர்த்திசையிலும் விரையக்கூடிய இரண்டு தனித்தனி வாகனங்களா அவை என்ற திகைப்பு எனக்குள் உயர்கிறது.*
>
> *மிஸ்டர் ராவ், உங்கள் கடிதத்தைப் படித்த நாளிலிருந்து உறங்க முடியாமல் தவிக்கிறேன். யுங்குக்குப் பிறகு, மிகப் பெரிய பாய்ச்சலை உளவியல் துறை மேற்கொள்ளும் நேரம் வந்துவிட்டது என்றே படுகிறது. நம் இருவர் மூலமாக அது நடந்துவிடும் பட்சத்தில், வரலாறு நம்மை நோக்கித் திரும்பிவிடவும் செய்யலாம்!*
>
> *இந்த வாய்ப்பை நமக்கு ஏற்படுத்தித் தரப்போகிற, உங்கள் நோயாளியை நேரில் சந்திக்க ஆவலாய் உள்ளேன். இந்த ஆண்டு இறுதியில் இந்தியாவுக்கு வரட்டுமா? ஓரிரு மாதங்கள்*

தங்கி அவருடன் உரையாடியும், சில பரிசோதனைகளை மேற்கொண்டும், தங்களுடன் விவாதித்தும் சில முடிவுகளை எட்டிவிட முடியும் என்று தோன்றுகிறது. அந்தக் கலைஞர் இதற்கு சம்மதிக்கிறாரா என்பதை விசாரித்து எனக்கும் தெரிவிப்பீர்களா?

உண்மையில், அவரிடம் கேட்க எனக்குச் சில கேள்விகள் இருக்கின்றன.

உதாரணமாய், ஆண்களின் அருகில் இருக்கும்போது அவர் தம்மை என்னவாய் உணர்கிறார்? தனியாக, தாம் மட்டுமே இருக்கும்போது தம்மை உணர்வது எங்ஙனம்? இதைவிடவும் முக்கியமாக, காம விழைவு மேலெழாத நேரங்களில் அவர் யாராய் இருக்கிறார்? இன்னும் முக்கியமாக, இந்திய மண்ணில் காற்றுக்கு நிகராக, காணுமிடமெங்கிலும் மண்டியிருக்கும் சூட்சுமதரிசிகள்[33] எவரிடமேனும் இந்தப் பிரச்சினை பற்றிப் பேசியிருக்கிறாரா? எனக்கென்னவோ, அவர்கள் இப்படிப்பட்ட உணர்வுகளை. 'உடலுக்கப்பாலான[34] அனுபவங்கள்' என்று வகைப்படுத்த வாய்ப்புண்டு என்றே படுகிறது. உளவியல் அத்தனை எளிதான சலுகையெதையும் கொடுத்துவிடுவதற்கில்லை...

அவரை நான் நேரில் சந்திப்பதற்கு முன், இன்னும் நூற்றுக்கணக்கான கேள்விகள் ஊற்றெடுக்கக் கூடும்!...

ஆனால், இரு தரப்பிலும் கடிதப்போக்குவரத்து நடந்து, நோயாளியின் ஒப்புதலைக் கேட்டு அவருடைய நண்பரைத் தொடர்புகொண்டபோது அந்தப் பேரிடித் தகவல் கிடைத்தது.

மேற்சொன்ன பிரமுகர் காணாமல் போய்விட்டாராம். அதன்பிறகு பல ஆண்டுகளுக்கு என்னுள் நமட்டிக்கொண்டே இருந்தார் அவர். திரும்பத் திரும்ப நினைவூட்டி, ஏங்கி, மறுகி, இறுதியாய் பாஸ்கல் எனக்கு எழுதிய கடிதத்துடன் இந்த அத்தியாயத்தைப் பூர்த்தி செய்கிறேன்:

ரைட் சகோதரர்கள் வெற்றியடைவதற்கு முன்னால்

33 Clairvoyants என்ற சொல்லைப் பயன்படுத்தியிருக்கிறார்...

34 Out of body experience என்னும் சொற்றொடர் இடம்பெற்றிருக்கிறது.

எத்தனைபேர் விமானம் கட்ட முயற்சித்திருப்பார்கள்? நடைமுறை வெற்றியாக ஒரு அறிவியல் கண்டுபிடிப்பு நடந்தேறுவதற்குப் பல காலம் முன்னரே, ஒரு பித்துநிலைக் கனவாக, அறிவால் மட்டுமே எய்த முடிகிற கருதுகோளாக, பலனற்ற தவமாக, செயலற்றுக் கிடந்திருக்க வாய்ப்புண்டே. இப்படித்தான், சில வண்ணத்துப்பூச்சிகளின் கூட்டுப் புழுப் பருவம் நூற்றாண்டுகாலம் நீடித்துவிடுகிறது...

திரு.சீனிவாச ராவின் நூலைப் பற்றி சற்று அதிகமாகவே விவரித்துவிட்டேன் என்று தோன்றுகிறது. இந்த நூலில் இவ்வளவு சொல்வதற்கான அவசியம் இருக்கிறதா என்ற குழப்பமும் கொஞ்சம் இருக்கிறது. ஆனாலும், அத்தனை ஞாபகமாக என்னிடம் மாமா எடுத்துக் கொடுத்ததற்கு நேரடியான வேறு எந்தக் காரணமும் இருக்காது என்றும் தோன்றத்தான் செய்கிறது.

***

வங்காளித் துறவி

காத்திருக்கச் சொன்னார்கள். வராந்தாவில் இருந்த மர நாற்காலி வெகுநேரம் அமர்வதற்கு வசதியாய் இல்லை. செங்குத்தான, கறாரான, 'ட'[35]னா மாதிரி எவ்வளவு நேரம்தான் உட்கார்ந்திருப்பது. வயோதிகத்தின் வருகையை, உடம்புதான் எவ்வளவு நுட்பமாய்த் தெரியப்படுத்துகிறது... ஆனால், பணிக்காலத்தில்கூட, பின்னோக்கி நன்கு சாயக்கூடிய சுழல் நாற்காலியில்கூட, தொடர்ந்து உட்கார்ந்திருக்க எனக்குப் பிடிக்காது. ஏதாவது சாக்கு வைத்து எழுந்து நடப்பேன். மனித உடம்புக்குக் கால்கள் வழங்கப்பட்டிருப்பது தொங்கப்போட்டு உட்கார்வதற்காகவா!

---

35 மாமா ஆங்கிலத்தில் விவரித்ததால், 'L' என்றார். பேசும்போது தெரியும் வித்தியாசம், எழுதும்போது தெரியவில்லை பாருங்கள்! இந்த ஒரு இடத்தில் மட்டும் கருத்துக்கு வேலையில்லை - கண்ணோடு நின்றுவிடுகிறது அந்த அட்சரம், இல்லையா!

பல பத்துவருடங்கள் தமிழ்நாட்டில் சேவை புரிந்த துறவிக்குப் பேச்சுத் தமிழ் நன்றாகவே வந்திருக்கக் கூடும். அப்புறம் ஏன் முழுக்க ஆங்கிலத்தில் மட்டுமே பேசினார்கள்; அல்லது, தமிழில் நடந்திருந்தால், இவர் ஏன் முழுக்க ஆங்கிலத்தில் விவரித்தார் என்பதெல்லாம் இப்போது உதிக்கும் ஆச்சரியங்கள். இப்படித்தான், சின்னச் சின்ன ஆச்சரியங்களை முன்னிருத்தி, பேராச்சரியம் ஒன்றுக்குத் தயார்ப்படுத்துகிறது வாழ்க்கை. நாமோ, நுண்ணறிவு செயல்படாத மொண்ணை மனப்போக்கின் காரணமாக, சாதாரண விஷயத்துக்கும் பேரதிர்ச்சியோ பெருமகிழ்வோ அடைந்து தொலைக்கிறோம் என்று தோன்றுகிறது. சரிதானா! அல்லது, நடப்பது இன்னதென்றே தெரியாது மரத்துவிட்ட மனத்துடன் கடந்து சென்றுவிடுகிறோம்...

வளாக முன்முற்றத்தில் ஏகப்பட்ட மரங்கள். தலைகுலுங்க மஞ்சள் பூக்களுடன் விறைத்து நின்றிருந்தவற்றைப் பார்க்கப் பார்க்க ஆசையாய் இருந்தது. எல்லா மரமும் ஒன்றுபோலவே தென்பட்டாலும், எல்லா மரமும் ஒன்றல்ல, இல்லையா கிஷ்ணையா! இந்த எண்ணமும் அங்கே காத்திருந்தபோது தோன்றியதுதான். இருக்கும் இடத்துக்கும் சூழ்நிலைக்கும் எண்ணவோட்டத்துக்கும் நேரடித்தொடர்பு இருக்குமோ என்னவோ!

நீண்ட வராந்தாவின் இடது கோடியில் இருந்த கதவைத் திறந்துகொண்டு வெளிப்பட்டார் அந்தத் துறவி. பூமாதேவியின் காதலர் மாதிரி, தரை அதிராமல் பூனைப் பாதம் பதித்து என்னை நோக்கி நடந்து வந்தார். நிலைவாசலைத் தாண்டிய மாத்திரத்தில் கூப்பிக்கொண்ட கைகள் என் அருகில் வரும்வரை கூப்பியே இருந்தன. நானும்தான் பார்த்தவுடன் எழுந்து வணக்கம் தெரிவித்தவன், அவர் அருகில் வந்துசேரும்வரை நின்றுகொண்டே இருந்தேன். மிகச் சில விநாடிகள் மட்டுமே நிகழ்ந்த அந்த நடை, யுகக்கணக்காக நீள்வது மாதிரி உணர்ந்தேன்.

இப்போது அந்தக் காட்சியை நினைத்துப் பார்க்கும்போது, நிற்கும் சிலையைப் பார்த்து இன்னொரு சிலை நகர்ந்துவருகிற மாதிரித் தென்படுகிறது. அவரவர் துறைகள் வழங்கிய விறைப்பு அப்படி. உடம்புகள் மட்டுமல்ல, அவருடைய முகமுமே உணர்ச்சி வறண்டு இருந்தது. ஆனால், துறவிகள் புன்சிரிக்கக்கூடாது என்று விதி ஏதும் இருக்கிறதா என்ன.

சுருக்கங்கள் மட்டும் இல்லாவிட்டால், அந்த முகத்தின் வயதை யூகிக்கவே முடியாது. அது இன்னொரு காரணம் - என்னை எந்த நிலையில் பொருத்திக்கொண்டு அவருடன் உரையாடுவது என நான் மலைத்ததற்கு.

பார்க்கத்தான் விறைப்பாகத் தெரிந்தார்; உரையாடல் சரளமாகவே இருந்தது. அவருடைய பேச்சில் தனித்துவம் வாய்ந்த ஒரு பாணியும் காணக் கிடைத்தது - அவர் பொறுப்பு வகிக்கும் நிறுவனத்தின் பாணியோ என்னவோ. அல்லது, துறவுநிலை இயல்பாகவே உருவாக்கிவிட்ட விட்டேற்றித் தன்மையோ. ஒவ்வொரு குறிப்பிட்ட சேதியைச் சொல்லும்போதும், அதன் கூர்மையை மழுக்கியோ, பொதுச் செய்திதான் அது என்று ஊர்ஜிதப்படுத்துவதற்காகவோ

தத்துவம்போல ஓரிரு வாக்கியங்கள் சொல்வார். நினைவிருக்கும் அளவுக்கு அவற்றையும் சேர்த்தே சொல்லிப் பார்க்கிறேன்.

மிஸ்டர் சோமனைப் பற்றி என்ன தகவல் வேண்டும் உங்களுக்கு? எதற்காக? இத்தனை ஆண்டுகளில் என்னிடம் அவரைப்பற்றி விசாரித்து வந்திருக்கும் முதல் மனிதர் நீங்கள்தாம். அவரைச் சுற்றிலுமிருந்த மற்றவர்களுக்கு இல்லாத அக்கறை உங்களுக்கு எதனால் வந்தது?

ஒன்று விடாமல் அத்தனை கேள்விகளுக்கும் பொறுமையாக பதில் சொன்னேன். கடைசியாய் இப்படியும் தெரிவித்தேன்:

உங்களுக்கு சம்மதம் இல்லாத பட்சத்தில், ஒரு வார்த்தைகூடச் சொல்லாமல் எனக்கு நீங்கள் விடை தரலாம்!

அவர் என்னை நம்பி சில விஷயங்களைப் பகிர்ந்து கொண்டிருக்கிறார். அவற்றை வெளிப்படையாய்ச் சொல்வது நியாயமில்லை. சமூகத்தைவிட்டே ஒதுங்கிப் போய்விட்ட ஒருத்தர் மீது உங்களுக்கேன் இவ்வளவு அக்கறை நண்பரே!

அவருடைய பதிலில் தொனித்த நிராகரிப்பு, இனம்புரியாத எரிச்சலை ஏற்படுத்தியது. ஆனாலும், இன்னும் ஒரேயொரு வாய்ப்பை முயன்று பார்க்கலாமே என்று ஆவலாயும் இருந்தது. மற்றவர்களெல்லாம் மனப்போக்கில் வாரித் தட்டியபோது, இவர் என்னிடம் வந்து சேரவேண்டிய தகவல்களாகப் பொறுக்கியெடுத்து வழங்கக்கூடும் என்று நம்பினேன்...

நான் பத்திரிகைக்காரனில்லை. எழுத்தாளனுமில்லை. வடக்கே எங்கேயோ இருக்கிறவன். நீங்கள் சொல்லும் சமாசாரங்களை என் மனைவியிடம்கூடச் சொல்ல மாட்டேன் என்று உத்தரவாதம் அளிக்கிறேன். அவருக்கும் எனக்கும் இருப்பதாகப் பிறர் சொல்லும் உருவ ஒற்றுமை எனக்குள் ஒருவித ஆர்வத்தைத் தூண்டி விட்டிருக்கிறது...

என் முகத்தைக் கூர்ந்து பார்த்தார். அவருடைய முகம் இளகுவது வெளிப்படையாய்த் தெரிந்தது. இறுதியாய் இன்னொரு சம்மட்டி அடி போட்டுப் பார்க்கத் துணிந்தேன்:

> ...அப்புறம், காரணமே தெரியாமல் அவர்மீது என்னுள் ஊறும் அன்பும் அக்கறையும்... புவித்தலத்தில் நிகழ்கிற அத்தனைக்கும் தர்க்கபூர்வமாகக் காரணகாரியங்கள் தேடிக்கொண்டிருந்தால் நாம் நம்புகிற இறையின் திட்டங்களை நாமே சந்தேகிக்கிறோம் என்று ஆகிவிடாதா!?

பதில் சொல்ல ஆரம்பித்தபோது, அவருடைய குரல் சற்றுக் கனிந்துவிட்டது மாதிரி உணர்ந்தேன். அவரது பதிலின் தன்மையை முன்னிட்டு, எனக்குத்தான் அப்படிப்பட்டதோ என்னவோ...

> அது என்னவோ வாஸ்தவம்தான், உங்களைப் பார்த்த மாத்திரத்தில் நானுமே அப்படி உணர்ந்தேன்...

என் முகத்தை மறுபடியும் உற்றுப் பார்த்தார். என்னைத் துளைக்கிற மாதிரி விசை கொண்ட பார்வை. ‘தாராளமாகப் பார்த்துக்கொள்ளுங்களேன்; இந்த விஷயத்தில் மறைப்பதற்கு என்னிடம் என்ன இருக்கிறது’ என்று சிந்தனை ஓட, நானும் கண்ணை அகற்றாமல் பார்த்தேன். என் துறை எனக்கு வழங்கிய திறன்களில் ஒன்று அது. நேருக்கு நேர் கண்ணைப் பார்ப்பதில் ஒரு சவால் இருக்கிறது. தொடர்ந்து பார்க்கும்போது எதிராளியின் கண்கள், அவனுடைய நிஜமான ஸ்திதியைப் புலப்படுத்திவிடும். அவை வெறும் ஜன்னல்களா, ஆழ்மனத்தின் சாளரம் அல்லவா!

> ஏனோ, அவருடைய படத்தை ஒரு இசைத்தட்டின் உறையில் பார்த்த மாத்திரத்தில், ஒருவித நெருக்கத்தை உணர்ந்துவிட்டேன். அவருடன் நெருங்கிப் பழகியவர்களைத் தேடிப் போய்ப் பார்த்து உரையாடுகிறேன்.
>
> இங்கே வந்து விசாரிக்க வேண்டும் என்று உங்களை வழிநடத்தியது யார்?
>
> அவருடைய ஒப்பனையாளராய் இருந்தவர்.
>
> எனக்கு இன்னார் என்று தெரியவில்லையே.
>
> மிஸ்டர் சோமனுடைய நெருங்கிய நண்பரும்கூட. அவர்தான் உங்களைச் சந்திக்கச் சொன்னார்.

சிறு இடைவெளி நிலவியது. பொதுவாழ்வில் இருப்பவரல்லவா, ஞாபகத்தொகுப்பில் பதிந்திருக்கும் கணக்கற்ற படங்களைப் புரட்டிப்

பார்க்கச் சற்று நேரம் பிடித்தது போல. அத்தனை நேரமும் உயர்த்திய நெற்றியில் வரிகள் ஓட, தியானம்போல ஒரே மரத்தின் தண்டில் பார்வை பதிந்திருந்தார். வரிகள் தளர்ந்தன.

முஸல்மானோ?

ஆமாம்.

அவருடைய பெயரை நான் தெரிந்துகொள்ளலாமா!

மிஸ்டர். அப்துல் வஹாப்.

ஓ. இப்போது நினைவு வருகிறது. தமது நண்பரிடம் நன்கொடை பறிப்பதற்காகத் திரும்பத்திரும்ப வருகிறானோ இவன் என்ற சந்தேகம் அவருடைய முகத்தில் நிரந்தரமாய் இருந்ததும் நினைவு வருகிறது!...

முகம் நன்கு தளர ஆரம்பித்தது.

...நாங்களாகப் போய் தானம் கேட்பது கூடாது என்ற கண்டிப்பான ஆனால், சொல்லப்படாத விதியே எங்கள் மடத்தின் நடைமுறை என்பது எல்லாருக்கும் தெரியாதே. தானாகக் குவியும் நன்கொடையே மடத்தைப் பேணவும், சேவைகளை விஸ்தரிக்கவும் தேவைப்படுவதைவிட உபரியாகவே இருக்கிறது.

சரிதான்.

துறவியின் புருவங்கள் மீண்டும் லேசாக உயர்ந்தன. இன்னொரு முறை என்னைக் குறுகுறுவென்று பார்த்தார். முகத்தின் இறுக்கம் முற்றாகத் தளர்ந்துவிட்ட மாதிரி இருந்தது. பிறகு, வளாக மரங்களின் புறம் பார்வையைத் திருப்பினார். பார்ப்பவர்களுக்கு, மரங்களுடன்தானே அவர் பேசிக்கொண்டிருக்கிறார், பக்கத்தில் இவன் எதற்கு சும்மா உட்கார்ந்திருக்கிறான் என்று தோன்றியிருக்கும்: ஆனால், அந்த வளாகத்தில் மனித நடமாட்டம் அறவே இல்லை என்றே சொல்ல வேண்டும்.

ஆனாலும், மிஸ்டர் சோமனுக்கு அவர் மிக நெருக்கமானவர் என்பதை நான் உணர்ந்திருக்கிறேன். மிகவும் இங்கிதம் தெரிந்த மனிதர். மிஸ்டர் சோமனைப் பார்க்க நான் போகும்போது, தலைவணங்கி ஸலாம் செய்துவிட்டு, உடனடியாய் வெளியே

போய்விடுவார். திரும்ப நான் வெளிவரும்வரை கதவைத் தட்டக்கூட மாட்டார்.

சரிதான். நேரில் பார்த்தபோது எனக்குமே அவரைப்பற்றி மிக உயர்வான அபிப்பிராயம் ஏற்பட்டது.

அவர் சொல்லாத எதை நான் சொல்லிவிடப் போகிறேன் என்று தெரியவில்லை. ஆனால், மிகச் சரியான பாதையின் வழியாகத்தான் என்னை எட்டியிருக்கிறீர்கள். பாதகமில்லாத சில தகவல்களைச் சொல்லலாம்தான்.

உங்கள் உசிதப்படி சொல்லுங்கள். கேட்டுக்கொள்கிறேன்.

மிஸ்டர் சோமனைப் பற்றி உலகாயதமான தகவல்கள் எதையும் நான் வழங்குவதற்கில்லை. உண்மையில், அந்த அளவு அவரைப்பற்றி எனக்குத் தெரியாது. ஒரு முறை, இங்கே மடத்தில் சோமனின் இசைக்கச்சேரி ஏற்பாடானது. குருபூர்ணிமாவை ஒட்டி. அபூர்வமான மனோதர்மம். பிரமாதமாய்ப் பாடினார். கச்சேரி முடிந்த பிறகு உபசாரமாகச் சில வார்த்தைகள் பேசிக்கொண்டிருந்தபோது மெல்லிய நட்பு உண்டானது.

ஓ.

மிஸ்டர் சோமனைச் சந்திக்கும் யாருக்குமே அவருடன் நட்புகொள்ளத் தோன்றும். அத்தகைய ஆகர்ஷணம் உள்ள மனிதர். மொத்தமாக ஏழெட்டுத்தடவை நாங்கள் சந்தித்திருப்போம். ஏனோ, என்னை தான் வசித்த இடத்துக்கு வரச் சொன்னதே இல்லை அவர். படப்பிடிப்புத் தளங்களுக்குத்தான் வரச்சொல்வார். தாமே ஓரிரு தடவை மடத்துக்கு வந்தும் என்னைச் சந்தித்திருக்கிறார்.

அப்படியா.

தமது சொந்தவாழ்க்கையைப் பற்றி அதிகம் என்னிடம் பேசியதில்லை. பேசியதேயில்லை என்றுகூடச் சொல்லலாம். சில ஆத்மீக அனுபவங்கள். சில பதற்றங்கள். சில உத்தேசங்கள், திட்டங்கள். மிகச் சரியான திசையில் போய்க்கொண்டிருந்த உரையாடல் சட்டென்று முறிந்து, அவர் காணாமல் போனது துறவியான எனக்கே கொஞ்சம் வருத்தம் தரத்தான் செய்தது.

> ஆனால், பெய்துகொண்டிருக்கும் மழை எப்போது நிற்கும் அதற்கான உத்தரவு எங்கிருந்து பிறக்கும் என்பதெல்லாம் யாருக்குத் தெரியும். அல்லது, பாரதியார் எழுதிய மாதிரி, சடவஸ்துக்களுக்கும் போதம் உண்டோ என்னவோ! தன்னிச்சையாகக்கூட மழை முடிவெடுக்கக் கூடுமே - பெய்யவும் ஓயவும். என்ன சொல்கிறீர்கள்?

எனக்கு அந்த விஷயமே புதிதாக இருந்தது. மௌனமாய்த் தலையாட்டினேன். பாரதியாரின் வரி என்ன என்று ஆவல் எழுந்தது. அதை உணர்ந்தவர் மாதிரி, சுலோகம் சொல்லும் பாவத்துடன் துறவி மெல்லச் சொன்னார்:

> வையகத்தே சடவஸ்துவில்லை...

வங்காளியான இவர் எப்படி பாரதியாரைப் படிக்குமளவு தமிழ் கற்றார் என்று திகைப்பாய் இருந்தது. எப்போதோ வாங்கி, பிறகு என் அலமாரியில் கிடக்கும் பாரதியார் கவிதைப் புத்தகம் நினைவு வந்தது. மேலோட்டமாய் வாசித்திருக்கிறேன். போய் எடுத்துத் தேடிப் பார்க்க வேண்டும் என்று தோன்றியது. பார்க்கப்போனால், தாய்மொழியில் வாசித்ததைவிட, ஆங்கிலத்தில் அதிகம் வாசித்திருக்கிறேன்; பிழைப்புக்காகப் போன பிரதேசத்தின் மொழியை, பேசவும் படிக்கவும் தெரியுமே தவிர, எழுதச் சிரமப்படுவேன். அப்புறமல்லவா அதன் இலக்கியத்தைப் பயில...

> **அ**வருக்குத் துறவியாகும் விருப்பம் இருந்ததை வெளிப்படையாகச் சொல்லியிருக்கிறார். ‘துறவியாக இருந்துகொண்டு, இத்தனை லௌகீகமான மடத்தின் அங்கமாகவும் எப்படித் தொடர முடிகிறது உங்களால்’ என்று கேட்பார்! ஆமாம், துறவியாக இருப்பவர் இப்படியொரு நிறுவனத்தின் கேந்திரமான பொறுப்பில் எப்படி இருக்க முடியும், இதன் அபரிமிதமான பொருளாதாரத்தை நிர்வகிக்க முடியும் என்றெல்லாம் எனக்கே தோன்றியதுண்டு. ஆரம்பத்தில், என் குருநாதரிடம் கேட்டும் இருக்கிறேன்...

சோமனுக்கு இவருடனான நட்பு உருவான புள்ளி இந்தக் கேள்வியாய் இருக்கலாமோ என்று யூகித்தபடி மௌனம் காத்தேன். அவர் தொடர்ந்தார்:

...குரு சொன்னார்: துறவு என்பது ஒற்றைத் தன்மைகொண்ட அப்பியாசம் அல்ல சகோதரா. அனைத்தையும் துறப்பது ஒருவகை. புலனுக்குப்பட்ட எல்லாவற்றையும் சேர்த்து அணைத்துக்கொள்வது இன்னொரு வகை. இவ்வளவு ஏன், சிதையில் வேகும் சதையைப் பிரசாதமெனப் புசிக்கும் அகோரிகளும் தம்மைத் துறவிகள் என்றுதானே சொல்லிக்கொள்கிறார்கள்? ஆமாம், இல்லற வாழ்வுக்குச் சமமாக ஏகப்பட்ட வகைமாதிரிகள் கொண்டதுதான் துறவும்...

ம்.

சாலையில் கிடக்கும் முள்ளை எடுத்து ஓரமாய்ப் போடுகிறவனும், யாரோ தவறவிட்டுப் போன ரூபாய்த் தாளை எடுத்து ஏதாவது ஒரு கோவிலின் உண்டியலில் போடுகிறவனும் ஒரேவிதமான சேவையில்தான் ஈடுபடுகிறார்கள் - அந்த வேளையில் துறவிகளாகவும் இருக்கிறார்கள்.

பிரமாதமாய் இருக்கிறது. உங்கள் குருவையும் சந்திக்க ஆவல் கொள்கிறேன்.

பூவுலகத்தில் அவரைச் சந்திப்பதற்கில்லை நண்பரே. அவர் காலமாகிப் பல வருடங்களாகிறது. மிஸ்டர் சோமனுக்கு அந்த வாய்ப்பு இருந்தது. உங்களைப் போலவே, மேற்சொன்ன பதிலைக் கேட்டுப் பரவசமானார். எங்கள் குரு அப்போது வங்காளம் சென்றிருந்தார். மடத்துக்கு ஒரு கணிசமான தொகையைக் காசோலையில் வழங்குவதோடு திருப்திகொள்ள வேண்டியதாயிற்று இவர்...

ஓ.

சொல்லப்போனால், அதுதான் அவரை நான் கடைசியாய்ச் சந்தித்த சந்தர்ப்பம்.

ஏனோ?

அடுத்த முறை வருவதற்குள், வங்காளம் சென்றிருந்த தலைவரிடமிருந்து தந்தி வந்தது - அன்றாட நிர்வாகத்துக்குத் தேவையானவர்கள் தவிர, பிற துறவிகள் உடனடியாய்ப் புறப்பட்டு வங்காளம் வரும்படி. சுதந்திரத்தையும் இந்தியப்

பிரிவினையையும் எட்டுவதில் மிகப்பெரிய சேதத்தை எதிர்கொண்ட பிரதேசங்கள் பஞ்சாபும் வங்காளமும்தாமே. உடலிலும் ஆன்மாவிலும் எத்தனை காயங்களைத் தாங்கின...

நீங்கள் சொல்வதைப் பார்த்தால், காணாமல் போன திரு. சோமன், துறவியாகியிருக்க வாய்ப்புண்டோ?

எனக்கு அப்படிப் படவில்லை. துறவியாவது அத்தனை சுலபமில்லை என்பது மட்டுமல்ல; அவருக்கிருந்த எத்தனையோ அக்கறைகளில் ஒன்றுதான் துறவைப் பற்றிய விசாரம் என்றே படுகிறது. நிம்மதியற்ற அவரது அலைச்சலின் ஒரு பகுதி மட்டுமே அது. மூழ்கும் நிலையில் இருப்பவன், கைக்குக் கிடைப்பது அட்டையா, மரக் கட்டையா என்று பரிசீலித்துக்கொண்டிருப்பானா? தவிர, துறவியாகும் உத்தேசம் உள்ளவன் விசாரித்துக்கொண்டு இருக்கமாட்டான்... சேர்ப்பதற்குத்தான் கன காலம் பிடிக்கும். துறப்பதற்கு ஒரு கணம் போதுமே.

அதுவும் சரிதான்.

ஆனால், இதன் தொடர்ச்சியாக இன்னொன்றும் சொல்லலாம் என்று படுகிறது... 'ஒட்டுமொத்தமாக வாழ்வின் அத்தனை அம்சங்களையும் துறந்தால் மட்டுமே துறவு என்று அர்த்தப்படுத்திக்கொள்ள வேண்டியதில்லை' என்ற அறிதல் எனக்குக் கிட்டிய சந்தர்ப்பம். வாழ்வின் ஏதேனும் ஒரு அம்சத்தைத் துறப்பவனும் அந்த அர்த்தத்தில் துறவியேதான். யாரோ ஒரு யாசகனுக்கு ஒரே ஒரு தடவை எதையாவது ஈந்தவனும், வள்ளல்களின் கணக்கில் சேர்க்கப்பட வேண்டியவனே. வள்ளன்மையின் அளவுக்கு வரையறை உண்டா. அல்லது அது ஒரே சீராக இருக்கவேண்டிய நிர்ப்பந்தம் உண்டா?

சரிதான்.

மிஸ்டர் சோமனுக்குத் தொடர்புடையதுதானா என்று தெரியவில்லை. ஆனாலும், ஒரு விஷயத்தை உங்களிடம் சொல்லவேண்டும் என்று படுகிறது.

சொல்லுங்கள்.

1950 வாக்கில் சென்னைக்குத் திரும்பினேன். என்னுடைய உதவியாளராய் இருந்த துறவி இரண்டு தகவல்கள் சொன்னார். ஒன்று, மிஸ்டர் சோமன் கொடுத்த காசோலை, திரும்பிவிட்டதாம்.

கணக்கில் பணம் இல்லாமல் போனதா என்ன!

இல்லை. கையெழுத்து பொருந்தவில்லை என்றுதான் வங்கி காரணம் சொன்னதாம்.

ஓ.

ஆனால், ஏதோ காரணத்தால் கைக்கெட்டாமல் போன நன்கொடைகளைப் பின்தொடர்ந்து சென்று எப்படியாவது வசூலித்துவிட முனைவது எங்கள் மடத்துக்கு வழக்கம் இல்லை. 'மறுப்போ நிராகரிப்போ, மனிதர்கள் சார்ந்தவை மட்டுமே அல்ல' என்பார் எங்கள் குரு. உதவியாளர் கூறிய இரண்டாவது தகவல், இன்னும் கனமானது. ஒருவேளை, காசோலை பற்றி விசாரிக்க நாங்கள் முயன்றிருந்தாலும் முடிந்திருக்காது; மிஸ்டர் சோமன் காணாமல் போய் ஐந்து வருடம் ஆகியிருந்தது...

இதில் ஒரு ஆச்சரியம் பாருங்கள், '45ல் அவர் காணாமல் போயிருக்கிறார். '47-ல் அவரைச் சந்திக்கும் அனுபவம் எனக்கு நேர்ந்தது. அல்லது எனக்கு அப்படித் தோன்றியது.

ஓ.

நவகாளியில், மிகவும் பாதிக்கப்பட்ட பகுதியில், சேவையில் ஈடுபட்டிருந்தோம். கலவரத்தில் மரித்த உடம்புகளைச் சேகரித்து, எரியூட்டவோ அடக்கம் செய்யவோ முற்படுவோம். இறந்தவர்களை இனம் கண்டு, அவரவர் மதாசாரப்படி இறுதிக்கிரியை நடத்த வேண்டும் என்பது மடம் வகுத்திருந்த கொள்கைநெறி. இது தொடர்பான பலத்த விவாதத்துக்குப் பிறகே அந்த முடிவு எட்டப்பட்டது - 'ஒரே விதமான பாதகத்துக்குப் பலியானவர்களில் பேதம் எதற்காகப் பார்ப்பது' என்பது எதிர்த்தவர்கள் வாதம்.

ம்.

'இறக்கும் தருணம் வரை அவர்கள் கடைப்பிடித்த மதாசாரம்தானே அவர்களைக் கொன்றிருக்கிறது; உயிரிழக்கும்வரை காத்திருந்து, அதைப் பறிப்பதற்கு மடத்துக்கு ஏது உரிமை?' என்பது தலைமையின் வாதம். இறந்தவர்களின் ஆன்மா, உடல் அழிக்கப்படும்வரை அங்கேயே சுற்றிவரும்; உறுதிப்படுத்திக்கொண்ட பிறகுதான் முற்றாக அகலும் என்று ஒரு நம்பிக்கை வேறு இருக்கிறதல்லவா? ஆனால், களத்தில் இருந்தவர்களுக்கு வேறுமாதிரிப் பிரச்சினை.

சொல்லுங்கள்.

தப்பிப் பிழைப்பதற்காக, புறத் தோற்றத்தை மாற்றிக்கொள்வது, குறிப்பாக மாற்று மதத்தின் சின்னங்களை அணிவது சகஜமாக நடந்துவந்த காலகட்டம் அது. மாற்றமுடியாதவை சில இருந்தன. உதாரணமாக, முஸல்மான்களின் நெற்றியில் இருக்கும் கருந்தழும்பு. ஆனால், முறையாக ஐந்துவேளை தொழுமளவு மதாபிமானம் பேணாதவர்களை எப்படி அறிவது? அன்று, வட இந்தியா முழுவதுமே கலவரப் பகுதிகளில் ஒரே நடைமுறைதான் இருந்தது. ஆமாம், இறந்தவர்களைக் கவுரவமான விதத்தில் வழியனுப்பிவைக்க, அவர்களை அகௌரவப்படுத்த வேண்டியிருந்தது. புரிகிறதல்லவா?

புரிகிறது.

ஆனாலும், கூடுமானவரை அதைத் தவிர்க்கவே செய்வோம். எதிராளியை அவமானப்படுத்தும் ஒவ்வொரு கணத்திலும், தன்மீதும் அதே அவமானம் படிகிறது என்பது அநேகம்பேர் உணராத உண்மை. சேற்றில் எறியும் கல், உங்கள்மீதும் தெறிக்க வைக்குமல்லவா...

பின்னே.

முஸல்மான் சடலங்கள் கொத்தாகக் கிடந்த ஒரு முட்டுச் சந்தில் அந்த இளைஞனின் உடல் கிடைத்தது. முகம் கொடூரமாய்ச் சிதைக்கப்பட்ட உடம்பு. சீராகக் கத்தரிக்கப்பட்டிருந்த தாடி, வலைத் தொப்பி அணிந்த தலை என்றெல்லாம் இருந்தாலும், நெற்றியில் தழும்பில்லை; முன்னங்கையில் சின்னஞ்சிறியதாகப் பச்சை குத்தியிருந்தது. இஸ்லாமியர்கள்

பச்சைகுத்திக்கொள்வதை குரான் அனுமதிப்பதில்லை[36] தெரியுமல்லவா?

ஓ.

அதனால், ஊர்ஜிதப்படுத்திக்கொள்ள வேண்டி வந்தது. வேறு வழியில்லை. பரிசோதனை செய்தது நல்லதாய்ப் போயிற்று. அந்த இளைஞன் இஸ்லாமியன் இல்லை...

அவர் என்ன சொல்ல வந்தார் என்பது புரியவில்லை. என் குழப்பம் முகத்தில் வெளிப்படையாய்த் தெரிந்திருக்க வேண்டும்.

அதைத்தான் சொல்லப்போகிறேன் நண்பரே. அந்த உடலைப் பார்த்த மாத்திரத்தில் நான் அதிர்ந்தேன். பிரேதத்தின் எந்த அம்சம் என்னை அப்படி உணர வைத்தது என்று சொல்லத் தெரியவில்லை. உள்ளுணர்ச்சியின் ஏதோ ஒரு பாகத்தில் அடி விழுந்திருக்க வேண்டும். மற்றபடி, மிகக் குரூரமாகச் சிதைக்கப்பட முகங்களோ உடல்களோ புதிதல்ல. அல்லும்பகலும் அவற்றைப் பார்த்துப்பார்த்து மனம் வெகுவாக மரத்துப் போயிருந்தது. ஆனால், நான் குறிப்பிடும் உடல் அச்சு அசல் சோமனுடையதாகவே தென்பட்டது - நான் பார்த்த முதல் கணத்தில். கனத்த மனத்துடன் கிரியைகளில் பங்கேற்றேன். இன்றுவரை அந்த நம்பிக்கை பிறழாமலும் இருந்தது...

இன்றுவரை?...

ஆமாம், அவர் காணாமல் போனதே '47 மார்ச்சில் என்றுதானே சொல்கிறீர்கள்? படப்பிடிப்பிலிருந்து காணாமல் போயிருக்கிறார்... நான் அந்த உடலைக் கண்டது ஏப்ரல் முதல் வாரத்தில். முகத்திலிருந்த தாடி வளர்வதற்கு ஆறுமாதமாவது பிடிக்கும்... உண்மையில் நீங்கள் என்னைத் தேடிவந்ததற்கு நான்தான் நன்றி சொல்ல வேண்டும்...

---

36 'இவரைப் பார்த்தபிறகு அப்துல் வஹாபைப் பார்த்திருந்தால், இதையும் உறுதிப்படுத்திக் கொண்டிருந்திருக்கலாம் - ஆனால், அவரைப் பார்க்காவிட்டால் இவரைப் பார்க்கவே வந்திருக்க மாட்டேனே?' - மாமா என்னிடம் சொல்லி அல்ல, தமக்குத்தாமே குழம்பிக்கொள்கிறார்; இத்தனை வருடம் கழித்து; என்று எனக்குத் தோன்றியது.

> இத்தனை நாள் உதிரியாய் எனக்குள் கிடந்த ஞாபகம் ஒன்று மிக உறுதியாய்த் தன் இடத்தைக் கண்டடைந்து விட்ட மாதிரி உணர்கிறேன். இது என் பிரமையாக மட்டுமே இருப்பதற்கும் வாய்ப்பிருக்கத்தான் செய்கிறது...

அவர் அசைந்த விதம், பேச்சை முடித்துக்கொள்ளப் போகிறார் என்று தெரிவித்தது. நானும் எழுந்து நின்றேன்.

வாசலை நோக்கி நடக்கும்போது மனம் அலைபாய்ந்தது. காணாமல் போகும் சமயத்தில் அவர் நடித்துக்கொண்டிருந்தது ஏதோவொரு சமூகக்கதையில் என்றே நினைத்திருந்தேன். எப்படி அந்தக் குறிப்பு எனக்குள் சேர்ந்தது என்று புரியவில்லை. அது புராணப்படமாகவோ, சரித்திரப்படமாகவோ இருந்திருக்கலாமே. சோமனின் பாத்திரத்துக்கு தாடியிருந்திருக்குமா. ஆனால், திரைத்துறையில் ஒட்டுத்தாடி மிகவும் சாதாரண விஷயம்தானே... யாரிடம் கேட்டறிவது? திரும்ப ஒவ்வொருவரையாய்ப் போய்ப் பார்க்க வேண்டுமோ, இரண்டாவது சந்திப்பில் முதல்தடவை பார்த்த ஆர்வத்துடன் பதில் சொல்வார்களா; அதைவிட, அவர்களில் எத்தனைபேர் உயிருடன் இருப்பார்கள் என்று ஒரே கணத்தில் நூறு கேள்விகளின் ஆயாசம் தட்டியது.

அது சரி, சடலத்தின் கையில் பச்சை குத்தியிருந்தது என்றாரே, உருவமா எழுத்தா? எழுத்தாயிருக்கும் பட்சத்தில் தமிழ் அட்சரமா அது? கேட்டிருந்தால் நேரடி பதில் சொல்லியிருப்பாரா? ஆனால், தமக்கே அப்படியொரு ஐயம் எழுந்து, தெளிவித்தும் கொண்டிருக்க மாட்டாரா... அல்லது, வேண்டுமென்றே மறைத்தாரோ?

சட்டென்று வேறுபுறம் திரும்பியது மனம்... எல்லாம் போகட்டும், உயிரைத் துறப்பது துறவில் சேர்த்தியா?

கடைசிவரை, ஒரு சிறு புன்முறுவல்கூடப் பூக்க முனையாத மனத்துக்கு, பிற மனங்கள் பற்றி என்ன அபிப்பிராயம் இருக்கும்...

நடக்கும் கால்கள் ஏனோ துவண்டன.

எதிரே ஒரு துறவி வந்தார். இளம் வயதுதான். நேரான, உறைந்த பார்வை. மின்னல் வேகத்தில் என்னைக் கடந்துபோனார்.

எரிநட்சத்திரத்தைப் பார்த்தால் உடனடியாகப் பச்சைமரத்தைப் பார்க்க வேண்டுமென்பார்கள் அல்லவா. அனிச்சையாக மரங்களைப் பார்த்தேன்.

மண்டியிருந்த மஞ்சள் பூக்கள் அத்தனையும் ஒரே தொகுப்பு; அங்கேயிருந்த மரக் கூட்டத்தின் புன்னகை என்று தோன்றியது. அந்த வளாகத்தில் மரங்கள் சிரித்தால்தான் உண்டு போல... ஏதோவொரு தருணத்தில் துறவி உதிர்த்த வாக்கியம் மேலெழுந்து வந்தது:

> *காரணமில்லாமல்கூட ஒருவர் காணாமல் போக முடியும் நண்பரே. அதாவது, மற்றவர்களுக்கு அனுமானமாய்க்கூடத் தெரியவியலாத காரணங்கள் இல்லாமல்.*

'அதற்காக மற்றவர்கள் சும்மாயிருக்க மாட்டார்களே? யூகிக்கவாவது மாட்டார்களா!'[37] என்று எனக்குள் ஓடியது அப்போது.

அவரிடம் கேட்கவில்லை.

***

37 அரைகுறையாய் முடிந்தமாதிரி தொனிக்கிறதல்லவா இந்த உரையாடல்! அப்படியானால், முழு உரையாடலையும் மாமா என்னிடம் சொல்லவில்லை என்றல்லவா அர்த்தம்! துறவி மட்டும்தானா, பிறருடன் பேசியவற்றிலும் வடிகட்டித்தான் என்னிடம் சொன்னாரா!!

சரி, மாமா என்னிடம் சொன்னவற்றை முழுமையாகத் தொகுத்து விட்டேனா என்பதற்கும் என்ன உத்தரவாதம் இருக்கிறது...

பின்னிணைப்பு 1

அ

வரலாற்றின் மீது எந்தவிதமான பிடிப்பும் கிடையாது எனக்கு. அதிலும், ஆண்டுகள் மாதங்கள் தேதிகள் கிழமைகள் என்று வரும்போது, வெகுவாகக் குழம்பிவிடுவேன். பழமையின் பூசணத்தைப் பெருமிதமாகப் பூசிக்கொண்டிருக்கும் கோவில்களும் மண்டபங்களும் சிலைகளும் சிற்பங்களும் ஆயிரமாண்டுக்கு முந்தைய புராதனம் கொண்டவையாய் இருந்தாலென்ன, அதற்கு முன்னூறு அல்லது நானூறு ஆண்டு முன்னேபின்னே உருவானவையாய் இருந்தாலென்ன; நான் பார்க்கும் கணத்தில் தென்படும் வடிவங்களைக் காணும் அனுபவம்தானே எனக்கு மெய்யானது என்ற நம்பிக்கை அல்லது விட்டேற்றி மனோபாவம் மட்டுமே காரணமல்ல - ஞாபகங்களைத் தொகுத்துக்கொள்வதிலும், வரிசைப்படுத்துவதிலும் இயல்பாகவே எனக்குள் படிந்திருக்கும் மெத்தனம் அல்லது பலவீனமும்தான்.

பத்துப் பதினைந்து ஆண்டுகளுக்கு முன்பு நடந்த குறிப்பிட்ட சம்பவத்தை நாள் கிழமை சுத்தமாக நினைவில் வைத்திருக்கும் நண்பர்கள் எனக்கு இருக்கிறார்கள் - தான் அன்று போட்டிருந்த சட்டையின் நிறம் என்ன, சம்பவத்துக்குச் சற்றுமுன் சாப்பிட்ட உணவு என்ன என்பது உட்படச் சொல்வான் சண்முகவேல். எனக்கு பிரமிப்பும் அலுப்பும் ஒரே சமயத்தில் எழும். இத்தனை துல்லியம் எதற்கு, மூளைக்குள் தகவல் சேமிக்கப்படும் இடத்தில் கொஞ்சம் வெற்றிடம் இருந்தால் என்ன குறைந்துவிடும் என்றெல்லாம் தோன்றும் - உபரியாக, நானே கொஞ்சம் அசதியாய் உணர்வேன்...

எனக்கெல்லாம், எந்தவொரு சம்பவமும் நேரடிக் காட்சியாகத்தான் நினைவில் பதியும் என்று சொல்வதற்கில்லை. தனது வெளிச்சத்தையும் ஓசையையும் முற்றாக இழந்து, கருத்துவடிவமாகவே எஞ்சும். அபூர்வமான சில சந்தர்ப்பங்களுக்கு மட்டும், அவை நிகழ்ந்த வேளையில் படர்ந்திருந்த வெளிச்சம் துல்லியமாய்ப் பதிந்திருக்கும் - மற்றபடி, இருட்டில் எதையும் காண்பதற்கில்லை என்ற தவிர்க்க முடியாத பௌதீக வரையறை என் ஞாபகங்களுக்கும் பொருந்தும்!

ஒரு நிகழ்வை மானசீகமாகக் காணும்போதே, என்னையும் அந்தக் காட்சியின் பகுதியாக, மூன்றாம் மனிதனாக அடையாளம் கண்டே பழகிவிட்டேனா, அந்த வேளை பார்வைக்குத் தென்படுகிற அதேவிதமாக, அப்போதைய எனது பிராயம் உணர்வில் ஊன்றிப் பதிந்திருக்கும். பார்வைக்குத் தட்டுப்படும். நினைவு என்பதே மானசீகத்தில் பதிந்த காட்சியல்லாமல் வேறென்ன?

ஆனால், நூல் என்று வரும்போது சலுகையெல்லாம் எடுத்துக்கொள்ள முடியாது. ராஜராஜ சோழன் நடத்திய ஏதோவொரு போரில், ராஜேந்திர சோழன் வகித்த பங்கு என்ன என்று விஸ்தாரமாக ஒரு வரலாற்று நாவலில் விவரிக்கப்பட்டிருந்தது. ‘அந்தப் போர் நடந்தபோது ராஜேந்திரன் பிறக்கவே இல்லையே!’ என்று முகநூலில் ஒரு நண்பர் எழுதிவிட்டார் - அவருடைய நினைவாற்றலைவிட, ‘சோழன்’ என்று குறிப்பிடாமல் பெயரை மட்டுமே சொன்ன அந்நியோன்யம் என்னைத் தூக்கிவாரிப் போட்டது...

திரு.சோமனைப் பற்றி சம்பந்தமூர்த்தி மாமா விசாரிக்கப் புறப்பட்டதே அவர் காணாமல் போய் சுமார் இருபது வருடங்கள் கழித்துத்தான். சந்தித்தவர்களில் அநேகர் வயோதிகர்கள் வேறு. பெரும்பாலான சந்தர்ப்பங்களில், ‘இத்தனெ வருசம் களிச்சு’ என்பதுபோன்ற சொற்றொடர்கள் வழியாகவே நினைவுகூர்ந்தனர். அவர் என்னிடம் சொன்னது, அதற்கும் சுமார் பதினைந்து வருடங்கள் கழித்து. ஆக, அரைநூற்றாண்டுக்கும் மேல் பழசாகிவிட்ட நிகழ்வுகள், அனுபவங்கள்.

ஆக, நடந்தவற்றின் காலக்கிரமம் தொடர்பாக, எனக்கு நானே பலதடவை நினைவூட்டிக்கொள்ள வேண்டியிருந்தது. குழப்பம் அதிகரித்துவிடாமல் இருப்பதற்காக, காலவரிசைப் பட்டியல் ஒன்று தயாரித்து வைத்துக்கொண்டேன். புனைகதை இல்லை பாருங்கள்,

காலப் பிழை நேர்ந்துவிட்டால் நம்பகத்தன்மை வெகுவாகக் கெட்டுவிடும். நூலாக வெளிவந்த பிறகு, அட நானே வாசித்துப் பார்க்கிறேன், காலப் பிசகு ஏதேனும் தென்பட்டுவிட்டால் நன்றாய் இருக்குமா.

வாசிக்கிறவர்களுக்கும் உதவியாய் இருக்கக்கூடும், ஒருவேளை - என்று பட்டதால், அந்தப் பட்டியலை இங்கே பின்னிணைப்பாகக் கொடுக்கிறேன்...

சோமன் - ஒரு காலவரிசைத் தொகுப்பு

1920 சோமன் என்ற திரு. சௌமியநாராயணன், திரு. சம்பந்தமூர்த்தி ஐபிஎஸ் ஆகிய இருவரின் பிறப்பு. இடம்: மதுரை மாவட்டம் வாடிப்பட்டி என்ற அப்போதைய சற்றே பெரிய கிராமத்தின் அரசு மருத்துவமனை.

1923 மகாமுனி பிறப்பு. இடம் புதுக்கோட்டை வட்டார கிராமம். கிராமத்தின் பெயர் எங்குமே குறிப்பிடப்படவில்லை.

1943 மகாமுனி திருமணம்.

1945 தமது இருபத்தைந்தாவது வயதில் திரு. சோமன் காணாமல் போகிறார்.

1949 மதுரை ஜில்லாவின் ஊரகப் பகுதியைப் பூர்விகமாகக் கொண்ட திரு. சம்பந்த மூர்த்தி, இந்தியக் காவல்துறையில் ஐப்பியெஸ் அதிகாரியாகப் பணியமர்தல். முதல் பணி, மத்தியப் பிரதேசத்தின் இந்தூரில்.

1964 சங்கராந்தி என்ற குறிப்பு இருப்பதால், ஜனவரி வாக்கில் திரு. அன்சாரி மூலமாக சோமன் என்ற பெயரை முதன்முதலாகக் கேள்விப்படுகிறார் திரு. சம்பந்தமூர்த்தி.

1964 நேருவின் மரணத்தையொட்டி, மத்திய அரசுப் பணிக்கு அழைக்கப்பட்டு, ஓர் ஆண்டு தில்லியில் பணிபுரிதல். அக்டோபர் வாக்கில், ராமாமிர்தம் அம்மையாரைச் சந்தித்தல். நவராத்திரி விழாவைப் பற்றிய குறிப்பின் வாயிலாக, இதை ஓரளவு நிர்ணயிக்க முடிகிறது.

1965 திரு. சம்பந்தமூர்த்தி தற்காலிகப் பணிமாற்றத்தில் தமிழ்நாடு வருகை.

இந்தக் காலகட்டத்திலேயே அவர் ராதிகா கட்கர், அலமேலு, லட்சுமணன் ஆகியோரையும் சந்தித்திருக்கக் கூடும். ஏனெனில், தமிழகத்தில் வந்து பொறுப்பேற்பதற்குச் சில மாதங்கள் முன்பு, மைசூரில் தசராவிழா பார்க்கப் போனதாக, பின்னாட்களில் மாமா மாமி இருவருமே விவரித்த நினைவு இருக்கிறது எனக்கு.

விஜயாம்பாள் என்கிற, விஜயகுமாரி என்கிற, ராதிகா கட்கர் சொல்லிக்கூட அலமேலு பற்றி அவர் அறிந்திருக்கக்கூடும். ஆனால், அதுபற்றிய நேரடிக் குறிப்பு எதுவும் அவர் பேசியதிலோ, பதிவு செய்ததிலோ இல்லை. அப்படியே அந்தப் பெண்மணி இந்தப் பெண்மணி பற்றிக் குறிப்பிட்டிருந்தாலும், தற்போதைய விலாசம் மாமாவுக்கு எப்படிக் கிடைத்தது என்பது சற்றுக் குழப்பமான சங்கதி.

எழுபத்திரண்டில் திரு.தனவேல் பிள்ளையைச் சந்தித்தது பற்றிக் கூறும்போதுதான் திரு.மகாமுனியின் வசிப்பிடம் பற்றிய குறிப்பு முதன்முதலாக இடம்பெறுகிறது - அவர் மூலமாகத்தான் அலமேலு என்ற பெயரே தெரியவருகிறது என்கிற மாதிரியான சித்திரம் என் தொகுப்பின் மூலம் எழுகிறது அல்லவா. மாமா வேறு நபர்களின் வழியாக, திரு. தனவேல்பிள்ளை, திரு. மகாமுனி ஆகியோரைச் சந்திப்பதற்கு முன்னரே பிறரைச் சந்தித்திருக்கவும் வாய்ப்பிருக்கிறது. உண்மையில், மேற்சொன்ன இருவருடன், திருமதி அலமேலு, திரு. லட்சுமணன் ஆகிய நால்வர் விஷயத்தில் கடுமையான காலக் குழப்பம் நிலவுகிறது.

பின்னாளில் இப்படியொரு நூல் எழுதுவேன் என்ற யூகம் ஒரு சதவீதம் இருந்திருந்தாலும், மாமாவிடம் இன்னும் கச்சிதமாக விசாரித்துக் குறிப்பெடுத்திருப்பேன்.

ஆனாலும், அவருடைய நினைவிலிருந்தும் நூறுசதவீதம் துல்லியமான கோவை உருவாகியிருக்கும் என்று நம்புவதற்கில்லை. முதுமைக்கான சலுகையை அவருக்கும் வழங்கத்தானே வேண்டும்!

என்னுடைய அக்கறையுமே, கால ஒழுங்கை நிர்ணயிப்பது அல்ல - சோமன் என்ற மனிதரின் ஆளுமை பற்றித் தொகுத்துப் பார்ப்பதும், அதை முன்னிட்டு என் பிரிய மாமாவின் நினைவைவிட்டு விலகாமல் சில காலம் இருப்பதும் மட்டுமே.

ஆகவே, சம்பவங்களின் வரிசைக்கிரமம் அல்ல, அவற்றில் இருக்கும் உணர்ச்சி அழுத்தங்கள் மட்டுமே முக்கியம் என்று நான் முடிவெடுத்ததற்கு, நான் வரலாற்றாசிரியன் அல்ல; புனைகதை எழுதுகிறவன் என்பதுகூடக் காரணமாய் இருந்திருக்கலாம்...

உலகளாவிய நோய்த் தொற்றின் காரணமாக வீட்டைவிட்டு, பல நாட்கள் நான் இருக்கும் அறையைவிட்டே வெளிவர முடியாமல், என் நினைவுகளோடு மட்டுமே இருக்க நிர்ப்பந்திக்கப்பட்டது பேருதவியாய் இருந்தது என்பதையும் சேர்த்துக்கொள்ளலாம். இன்னும் பெரிய வசதி, இரண்டு ஆண்டுகளுக்கு முன்பே நான் விருப்ப ஓய்வுபெற்றுவிட்டது.

தொடர்ந்தும் சாவகாசமாகவும் நினைவுகூர்பவற்றை, அவை மறப்பதற்கு முன்பே எழுதி வைக்குமளவு எனக்கு அவகாசமிருந்தது ஒருபுறம்; ஈஸிசேரில் மல்லாந்து படுத்திருந்து, நினைவின் ஆழத்துக்குள் சாவகாசமாக மூழ்கி மூழ்கித் தரை தொட்டுத் திரும்பும்போது பஞ்சமில்லாமல் சிப்பிகளையும் கிளிஞ்சல்களையும் சங்குகளையும் அள்ளி வர முடிந்தது இன்னொரு வரம். எழுத்தின் போக்கில், சிலவேளை முத்துக்களும் அகப்படத்தான் செய்தன - அவற்றை நானே சுட்டிக்காட்டுவது முறையல்லவே!

1972 என் தந்தையார் மரணத்தையொட்டி, தமிழகம் வந்து மூன்று வாரங்கள் தங்குதல்.

என்னையும் சில இடங்களுக்கு அழைத்துச் செல்லுதல். திரு. தனவேல் பிள்ளையைச் சென்னையில் சந்தித்தல். தொடர்ந்து திருவாளர்கள் மகாமுனி, அப்துல் வஹாப் மற்றும் துறவி சர்வானந்தா ஆகியோரைச் சென்று பார்த்தல்.

இதன் பிறகு எனக்கும் மாமாவுக்கும் நிகழ்ந்த சந்திப்புகளை அந்தந்த அத்தியாயத்தின் ஆரம்பத்திலேயே

கொடுத்திருக்கிறேன். உண்மையில், அவை எங்கள் குடும்பரீதியானவை மட்டுமே. திரு.சோமன் பற்றிய பேச்சு எதுவும் அந்தச் சந்திப்புகளில் நடந்தமாதிரி நினைவில்லை.

ஆக, இந்த நூலில் விஸ்தாரமாகப் பதிவுபெற்றிருக்கும் சந்திப்புகள் பற்றிய அட்டவணையை மட்டுமே கொடுத்திருக்கிறேன் - திரு.சோமன் தொடர்பானவற்றை. மாமாவுக்கே நினைவில் தங்காத அல்லது ஆண்டு விவரங்கள் நினைவுகூர முடியாதவை பற்றிய குறிப்புகளை எங்கிருந்து கோக்க! உதாரணமாக, திருமதி ராதிகா கட்கருடனான சந்திப்பும், சென்னையில் சந்திக்கக் கிடைத்த, மறதிநோயால் பீடிக்கப்பட்ட சபா செகரட்டரியின் சந்திப்பும்...

மாமாவுமே தோராயமாகத்தான் இவற்றையெல்லாம் கோத்துச் சொன்னாரோ என்றும் தோன்றுகிறது. தவிர, '65ல் நடந்த சம்பவத்தை '72ல் நடந்ததாகச் சொன்னாலும் பெரிய பாதகமொன்றும் நேர்ந்துவிடாது என்றே தோன்றுகிறது. உதாரணமாக, திரு. லட்சுமணனைப் பார்த்துத் திரும்பும்போது, சோமனைத் தேடுவதை நிறுத்திவிட்டதாகச் சொல்லியிருக்கிறார். ஆனால், திரு. தனவேல்பிள்ளையிடம் ஆரம்பித்த சங்கிலியே இவரை திரு.லட்சுமணன் வரை கொண்டு சேர்த்திருக்க வாய்ப்புண்டு - இடையில் ஒருமுறை திருச்சி வந்து திரும்பியதாகவும் சொல்கிறார். ஆண்டுக் குறிப்பை அறிவது சிரமமாய் இருக்கிறது; முன்பே கூறியபடி, நான் கேட்டு அறிந்துகொள்ளவுமில்லை.

சோமன் காணாமல் போனது '44 லிலா, '45ந்திலா என்பதுவும்கூட, பெரிய பாதிப்பை ஏற்படுத்திவிடாது. அவருக்குக் கைகாட்டி உதவிய நபர்களில் யார் சொல்லி யாரிடம் போய்ச்சேர்ந்தார் என்பதெல்லாம்கூட, இவருடைய ஞாபகசக்தியைப் பொருட்படுத்தாத நேரடி தர்க்கமொன்றுக்குக் கட்டுப்பட்டவைதாமே!

அவருடைய விவரணைகளில் வேண்டுமானால் சொந்தச் சரக்கு கலந்திருக்கலாம் - அந்தச் சந்திப்புகளின் உண்மைத்தன்மையைச் சந்தேகிப்பதற்குக் காரணமே தென்படவில்லை.

2015 ஜனவரியில் பொங்கல் விடுமுறையையொட்டி சம்பந்தமூர்த்தி

மாமாவைப் பார்க்க டெல்லி போனேன் அல்லவா. அப்போதுதான் இதற்கான விதை எனக்குள் விழுந்திருக்க வேண்டும். பத்மினி நீரூற்றி வளர்த்துவிட்டாள்.

மாமா எவ்வளவு ஆசையாய்ச் சொன்னாரோ, அதே அளவு ஆசையுடன் நானும் கேட்டிருக்க வேண்டும் - இல்லாவிட்டால், இத்தனை நுணுக்கமாக என்னால் தொகுத்தெழுதியிருக்க முடியாது என்றே படுகிறது.

அவர் கூறியவற்றைவிடக் கூடுதலாக ஓர் செய்தியும் சேர்க்க முயலவில்லை நான் - அதற்கான வாய்ப்புகள் அறவே இல்லை. மாமா நேரில் சந்தித்தவர்களில், எனக்கும் பார்க்கக் கிடைத்த மகாமுனியிடமிருந்து உபரியாய் ஓரிரண்டு கிடைத்தன என்றாலும், மூலக் கதைக்கு அவை பயன்பட்டதாக நான் உணரவில்லை. அத்தோடு, வயோதிகம் காரணமாகவோ, கால இடைவெளி காரணமாகவோ, என்னை 'அசத்துவதற்கு' அவர் முனைந்ததாலோ கைவசம் இருந்த தகவல்களில் முரண்கள் சேர்ந்ததுதான் ஒரே பலன். அதிலும், அவரே தாம் சொல்வதிலிருந்து பிறழ்ந்ததெல்லாம் மேலதிக சுவாரசியம் என்றே தோன்றுகிறது.

நம்பகமான, நேர்மையான வரலாற்றாசிரியர்கள் எத்தனைபேர் இருந்திருக்கிறார்கள்! அவர்களுக்கெல்லாம் கோவில் கட்டித்தான் கும்பிட வேண்டும் - தமக்குத் தென்பட்ட விதமாகத்தான் அடுக்கித் தந்திருக்கிறார்கள்; மனச்சாய்வில்லாத ஒரு வரலாற்றாசிரியன் என்பது அமாவாசையில் முழுநிலா என்கிற மாதிரி அசாத்தியம்; அல்லது நிசப்தம் போட்ட சப்தம் என்பதுபோன்ற கவிக்கிறுக்கு என்பதெல்லாம் சரிதான். என்றாலும், எத்தனை நூற்றாண்டுப் பழைய வரலாற்று நிகழ்வுகளைத் தங்கள் மானசீகத்தில் எவ்வளவு தீர்க்கமாக மீட்டுருவாக்க முடிந்திருந்திருக்கிறது அவர்களால். அவற்றில் ஒரு தர்க்கத் தொடர்ச்சியை நிறுவிக்காட்டவும் முடிந்திருக்கிறது... வரலாற்றுத் தொடர்ச்சியைக் கட்டமைக்கும்போது, அவர்களுக்குப் புராதன நாட்களிலும், சமகாலத்திலும் ஒரே சமயத்தில் காலூன்றி நிற்க வாய்த்திருக்கும்தானே. இதோ, ஒரேயொரு தனிமனிதர் ஒரேயொரு தனிமனிதரைத் தேடிக் கிளம்பியதைப் பதிவு செய்யும்போதே காலக்குழப்பம் எவ்வளவு மண்டிவிட்டிருக்கிறது!

ஆ

இந்த நாட்களில் இன்னொரு தடவை, கேஸட்டோடு மாமா கொடுத்த சோமனின் தோள்பையைத் திறந்து பார்த்தேன். சுமார் அரை அவுன்ஸ் மை பிடிக்கும் மரக்கட்டைப் பேனா, சன்னமான உருத்திராட்ச மாலை (மாமா இதை மணிமாலை என்று குறிப்பிட்டார்), பிரிக்கப்படாத சிறு பொட்டலம் ஒன்று (விபூதியாய் இருக்கலாம்; ஏனோ அதைப் பிரித்துப் பார்க்கவில்லை மாமா) இவற்றுடன், கழுத்தில் ஒடிபட்ட மயிலிறகும், ஒரு புத்தகமும் இருந்தன. மாமா குறிப்பிட்ட மொஹர்சிங்கைக் காணவில்லை! மறதியாகவோ, வேண்டுமென்றேவோ அதைத் தனியாக எங்கோ வைத்திருக்கலாம் மாமா. அவர் குறிப்பிட்ட கைக்குட்டையையும் காணோம்.

அப்புறம், அந்தப் புத்தகம்.

பௌத்தம் தொடர்பான ஆங்கில நூல் ஒன்று (என்று எனக்குத் தோன்றியது - முதல் பார்வைக்கு. இப்போது உறுதிப்பட்டது. முதல் பாதி, மஹாயான பௌத்தத்தின் சிந்தனாமுறை பற்றிய விளக்கம் என்று பட்டது. அந்த மார்க்கத்தின் அருமைபெருமைகள் நாலு பத்திக்கொருமுறை இடம்பெற்றிருந்தது; ஆங்கில வாசகர்களை முன்னிட்டோ என்னவோ. ஓரிரு பக்கங்களுக்கு மேல் என்னால் போக முடியவில்லை. பல்லைப் பிளக்கும் ஆங்கிலம் ஒரு பக்கம்; மண்டைக்குள் துளியும் ஏறாத வேதாந்த விசாரங்கள் இன்னொரு பக்கம்).

அப்புறம், நாலைந்து தாள்கள் மட்டுமே எழுதப்பட்டிருந்த நாட்குறிப்பேடு. ஒரு தாளில், ரூபா அணா பைசாக் கணக்கு. இடையே இரண்டு தாள்களில் ஜாங்கிரி பிழிந்தது போன்ற லிபியில் இருந்த ஏழெட்டு வாக்கியங்கள். தெலுங்காகவோ, கன்னடமாகவோ இருக்கலாம். ஆனால், கணக்கு எழுதிய அதே முரட்டு எழுத்து இல்லை - சற்றுப் பெண்மை தொனிக்கிற, நளினமான கையெழுத்து.

இதுபோக, முதல் இரண்டுக்கும் தொடர்பேயில்லாத, நயமான கான்வெண்ட் கூட்டெழுத்தில் ஆங்கிலத்தில் எழுதப்பட்ட மூன்று

தாள்கள்; பழுப்பேறிய வெள்ளை உறைக்குள் தனித்துக் கிடந்தவை. ஏதோவொரு நதிக்கரையின் உச்சிவேளை பற்றிய விவரிப்பு; தொடர்ச்சியாய் ஒரு மலைப்பிரதேச அந்திவேளை பற்றிய வர்ணனை. மேற்சொன்ன நூலுக்குச் சற்றும் சளைக்காத கனத்த சொற்களும், சங்கிலிப் பிணைப்பின் காரணமாக அயர்ச்சியேற்படுத்தும் மொழிநடையும் கொண்டது. ஆங்கிலத்தின்மீது ஆங்கிலேயர் களைவிட, ஆங்கிலமறிந்த இந்தியர்களுக்கு ஆர்வமும் பிடிப்பும் வல்லமையும் அதிகமிருந்த காலகட்டத்தில் எழுதப்பட்டதாய் இருக்கும்.

முதலில் அதை மொழிபெயர்க்கலாமா என்று ஆலோசித்தேன். இந்த நூலின் பொதுவோட்டத்துக்குப் பயன்படுமா என்று நிதானிக்க முடியவில்லை. தவிர, இரண்டு பக்கங்களை மொழிபெயர்ப்பது, முழுச் சிறுகதையை மொழிபெயர்க்குமளவு உழைப்பைக் கோரும் என்று பட்டதால் விட்டுவிட்டேன். ஆனால், அந்தத் தாள்களின் இறுதிப் பகுதி இங்கு குறிப்பிடப்படவேண்டியது என்று படுகிறது:

> நீர்ப்பரப்பு போலவே குன்றின்மீதும் துரிதமான ஒழுக்கு ஒன்றைக் கூடார்த்தமாகப் பார்க்கக் கிடைத்தது. வெளிச்சம் தன்னோடு இழுத்துச் செல்லும் பொழுதுகளின் நகர்வுதானோ அது என்றும்; சலனமுறும் நீர், அசலமான குன்று, கண்ணாடித்தாள் போல சகலத்தின்மீதும் படிந்து கிடந்து, அகல்வதே தெரியாமல் அகன்று செல்லும் வேளைகள்; என்றென்றைக்குமாக மனத்தின் பாதாளத்தில் புதைந்து போயிருக்கும் நினைவுகள் என சகலத்தையும் இழுத்துச்செல்லும் வேறொரு மகா வியக்தியைத் தரிசித்துக்கொண்டிருக்கிறோமோ என்ற மயக்கம் பின் ஒருபோதும் அகலாதவகையில் என்னுள் நிரம்பியது - கோள்கள் சுழன்றலையும் பேரண்டத்தின் அகண்டாகாரமென...

இப்படிப்பட்ட நீண்ட வாக்கியங்களை வாசிப்பதே மூச்சுத் திணறவைத்தது. மொழிபெயர்க்க முற்பட்டால் மாரடைத்து விடலாம்... விளையாட்டாய்ச் சொல்லவில்லை; மேற்சொன்ன பத்தியில் இருக்கும் நிறுத்தற்குறிகள்கூட, நான் இட்டவைதாம்!

அந்தப் புத்தகம், பாலித்தீன் உறைக்குள் இருந்தது. மாமாவேகூட

அப்படிப் போட்டு வைத்திருக்கலாம். ஏனோ, இதுநாள்வரை அதை வெளியில் எடுத்துப் பார்க்க ஆர்வமில்லாமல் இருந்தவன், இன்று பிரித்தேன். மட்கிய வாடை மூக்கில் அறைந்தது.

மிகப் பழைய புத்தகம். தொட்டாலே பொடிப்பொடியாய் உதிர்ந்துவிடும்போல இற்றுவிட்டிருந்தது. அச்சமைப்பும், எழுத்துருக்களும், அதன் ஆங்கில நடைபோலவே சர்வசாதாரணமாய் நூற்றாண்டுப் பழமை ஈட்டியவையாகத் தென்பட்டன.

முதலும் முடிவும் இல்லாத புத்தகம். ஆமாம், ஆரம்பமே முப்பத்திரண்டாம் பக்கம்தான். இருநூற்று எழுபத்தெட்டாம் பக்கம் வரைதான் இருந்தது. இம்மாதிரியான பழைய நூல்களில், நீண்ட முன்னுரை இருப்பதைப் பார்த்திருக்கிறேன். முன்னுரைப் பகுதியின் பக்க எண்கள், ரோமன் எண்களில் இடப்பட்டிருக்கும். ஆக, முப்பத்திரண்டாம் பக்கம் முப்பத்திரண்டாம் பக்கமாய் இருக்க வேண்டிய அவசியமில்லை.

சிதிலமான புத்தகமாகவே பழைய புத்தகக் கடையில் கிடைத்திருக்கலாம். ஏதேனும் நூலகத்தில் திருடப்பட்டதாய் இருக்கலாம். ஏனெனில், புத்தகக் கடையிலோ, வாசிப்புப் பழக்கம் உள்ள ஒருவரிடமோ அத்தனை கந்தலாக வாய்ப்பில்லை. திரு. சோமனோ, அல்லது வேறு யாருமோ கிழித்தெடுத்திருக்க வாய்ப்பில்லையே. அதற்கான அவசியம் இருந்திருக்கும் என்று தோன்றவில்லை.

மூச்சுப் பயிற்சி முறைகள் பற்றிய பத்திகளும், யோகாசன நிலைகளைச் சித்தரிக்கும் கோட்டோவியங்கள் சிலவும் நூலின் பின் பகுதியில் இருந்தன. முழுவதும் படிப்பதற்கான ஆர்வத்தை எந்தவகையிலும் எனக்குள் கிளர்த்தாத நூல். தவிர, ஒவ்வொரு பக்கத்தையும் படித்து முடித்தவுடன், அது முழுசாகப் பொடிந்து அழிந்துவிடும் வாய்ப்பும் இருந்தது.

இரண்டு அம்சங்கள் என்னை ஈர்த்தன. ஒன்று, ‘இமாலய யோகிகளுடனான சில அனுபவங்கள்’ என்று ஓர் அத்தியாயத்துக்கு இடப்பட்டிருந்த தலைப்பு. இதுவும் பிற்பகுதியில்தான் இருந்தது. முற்பகுதியில் பேசப்படும் மஹாயான பௌத்தம் பற்றிய விளக்கங்களுக்கும், இந்த இரண்டாம் பகுதிக்கும் உள்ள தொடர்பு என்ன என்பது புத்தகத்தின் ஓட்டத்தில் தெரியவந்திருக்கலாம் -

நான்தான் முழுக்கப் படிக்க முயலவில்லையே.

இரண்டாவது அம்சம், பக்க அடையாளம்போல, புத்தகத்தின் மத்தியில் அமிழ்ந்திருந்த துண்டுத்தாள். மாமா அதைப் படித்தாரா, அல்லது, வெறும் அடையாளம்தானே என்று பொருட்படுத்தாமல் விட்டுவிட்டாரா. அவருடைய போலீஸ் கண்களுக்கு, வாசித்த பிறகும்கூட, இது முக்கியமில்லை என்று பட்டிருக்கலாம். ஆனால், அந்தத் தாளில் இருந்த வரிகள் என்னைக் கவர்ந்தன.

சிறு பொறி போதும்
என் வனத்தைக் கொளுத்த
சிறு காற்று போதும்
என் ஆயுள் அனுபவங்களை
ஊதி அகற்ற
சிறு துளி போதும்
ஓர் உயிரை உருவாக்க
சிறு கணம் போதும்
சிட்டுக்குருவி தரையை நீங்க.

சிறு குழந்தை வாய்க்குள்
தெரியும் பேரண்டத்தில்
விசுவரூபம் கொள்பவை
சின்னஞ்சிறு வடிவங்களே...

நம்பிக்கையின் கரம் பற்றி
துடுப்பசைக்கிறேன்
சமுத்திரத்தின் எதிர்க்கரைக்கு.
எதிர்க்கும் அலைகளை எதிர்த்து
இட்டுச் செல்கிறது
என் சிறுபடகு

அந்தி வானத்தின் சிவப்பு
அதிகரித்து வருகிறது.
ஒளியில் ஒரு முகம்
இருளில் மறு முகம்
காட்டும் தேவதை

உள்ளங்கையில் பதித்து
ஊதித் தள்ளும் முத்தங்கள்
காற்றில் விரயமாகின்றன.

முதல் பார்வைக்கு தேவதையாய்
மறு பார்வைக்கு கந்தர்வனாய்
பால்பேதம் காட்டும் உருவத்தை
நெருங்கும்போதெல்லாம்
எதிர்முனையாய் நானே பிறழ்கிறேன்.
பின்னே, பின்னே...

இத்துடன் நின்றுவிடுகிறது. எழுதியவர் யார், ஏன் தொடரவில்லை என்பதெல்லாம் வாசிக்கிறவரைப் பொறுத்து அர்த்தம் கொள்ள வாய்ப்பிருக்கிறது...

ஆனால், இன்னொரு விஷயம் ஆச்சரியமாய் இருக்கிறது - இலக்கணமும், மரபுப் பார்வையும் ஓங்கியிருந்த செய்யுள் காலகட்டம் அது. இதை எழுதியவருக்கு இலக்கிய வாசிப்பு அதிகமாய் இருந்திருக்க வேண்டும் - நவீனத்துவ கவிதைக்குள் உலகத்தின் கவனம் வேகமாக இறங்கியிருந்த காலகட்டம் என்பதனாலேயே இப்படி ஓர் உருவத்தில், இப்படியொரு விட்டேற்றித் தன்மையில் மேற்கண்ட வரிகள் எழுதப்பட்டிருக்க வேண்டும்.

மிக அழகான கான்வெண்ட் வளைவெழுத்துக்களில் இருக்கும் இந்த வரிகளை திரு. சோமனேதான் எழுதினாரா என்பதற்கும் தடயமேதுமில்லை. ஆனால், முன்னர் குறிப்பிட்ட வர்ணனை எழுதப்பட்ட அதே கையெழுத்தில் இருந்தமாதிரித்தான் எனக்குப் பட்டது.

நானாகப் பொருத்திப் பார்க்கும்போது இப்படியெல்லாம் உருவம் கொள்ளும் சித்திரம், வேறொரு கைகளில் வேறொன்றாய் ஆகுமோ என்னவோ...

இ

டெல்லியிலிருந்து நான் கிளம்புவதற்கு முந்தைய இரவில் வெகுநேரம்

பேசிக்கொண்டிருந்தார் மாமா. தன் பெற்றோர் பற்றி; தந்தையின் ஆசாரம் பற்றி; அது தன் அம்மாவுக்குத் தந்துகொண்டிருந்த அழுத்தம் பற்றி; ஒரே மகனை வேதபாடசாலையில் சேர்க்க அவர் முற்பட்டபோது, பிள்ளைக்கு அதில் விருப்பமில்லை என்பதால் குறுக்கே புகுந்து பேசி பித்தளை லோட்டாவால் பாட்டிக்கு நெற்றியில் ரத்தக்காயம் பட்டு நிரந்தரத் தழும்பு உண்டாகிவிட்டது பற்றி; சீதா மாமியுடன் தமக்கிருந்த அன்னியோன்னியம் பற்றி என்று ஏகப்பட்ட சங்கதிகள். அப்பா இறந்தபிறகு தாயாரை வற்புறுத்தி இந்தூருக்கு அழைத்துப் போனாராம் - இவருடைய அன்றாடத்துடன் கொஞ்சமும் ஒத்துப்போக முடியாமல்,

> என்னெக் கொண்டி என் ஓர்ப்படிகிட்டே விட்ருப்பா. நீ மகராஜனா இருப்பே.

என்று கெஞ்சிக் கேட்டு ஊர் திரும்பிவிட்டாளாம் பாட்டி.

> அதுக்கென்னடி, நான் குடிக்கற கஞ்சீலெ ஒனக்கு ஒருவா தந்துட்டுப் போறேன்.

என்று அரவணைத்துக்கொண்ட தாயம்மாப் பாட்டி பற்றி நிறையச் சொல்லிக்கொண்டிருந்தார். அதன் பிறகு நாலைந்து வருடம்தான் உயிருடன் இருந்தாளாம், சின்னப் பாட்டி. 'மார் வலிக்கிறது' என்று சொன்னவள், வைத்தியர் வருவதற்குள் அடங்கிவிட்டாள்.

அப்புறம், பிள்ளைப்பேறு வேண்டித் தாம் அணுகிய மருத்துவர்கள், கோளாறு சீதா மாமியிடம்தான் இருக்கிறது என்று அத்தனைபேருமே சொன்னது என்று சொல்லிவிட்டு,

> இது நம்மூர்லெ யாருக்குமே தெரியாதுடா கிஷ்ணையா. ஒங்கம்மாவுக்கு மட்டும்தான் தெரியும். அவ எப்பிடி ஆளு பாரு, யார்ட்டெயும் பகுந்துண்டதில்லே. அதெவுட, ஒவ்வொரு தபா ஊருக்கு வரும்போதும், ஒண்ணுமே தெரியாத மாதிரி, ஒவ்வொரு கோவிலுக்காக் கூட்டிண்டு போவா - அபிஷேகம் அர்ச்சனை பண்றதென்ன, தொட்டில் வாங்கிக் கட்டறதென்னன்னு... ஒரு தபா ஆத்தமாட்டாமெ சீதா என்கிட்டக் கேக்கவே செஞ்சா. 'நீங்க அக்காட்டெச் சொல்லலியா?'. 'எல்லாம் சொல்லியாச்சு. அவ தன்னோட நம்பிக்கைக்காகப் பண்ணறாளா, மத்தவாளுக்குத் தெரிஞ்சுறக்கூடாதேன்னு பண்ணறாளான்னு யாருக்குத்

தெரியும்?'ன்னேன். ஒரு இணுக்குகூட ஒத்தருக்கொத்தர் காட்டிக்கவேயில்லையே. ரெண்டுபேருமே கள்ளிகள்!

ஆனா, பிரச்சினெ வேற ரூபத்திலே வந்தது. நாலஞ்சு வருஷம் ஆனதுக்கப்பறமே, தெக்கேருந்து பிரஷர் ஆரமிச்சது. எப்பிடியாவது எனக்கு இன்னொரு பொண்ணெக் கட்டிவச்சுறணும்னு பெத்தவா தலைகீழா நின்னா. ஒரு பலவீனமான சந்தர்ப்பத்திலெ சீதாகூட 'பண்ணிக்கயேன்'னு சொல்ல ஆரமிச்சுட்டா...

மாமாவின் பார்வை இலக்கற்று வெறித்தது. ஆனால், மூச்சு மட்டும் துரிதமாய் ஏறியிறங்கியது. அவர் புதைந்து மூழ்கிவிட்ட மௌனம், அவருடைய உயிரையேகூடக் குடித்துவிடுமோ என்று அச்சமூட்டுமளவு, கனத்துத் தெரிந்தது. எதையாவது கேட்டு அவரைப் பேச வைக்கவேண்டும் என்று பதற்றமானது எனக்கு.

அது சரி மாமா, சோமனைத் தேடிப்போறதை ஏதோ ஒரு கட்டத்திலெ நிறுத்திப்பிட்டேளே, ஏன் அப்பிடி?

கண்களை அகலத் திறந்து என்னை உற்றுப் பார்த்தார் மாமா. முகத்தின் இளக்கம் சட்டென்று விலகி, அபூர்வமான வசீகரம் கொண்ட புன்னகை பூத்தது! மெல்ல அது சிரிப்பாகப் பரிணமித்தது. குரலெடுத்துச் சிரித்தார் மாமா.

கிஷ்ணையா, ஒண்ணு சொல்லட்டுமா! இன்னிக்கெல்லாம் இருந்தா உனக்கு ஐம்பத்திச்சொச்சம் வயசிருக்குமா?

ஆமா. நான் நைண்ட்டீன் ஸிக்ஸ்டி ஒன்.

அதானே! ஒம்பது பத்து வயசிலெ ஒன்னைப் பாத்த ஞாபகம் எனக்குள்ளெ பத்தரமா இருக்கு. தணல் மாதிரி சுளீர்ன்னு இருப்பே...

ம்.

அதே விறுவிறுப்பும் ப்ரகாசமும் கொழந்தைத்தனமும் அப்பிடியே இருக்குடா ஒன்கிட்டே! இப்பிடியே இரு. இப்பிடியே இரு...

என்று வலது உள்ளங்கையை உயர்த்தி ஆசீர்வதித்தார். 'இவ்வளவு உணர்ச்சிவசப்படுமளவு என்ன கேட்டுவிட்டோம்' என்று புரியாமல்

திகைத்தேன். மேலும் ஒரு நிமிடம் இடைவெளிவிட்டு, மாமா தொடர்ந்தார்:

எப்பிடிரா இப்பிடிக் கேட்டே!

இன்னமும் ஆச்சரியம் விலகாத குரல்.

அடுத்த ஸெண்ட்டென்ஸ் அதைத்தான் சொல்லறதுக்கு இருந்தேன். நீ அச்சு அசலாக் கேட்டுட்டியே!

லெஷ்மணனெப் பாத்துப்பிட்டுத் திரும்பும்போது பளீர்ன்னு ஒறச்சது. 'என்னடா இது, நாம இன்னொரு பொம்பிளையெ நெனைச்சுக்கூடப் பாக்காம இப்பிடி ஒரு வாழ்க்கெ நடத்தறோம்; அத்தனெ நெருக்கமா இருந்தாளே, மிஸ். ஸின்ஹா, அவமேல என் சுண்டுவெரல் நகம்கூடப் பட்டதில்லே. அந்தப் பயலானா ஆம்பளெ பொம்பளேன்னு ஒர்த்தர் விடாமெ மேஞ்சிருக்கானே. அதிலெயும் அந்த சௌராஷ்ட்ரப் பையனெப் பத்தி லெஷ்மணன் சொன்னப்போ எனக்கு உசிர் நடுங்க ஆரமிச்சிருத்து. ஒர்த்தன் தற்கொலை வரைக்கும் போகணும்ன்னா, இவன் என்ன பாடு படுத்தியிருப்பான்? அப்பிடிப் பாக்காதே, ரொம்பப் பிரியமா இருக்கறதும் ஒருவிதத்துலெ சித்ரவதைதான்... அளவில்லாத பிரியம் அளவில்லாமப் படுத்தியெடுக்கும் பாத்துக்கோ.

அந்த சோமன் பயகிட்டெ விசேஷமா என்ன மயிரு இருக்குன்னு இப்பிடி எல்லாரும் சொக்கிக் கிடந்துருக்கா? அவாளெ விடு, நான் எதுக்காக அலஞ்சு திரியறேன்? மூஞ்சியைத் தவிர வேற ஒத்துமெ எதுவுமே இருக்கற மாதிரித் தெரியலயே.' வண்டி போறவேகத்துலே எனக்குள்ளேர்ந்து காத்து எறங்கற மாதிரித் தோணித்து.

ஒரேயொரு ஒத்துமைக்காகவா இத்தனை அலைச்சல்? பாக்கப்போனா, நமக்கு ஒத்துமை இல்லாத மனுஷ ஜன்மமே பூமியிலே இருக்கறதுக்கில்லை. கண்ணுக்குத் தெரியாத ஒத்துமெகளைக் கண்டுபிடிச்சதுனாலெயோ, கண்டுபிடிக்கறதுக்காகவோ எத்தனெ ஸைக்காலஜி புஸ்தகங்கள், பயாலஜி புஸ்தகங்கள் மெனக்கெடறது? அவ்வளவு தூரம் போவானேன், இந்த சோமனெ வச்சு நான்

தேடிப் போனவாள்லெயே, பிள்ளைகுட்டி குடுத்தனம்ன்னு இருந்தவா ரொம்ப சொல்பம்தானே - அந்த தனவேல் பிள்ளெ, மகாமுனி, வஹாப், அன்சாரின்னு. மிச்சப் பேரெல்லாம் தனிக்கட்டெகள்; இல்லையோ, சந்ததி இல்லாதவா. வெளிப்படையாப் பாத்தா, அவாளுக்குள்ளெ என்ன ஒத்துமெ இருக்கு? சோமன்ங்கிற ஒரு நூல்லெ கட்டினா அதெல்லாம் ஒரே வகை மணிகள்; அவுத்துவிட்டா, நெல்லிக்கா மூட்டெ மாதிரிச் சிதறிடும். சம்பந்தமூர்த்திங்கற நூல்லெ கட்டினா வேற ரூபம் காட்டும்... என்னடா எழுத்தாளா, அப்பிடிக் கூர்ந்து பாக்கறே... இத்தனெ நாழி பேசின மாமா மாதிரியே இல்லேன்னு பாக்கறியோ. 'ஒரு சின்னக் காத்து போறும், எல்லாத்தையும் ஊதி வெரட்டறதுக்கு'ன்ற மாதிரி ஒரு வரி படிச்சேன். எங்கே எதுலேன்னு ஞாபகம் வல்லே... அது கெடக்கட்டும் விடு. லெஷ்மணனெப் பாத்துட்டு காரைக்குடியிலேர்ந்து திருச்சிக்குக் கார்லெ போயிண்டிருந்தேனா?

அந்தத் தபா, மதுரைப்பக்கம் வராமலே ஊர் திரும்பீட்டேன்.

நாங்க தேடிவந்த கல்ப்ரிட் மொதல் நாளே ராம்ஜி நகர்லே கிடைச்சிட்டான். அதுனாலெ, திருச்சியிலேர்ந்தே ஊர் திரும்பிட்டோம். மத்தவாளையும், அக்யூஸ்டையும் ரயில்லெ அனுப்பிட்டு, மறுநாள் சாயங்காலம் ஃப்ளைட்லெ திரும்பினேன் நான். ஓசீலே கிடைச்ச ஒரு ஓய்வுநாள் என்னெ அலமேலுகிட்டயும், லெஷ்மணன்கிட்டெயும் கூட்டிண்டு போயி, பொங்கிண்டிருந்த மதகை அடைச்சும் போட்டுடுத்து...

மாமா எழுந்து கழிவறைக்குப் போனார். இத்துடன் மூன்றாவது தடவை. எனக்கென்னவோ, சிறுநீர் கழிப்பதைவிட, தனக்குள் அலையாடும் நினைவலைகளின் வேகத்தைத் தணித்துக்கொள்வதற்காகத்தான் அடிக்கடி எழுந்து போகிறார்[38] என்று தோன்றியது. ஏனென்றால், எழுந்து போகும்போது இருந்த வேகமும் மூச்சிரைப்பும் தணிந்து, திரும்பித் தன் ஈஸிச்சேருக்கு வந்து

38 கிட்டத்தட்ட இதேமாதிரியான அவதானத்தை திருமதி. அலமேலு பற்றி மாமா கூறினார் என்பது திரும்பப் படித்துப் பார்க்கும்போது நினைவு வருகிறது. இருக்கட்டுமே, சந்தர்ப்பப் பொருத்தமும் நமக்கு அப்படிப் படுவதும்தானே முக்கியம்...

சேரும்போது, பழைய நிதானத்துக்குத் திரும்பினார் - ஒவ்வொரு தடவையும்.

ஆச்சா, மனசு இன்னொரு பக்கம் திரும்பித்து.

இவ்வளவு அலஞ்சு, இவ்வளவு பேரெப் பாத்தும், பெரிசாத் தகவல் ஒண்ணும் பேறலெ... எவ்வளவு பேரெப் பாத்துருப்பேங்கறே? நான் ஒங்கிட்டெச் சொன்னது அம்பதுலெ ஒரு பங்குதான் கிஷ்ணையா.

மாண்டியாலே அந்த ராதிகா கட்கரையும் பார்க்கப் போனேன். வராந்தாலெ ஒக்காத்தி வச்சு, நாலே வாக்கியம்தான் பேசினா -

> நான் மறக்க நினைக்கும் ஒரு ஆளுமையை, ஓர் உறவை, ஒரு காலகட்டத்தைப் புனர்நிர்மாணம் செய்ய முயல்கிறீர்கள். இது உங்களுக்கு மனத்துக்கினிய பொழுதுபோக்காய் இருக்கலாம். எனக்குள் என்னவிதமான அதிர்வலைகளை உருவாக்கக்கூடும் என்பதைக் கொஞ்சமாவது யோசித்துப் பார்த்தீர்களா? காலம் கருணைகூர்ந்து பொருக்குத்தட்ட வைத்துவிட்ட யௌவனத்தின் கிறுக்குத்தனங்களைத் திரும்ப மேலே கொண்டுவருவதால் மனம் கனத்துவிடுவதைத் தவிர வேறு பிரயோசனம் ஏதாவது உண்டா?...

ன்னு பொரிஞ்சா. ஆத்தரம் மேலேற மேலேற அவள் முகத்தோட காந்தி ஜாஸ்தியாயிண்டே போனது! சோமன் இவளைத் தொடர்ந்து உதாசீனப்படுத்தினதுக்கு இப்பிடியொரு முகாந்தரமும் இருந்திருக்குமோன்னு எனக்குப் பட்டது!!

ஆனா, அது பிரயோசனமில்லாத வெத்து ஆத்தரம் இல்லே கிருஷ்ணையா. ஏன்னா, அலமேலுவெப் பத்தி மொதமொதல்லெ என்கிட்டெப் பிரஸ்தாபிச்சது அவதான்.

> ...செட்டிநாட்டில் சென்று விசாரித்துப் பாருங்கள், கறுப்பழகி ஒருத்தி இருக்கிறாள் அங்கே. நீங்கள் விசாரித்து வந்த பெருமகனைப் பற்றி நிறையச் சொல்வாள். தீய்ந்த ரொட்டிமீது ஆர்வமுள்ளவர்கள் உண்டு என்பதே எனக்கு அவர்கள் உறவைப் பார்த்தபிறகுதான் உறுதியாய்த் தெரிந்தது...

அலமேலுவைப் பத்தித்தான் சொல்லியிருக்கான்னு எனக்குப் பல

வருஷம் கழிச்சுத்தான் தெரியவந்தது. ஆனால், அந்த மொகத்தையும் அதுலெ இருந்த எரிச்சலையும் மறக்கவே முடியாது.

அப்பறம், அத்தனை பேரெத் தேடிப் போனேனே, ஒண்ணா, அவாகிட்டெக் கிடைச்ச விவரங்களாலே ஒரு இஞ்ச்சாவது முன்னேத்தம் இருந்திருக்கணும்; இல்லேன்னா, அந்தக் கேரக்டர் என்னால மறக்க முடியாதபடி எனக்குள்ளெ பதிஞ்சிருக்கணும் - அந்த மாதிரி ஆட்களெப் பத்தி மட்டும்தான் ஒண்ட்டெ சொல்லியிருக்கேன். மிச்சப் பேரெல்லாம் ஒரு குண்டுமணி அரிசிகூட ஆப்பிடாத பதர்கள்...

பெருமூச்சு விட்டார். ஜன்னல் வழியே டெல்லி இரவின் குளிரை வெறித்த கண்களில் அசாத்தியமான வெறுமை படிந்திருந்தது. சுவர்க்கோழியின் அரற்றல் உரத்துக் கேட்டது. கனத்த திரைபோலப் போர்த்தியிருந்த நிசப்தம் நிலைகொள்ளாமல் தவிக்க வைத்தது என்னை. நல்லவேளை, அந்த அவஸ்தையை அதிக நேரம் நீடிக்கவிடவில்லை மாமா. சட்டென்று என் கண்களைப் பார்த்து,

கிஷ்ணையா, ஒரு கப் டீ போட்டுத் தரயா?

என்று வேண்டினார். எழுந்து சமையலறைக்குள் போனேன். ஆனால், அவருடைய உண்மையான நோக்கம் தேநீர் குடிப்பது இல்லை என்று இப்போது தோன்றுகிறது. திரும்பத் திரும்பக் கழிவறை சென்று திரும்பியதில் அலுப்புற்று, எதிரிலிருந்த என்னைச் சில நிமிடங்கள் அகற்றிவிட்டு, தனியாக இருக்க விரும்பியிருப்பாரோ என்னவோ.

ஆனால், மாமாவின் சிறப்பே அதுதானே. இரண்டொரு நிமிடங்கள் போதும் - அழுந்தியதைவிட வேகமாக எழும்பி விடுவார். இரண்டு கோப்பைகளில் தேநீருடன் திரும்பி வந்தபோது, பழைய தெளிவுக்கு மீண்டிருந்தார்.

ஆக, தீர்மானமாத் தோணித்து. அத்தனை வருஷமாத் தேடிப் போய்ண்டேஇருந்தேனே தவுர, உருப்படியா ஒண்ணும் தேறலே - I was just beating around the bush அப்பிடீன்னு பட்டது. இன்னும் பத்து வருஷம் போனா, அவரெ நேர்லெ பாத்த ஆட்களே அநேகம்பேர்

இருக்க வாய்ப்பில்லே; இப்போ, என்னோட பால்யம் பத்தித் தெரிஞ்சவா எத்தனெ பேர் இருக்கா?

நான் தேடிண்டு போறது ஒரு மனுஷ உருவத்தெயில்லே; மனுஷ ரூபத்திலே வந்துட்டுப்போன பிசாசென்னு தோணித்து. விரயமா அலஞ்சிண்டிருக்கேன். எங்கூட ஸிவில் சர்வீஸ் ட்ரெய்னிங் வந்துருந்தான் ஒரு திருநவேலிக்காரன் - அம்மையப்பன்னு பேரு. ஏற்கனவே பளபளன்னு இருக்கற ஷூவுக்கு நாள் தவறாமெப் பாலீஷ் போடறது என் வழக்கம். அவனும் நாள் தவறாமெச் சொல்வான்: 'பொளுது போகாத நாசுவன் பூனையெப் போட்டு செரைச்சானாம்.' (சிலநொடிகள் தாமாகச் சிரித்துக்கொண்டிருந்தார்!)

பின் ஸீட்டுலெ உக்காந்து வந்துண்டிருந்தேனா, நடுவுக்கு நகந்து, ரியர் வ்யூ மிர்ரர்லெ என் மூஞ்சியைப் பாத்தேன். என் ஜாடை இருக்குன்ற ஒரே காரணத்துக்காக ஒர்த்தனெத் தேடி விருதாவா அலையறோமேன்னு எனக்கே என்னைப் பார்த்தாப் பாவமாயும், சிரிப்பாயும் இருந்தது. என்னவொரு முட்டாள்தனம்! என் குரல் இன்னூர்த்தனுக்கு இருக்கலாம், என் மீசை மாதிரியே இன்னூர்த்தன் வச்சிண்டிருக்கலாம், அட, என்னை மாதிரியே பைப் பிடிக்கற ஆட்கள்கூட இருக்கலாம். அவ்வளவு ஏன், நான் பெறந்த மதுரை ஜில்லாவிலே, அன்னிக்கு ராத்திரி அதே வேளைலே எத்தனை குழந்தைகள் பெறந்ததோ - இந்தப் பைத்தியக்காரத்தனம் நானா இழுத்துப்போட்டுண்டதுதானே!

கூடவே இருந்துருக்கார் அந்த லெஷ்மணன், சோமன் சம்பந்தமா எவ்வளவு விட்டேத்தியான குரல்லே பேசினார்; அலமேலுவானா குடுத்தனமே நடத்தியிருக்கா. அவ்வளவு பேசினா - ஒரு எடத்துலெயாவது, ஒரு சொட்டுக் கண்ணீர் விட்டாளா? கூட இருந்த அத்தனெபேருக்கும் நரகத்தைத்தானே குடுத்திருக்கே? அப்பறம் நீ பெரிய வித்தைக்காரனா இருந்து என்ன பிரயோசனம்?

இதே என்கூட இருக்கற யாருக்காவது என் மேலெ அபிமானம் இல்லாமல் போகுமா? சர்வீஸ்லெ எனக்குக் கீழெ வேலெபாத்தவாளுக்கெல்லாம் என்மேலெ எவ்வளவு பிரியம், மரியாதெ! இப்பவரைக்கும் வந்து பாத்துட்டுப் போறவாகூட உண்டு. ஜர்னைல்சிங்னு ஒரு சர்தார் இருக்கான். என் ரிட்டயர்மெண்ட் சமயத்திலே சர்வீஸுக்கு வந்து - என்கிட்டெ ஆர்டர்லியா வந்து சேந்தான். போனவருஷம்தான் அவன் ரிட்டயராயி ஹிமாச்சல்லெ

பொண்டாட்டி ஊருக்குப் போய் ஸெட்டிலானான். ரெண்டு மூணு டஜன் ஆப்பிள் வாங்கிக்காமெ என்னைப் பாக்க வரமாட்டான் - நயம் ஷிம்லா ஆப்பிளாக்கும்! அவ்வளவு ஏன், உங்கிட்டயே ஒங்க மாமாவெப் பத்திச் சொல்லுடான்னு கேட்டா இந்திரன் சந்திரன்னு சொல்ல மாட்டியா கிஷ்ணையா! (வெகுநேரம் சிரித்தார்!!)

நியாயப்படி, என்னைப் பத்திக் கேள்விப்பட்டு, அந்த சோமன்தான் என்னைத் தேடி வந்துருக்கணும். நான் பிறந்த கதையை எங்கக்கா சொன்னமாதிரி, அந்தப் பயலுக்கும் யாராவது சொல்லாமயா இருந்திருப்பா. யாரு கண்டது, அவன் தேடி வந்துருந்தா என்னைப் பாத்துருக்க முடியுமே? எவ்வளவோ கத்துண்டுருக்கலாம். உன்கிட்டெ ஒரு விசேஷத் திறமெ இருக்குன்னா, அதுக்கோசரம் நீயாவே பீடத்துமேலெ ஏறி உக்காந்துக்குவியா... சுத்தியிருக்கற அம்புட்டுப் பேரும் ஒனக்கு சலாம் வைக்கணுமாக்கும்...

பலூன்லெ காத்து எறங்கற மாதிரி என் மனசு சூம்பிண்டே போன வேகத்தை எனக்கே தாங்க முடியலே. ஆனையளவு பெரிய ஆகிருதியா நான் பொத்திப் பொத்தி வளத்துருந்த சோமன் எருமை மாடு அளவுக்குச் சிறுத்துப்போனான். இன்னும் இப்பிடியே விட்டா, சினைப் பன்னியாயி, பெருச்சாளியாயி சின்னச் சுண்டெலியா மாறி, கடைசியிலே கட்டெறும்பா ஓடிடுவானோன்னு தோணித்து... (மீண்டும் சிரிக்கத் தொடங்கினார்!)

போறும், நிப்பாட்டிடலாம். அவ்வளவுதான். அதுக்கப்பறம் யாரையும் பாக்கப்போகலே. '65லெ ஆரமிச்சது '72டோட நின்னு போச்சு. உன்னைக் கூட்டிண்டு ரெண்டு மூணு இடத்துக்குப் போனேனே - அவ்வளவுதான்.

சொல்லப்போனா, ஒர்த்தன் எதுக்கு இன்னொர்த்தனெத் தேடிப் போகணும். அவனவனுக்குள்ளே என்ன இருக்குன்னு தேடிக் கண்டடைஞ்சாப் போறாதா? அதுக்கே ஒரு முழு வாழ்நாள் தேவைப்படுமே!

இப்பொத் தோணறது, வேணும்ன்னு முடிவெடுத்துத் தேடக் கிளம்பினது ஒரே நாள்லெ ஆரமிக்கலெ. அன்சாரி வீட்டுக்குப் போன நாள்லேர்ந்து சிறுகச் சிறுக ஊறின ஜலம், ஆலங்கட்டி மழை மாதிரிப் பெருத்திருந்த உச்சத்திலே, சடார்ன்னு உச்சந்தலைலெ கொட்டின ஒரு சொம்புத் தண்ணி மாதிரி நின்னுபோச்சு.

ஆமா, வேணாம்ன்னு முடிவெடுத்தது, ஒரே தகவல், ஒரே கார்ப் பிரயாணத்திலே நடந்துபோச்சு.

இப்பொவும்கூட இவ்வளவையும் உன்கிட்டச் சொன்னதுக்கு ஒரேயொரு காரணம்தான். நீ எழுத்தாளனாச்சே. சுவாரசியமான ஒரு புஸ்தகம் எழுதறதுக்கு ஃபீல்ட் மெட்டீரியலா இருக்குமேன்னுதான்.

ஆமா, சுவாரசியம் மட்டும்தான் மிச்சம்.[39]

சில விஷயங்களை என் வயமாய்க் கோத்துப் பார்ப்பது தவிர, நான் செய்வதற்கு ஒன்றுமில்லை என்றுதான் சொல்லவேண்டும். மாமா அடைந்த அதே சலிப்பும் சோர்வும் எனக்குள்ளும் இருக்கிறது. அவருடைய நூற்றாண்டில் அவரை விஸ்தாரமாக நினைவுகூர்வதற்கு ஒரு சந்தர்ப்பம் என்பதைத் தவிர வேறு முக்கியத்துவம் ஏதும் இந்த நூலுக்கு உண்டா என்றுகூடத் தெரியவில்லை.

ஆமாம், சோமன் வெறும் சாக்கு; இந்த நூலின் மெய்யான நாயகர் என்னுடைய சம்பந்தமூர்த்தி மாமாவேதான் என்றே தோன்றுகிறது.

***

39 தொகுத்து எழுதி முடிக்கும்போது, ஒரு விஷயம் விசித்திரமாய்ப்படுகிறது. என்னிடம் மனம்விட்டு மாமா பேசிய கடைசிச் சந்தர்ப்பத்தில், முழுக்க முழுக்கத் தமிழிலேயே பேசினார். உள்ளூர ஏதேனும் காரணம் இருந்திருக்குமோ அவருக்கு என்று நினைக்கும்போது மனித மனத்தின் உள்ளுணர்வு வெளித்தெரியாமல் எதையெல்லாம் முன்னுணர்ந்து வைத்திருக்குமோ என்று மலைப்பாய் இருக்கிறது... அவையெல்லாம் வெளித்தெரியாமல் இருப்பது எத்தனை பாதுகாப்பு என்றும் தோன்றுகிறதுதான்!

இறுதியாய்ச் சில வார்த்தைகள்

இது நாவல் அல்ல; வாழ்க்கை வரலாறும் அல்ல. ஒருவிதத்தில், நினைவுத் தொகுப்பின் பதிவு என்று சொல்லலாம். அதிலும் ஒரு குழப்பம் இருக்கிறது; மாமாவின் நினைவுத் தொகுப்பா, அவர் தொகுத்துச் சொன்னவற்றைப் பற்றிய என் நினைவுகளின் தொகுப்பா என்றும் துலக்கமாய்த் தெரியவில்லை.

பார்க்கப்போனால், ஒரு வாழ்வின் கிளைநதிகளாகவும், அதற்குத் திரட்சியூட்டும் உபநதிகளாகவும் விளங்கிய சம்பவங்களின் மறுகூறல் என்றே சொல்லவேண்டும். இத்தனை நாட்களாய் மீட்டெழுதி வந்ததில், அநேகமாய் எல்லாமே எழுதித் தீர்ந்துவிட்டன என்றே படுகிறது.

நூல்வடிவாக முழுமை பெற்றபிறகும், துண்டுதுணுக்காக ஏதேனும் நினைவு வரக்கூடும்; ஆனால், மையமாகத் திகழும் அனைத்துமே பதிவுபெற்றுவிட்டன என்று தோன்றுகிறது; மேலதிகமாக வேறேதும் சேர்ந்துவிடாது என்றும்தான். பார்க்கப்போனால், முடிவற்று ஊறிப் பெருகும் சுனையில், எத்தனை குடங்கள் நிரம்பியபின்னும், சுனை முற்றாக வற்றுவதற்கில்லை; தொடர்ந்து ஊறும் நீரின் தன்மை மாறுவதற்கும் இல்லை என்றே சொல்வேன்.

சோமன் பற்றி விவரித்த நிஜப் பாத்திரங்களை மாமா சந்தித்த வரிசைமாறாமல் எழுதியிருந்தால், முழுமையான வாழ்க்கை வரலாறாய் இருந்திருக்கக் கூடும்; எனக்கு ஞாபகம் வந்த அதே அடுக்குமுறையில் எழுதி வந்திருக்கிறேன். அவருமே தாம் சந்தித்த அதே கிரமத்தில் என்னிடம் சொன்னார் என்பதற்கு

என்ன உத்தரவாதம்? ஓரளவு நேர்த்தியாக அமைத்திருக்கிறேன் என்ற நிறைவு இருக்கத்தான் செய்கிறது. என்றாலும், இவற்றை மீண்டுமொருமுறை முழுக்கத் திருத்தியெழுதி, ஒருங்கமைக்க விருப்பம் இல்லை.

தவிர, மாமாவுமே, நினைவு வரவரக் கோத்துச் சொன்ன சமாசாரங்கள்தாமே... அன்சாரியைப் பற்றிச் சொல்லிய கால்மணிநேரத்தில் லட்சுமணன் பற்றிச் சொன்னார் என்பது நினைவு வருகிறது. அவரிடம் பகிர்ந்துகொண்டவர்களும், அவரவர்க்குத் தோன்றிய பிரகாரம் விவரித்திருக்க வாய்ப்புண்டு. மொஸைக் தரையின் புள்ளிகள்போலத் தன்னிச்சையாக இறைந்து கிடப்பவற்றை எங்கிருந்து எண்ணத் தொடங்கினால் என்ன? கைமாறிக் கைமாறிக் காலம் தாண்டி வந்தவற்றை, கூடுமானவரை சீர்பிரித்துத் தெளிவாக எழுதிவிட்டதாகவே நம்புகிறேன்.

ஆனால், இவற்றை எழுதிய நாட்களில் நான் அடைந்த அனுபவத்தைக் குறிப்பிட்டாக வேண்டும். பலூன்போல விரிந்தும் சுருங்கியும் இருந்துவந்த மாதிரி உணர்ந்தேன். முந்தைய கணத்தில் பதினோரு வயதுப் பையனாகவும் அடுத்த கணத்தில் அறுபது வயதுக்காரனாகவும் மாறிமாறி உணர்வது சமநிலையை என்னென்னவிதமாய் பாதித்தது என்கிறீர்கள்? பார்க்கப்போனால், பிறந்த நாளிலிருந்து இன்றுவரையிலான அறுபது வருடங்களைக் கடந்துவந்திருப்பது ஒரே நபர்தான் என்ற நம்பிக்கையை உறுதிப்படுத்திய சமாசாரம் இது - அல்லது, மேலோட்டமாய் அப்படித் தெரிந்தாலும், வயதுகளின் இடைவெளியை முன்வைத்து, அந்தப் பையனும் இந்தக் கிழவனும் ஒரே தொடர்ச்சியின் கண்ணிகள் **அல்ல** என்பதை நிரூபித்ததோ... பால்யத்தை நினைவுகூரும் யாருக்குள்ளும் இதேவிதமான குழப்பம் நிலவக்கூடுமோ.

ஆனால், இன்னொன்றையும் சொல்லவேண்டும். காட்சியின் வயது ஒன்றாகவும், அதை விவரிக்கும் மொழியின் வயது இன்னொன்றாகவும் ஒரே சமயத்தில் இருக்க, எனக்குள் நிலவிய இரட்டைநிலை விசித்திரமாகவும், வசீகரமாகவும் இருந்தது. ஒருவகையில், இதை ஆரம்பித்த நாள்முதல், இறந்தவர்களும் இருப்பவர்களும் ஒருசேர உலவும் மாய உலகத்தில் வசிப்பவனாய் இருந்தேன் - தரையில் ஒரு காலும், தரையற்ற சூட்சுமத்தில் இன்னொரு காலும் பதித்து நடக்கும் விநோதப் பிறவியாக!

பார்த்தறியாத மனிதர்களை நான் கேள்விப்பட்ட விதமாக, அவ்வேளைகளில் என் மனத்தில் உதித்த பிம்பங்களைத்தான் விவரித்திருக்கிறேன்; விவரணையில் ஒருவிதப் போதாமை இருப்பதாக எனக்கே படுகிறது. புகைச் சிற்பங்களை, கூடுமானவரை திடமானவையாக நிறுவ முயலும்போது ஏற்படும் குறைபாடுதான். இதுவுமே, யாருக்கும் நிகழக்கூடியது என்று சமாதானம் கொள்கிறேன்.

எனினும், தான் பிறக்குமுன்பே இறந்தவர்கள் பற்றி, சமகாலத்தவருக்காகவும், தன் இறப்புக்குப் பின் வரப் போகிறவர்களுக்காகவும் பதிவு செய்யும் திறன் வேறு எந்த ஜீவராசிக்காவது இருக்குமா...

அப்புறம் இன்னொரு விஷயம். நீங்கள் சால்ஜாப்பு என்று நினைத்தாலும் சரி, புனைகதைக்காரனின் முன்ஜாக்கிரதையுணர்வு என்று கருதினாலும் சரி, இதைச் சொல்லியே ஆகவேண்டும். சுமார் எழுபத்திச் சொச்சம் வருடங்களுக்கு முன் நிகழ்ந்தவை, அறுபத்தொன்பது தொடங்கி, ஆயிரத்துத் தொளாயிரத்து எண்பதுகள் வரையிலும், பின்னர் இரண்டாயிரத்து பதினைந்தில் டெல்லியிலும் மாமாவுடன் இருக்கக் கிடைத்த சந்தர்ப்பங்கள், சிறுவனாய் இருந்தபோது அவருடன் சென்ற பயணங்கள், சந்திக்கக் கிடைத்த நபர்கள் நினைவுகூரல்கள் என்று எல்லாமே குழம்பிக்கிடக்கும் கிணற்றிலிருந்து தோண்டியெடுத்துக் கொட்டி அடுக்கியிருக்கிறேன். எதுவெல்லாம் நிஜம், எதுவெல்லாம் என் அனுமானம் அல்லது புனைவு என்பதிலும் கொஞ்சம் குழப்பம் இருக்கத்தான் செய்கிறது. ஆனாலும், மாமாவின் சொற்களில், 'ஒரு தோராயமான முழுமை'யை எட்டித்தான் பார்ப்போமே என்று முயற்சி செய்திருக்கிறேன்.

அதைவிட, காலக்குழப்பம் இருப்பதற்கு ஏகப்பட்ட வாய்ப்பு இருக்கிறது என்று உனக்கே தெரிந்திருக்கும்போது, கவனமாய்ப் படித்து அதையெல்லாம் சரிபண்ணுவதற்கென்ன என்று ஒருவர் கேட்கலாம் - வாசகத் தெளிவுக்காக உழைப்பதும் எழுதுபவனுடைய பணியேதான். ஆனால், ஒவ்வொரு அத்தியாயத்தையும் வாசிக்க முற்படும்போது, உணர்ச்சிகளின் பிரவாகம் என்னை இழுத்துக்கொண்டு போய்விடுகிறது. மூன்றாம் மனிதரிடம் கொடுத்து எடிட் செய்யவும் விருப்பமில்லை - என்னவோ, என்

பிரிய மாமாவையே யாருக்கோ பங்கு கொடுக்கிற மாதிரி!

கடைசியாய் இன்னொரு குறிப்பு.

மாமாவின் நேரடி மொழியும், அவர் ஆங்கிலத்தில் பேசிய வாக்கியங்களில் தமிழ்ப்பெயர்ப்பும், அவர் சந்திக்கக் கிடைத்த பல்வேறு மனிதர்களின் பேச்சுமொழியும் இந்த நூலில் இடம்பெற்றிருக்கின்றன. பல சந்தர்ப்பங்களில் அவர்களுடைய பேச்சை அவரே பேசிக்காட்டியவிதமாக எழுத முயன்றிருக்கிறேன். நூறுசதவீதம் வெற்றியை எட்டிவிட்டேன் என்று சொல்வதற்கில்லை - ஆனால், தேவநாத பாகவதரும், மூக்கரை ஜோசியரும், லேனா என்ற லட்சுமணனும் ஒரே விதமான மொழியில் பேசவில்லை என்பதை நிறுவிவிட்டேன் என்றுதான் நம்புகிறேன். அவற்றில் குறைபாடு ஏதும் இருக்குமானால், என் செவிப்புலனின் இயலாமையைத்தான் காரணமாகச் சொல்லவேண்டும் - கருத்துக்கள் எதுவுமே நான் இட்டுக்கட்டியவை அல்ல என்பதால்.

இலக்கிய வடிவங்களில் சோதனை செய்து பார்ப்பது எனக்கு உவப்பான விஷயம். பலமுறை செய்து பார்த்து, ஆனந்தமாகத் தோல்வியடையவும் செய்திருக்கிறேன். நடைமுறைக்கு மாத்திரம்தான் ஒரே மார்க்கம்; பிறழ்வது என்று துணிந்துவிட்டால், சித்தம் போக்குதான்! தவிர, உருவத்தின் தோல்வியை, கருப்பொருளின் தோல்வியாகக் கருதவேண்டியதில்லையே.

நான் எழுதிய நாவல்களில் ஓரிரண்டில், அநேக சிறுகதைகளில், முயன்று பார்த்த வித்தைகளை, இடறி விழுந்து முழங்காலை முறித்துக்கொண்ட சந்தர்ப்பங்களை, இங்கே பட்டியலிடுவது நியாயமல்ல; புதுமை என்றும் சிறுபிள்ளை விளையாட்டு என்றும் இருவித அபிப்பிராயங்களுக்கிடையில் ஊசலாடுபவை அவை.

அவற்றை எதிர்கொண்டவைகளிலும் ரசிக மனம், விமர்சக மனம் என்று தனித்தனியாக இரண்டு வகைகள் இருப்பதாகவும் நான் நம்பவில்லை - தனித்தனியானவை போலவே தோற்றமளித்தாலும், ஒன்றிலொன்று ஊடுருவிப் பிணைந்தே இருப்பவை அவை. கருத்துகளை உதிர்க்கும் அடுக்கும் விதத்திலும், மொழிப் பிரயோகத்திலும், முன்கூட்டியே நிறுவப்பட்ட நிலைப்பாட்டிலும், பிடிவாதம்/பிடிவாதமின்மையின் வெளிப்பாட்டிலும் துலாம்பரமாகத்

தெரிவதுபோலக் காட்சியளிக்கும் காட்சியளிக்கும் மேலோட்டமான வேறுபாடுகள்...

மற்றபடி, இந்த நூலைப் பொறுத்தவரை, புதிதாக எதையும் செய்துவிடவில்லை. தன்னியல்பின் பிரகாரமே இவை பதிவு பெற்றிருக்கின்றன.

இந்த இடத்தில், ஒரு இடையீடாக, மாமாவின் கேஸட் தொகுப்பைப் பற்றியும் ஓரிரு வார்த்தைகள் எழுத ஆசையாய் இருக்கிறது. அவருடைய சேகரிப்பில் சுமார் ஐநூறு கேஸட்டுகள் இருந்தன.

> வேணுங்கறதெ எடுத்துண்டு போடா. எங்கூட வைச்சா கொளுத்தப்போறா!

என்றார் மாமா.[40] ஸிடிக்கள் அறிமுகமாகி, பார்த்துக்கொண்டிருக்கும் போதே பழசாகி, எம்ப்பீத்ரீ என்ற குறுவடிவம் அத்தனைபேர் கைபேசிகளிலும் பாடல் இசைக்கும் நாட்களில், கேஸட்டுகளை

---

40 உயிலில் வேறுமாதிரி எழுதியிருந்தார்.

'என் உடலை, அரசு மருத்துவமனைக்கு தானம் செய்துவிட வேண்டியது. வீட்டையும், பிற சொத்துக்களையும் சாவித்திரிபாய் முதியோர் இல்லத்திடம் சேர்ப்பித்துவிட வேண்டியது - அவர்கள் அப்படியே பயன்படுத்தினாலும் சரி; விற்று முதலாக்கி, தங்கள் அறக்கட்டளைக் கணக்கில் வரவுவைத்துக்கொண்டாலும் சரி. இதர சேகரங்களும் அவர்களையே சேரும். அவற்றையும் அவ்விதமே செய்துகொள்ளலாம்.

புத்தகங்களை, இசைச் சேகரிப்பை ரானடே நினைவு அருங்காட்சியகத்திடம் ஒப்படைத்துவிட வேண்டியது.

வங்கிக் கணக்கில் குறிப்பிட்ட அளவு தொகை இருக்கும்படி ஏற்பாடு செய்திருக்கிறேன். அதை, சென்னையில் வசிக்கும் என் மருமகன் கிருஷ்ணன் கணக்குக்கு மாற்ற வேண்டியது. வங்கிக் கணக்கின் வாரிசாக அவனைத்தான் பதிவுசெய்திருக்கிறேன் என்பதால், இதில் பிரச்சினையிராது. என்னுடைய இறுதிக் கிரியைக்காக அவனை அலைக்கழிக்க வேண்டியதில்லை. அதன் பிறகு, எனக்கும் என் மனைவி சீதாவுக்கும் ஒவ்வோர் ஆண்டும் நினைவுநாளில் திதி கொடுப்பது அவனுடைய பொறுப்பு. அதற்கான செலவுகளுக்கு, கணக்கிலுள்ள பணத்தை அவன் பயன்படுத்த வேண்டுமாய்க் கேட்டுக்கொள்கிறேன்.'

முதியோர் இல்லப் பொறுப்பாளர், திரு. தாண்டன் உயிலின் நகலை எனக்கு அனுப்பியிருந்தார். என்னால் ஒரே மூச்சில் படிக்க முடியவில்லை. பொங்கும் கண்களை அடக்கவும் இயலவில்லை.

அள்ளிவரும் ஆர்வமில்லை எனக்கு. பீம்ஸென் ஜோஷி, மல்லிகார்ஜுன் மன்சூர், ஜஸ்ராஜ், கிஷோரி அமோங்க்கர் என்று எனக்குப் பிடித்த சிலரின் கேஸட்டுகளை மட்டும் - மொத்தமாக இருபத்திச் சொச்சம் இருக்கலாம் - எடுத்து வந்தேன். கடைசியாக என்னிடம் இருந்த கேஸட் ப்ளேயர் பிராணனை விட்டு, அதைச் செப்பனிடுவதற்கு உதிரிப்பாகங்கள் கிடைக்காத நிலை ஆன பிறகு, என்னிடமிருந்தவற்றை மொத்தமாக ஒரு அட்டைப்பெட்டியில் போட்டுப் பரணில் கிடத்தினேன்.

பத்மினியின் வலியுறுத்தலால் நூல் பணியைத் தொடங்கியபோது மாமா கொடுத்தவற்றின் நினைவு வந்தது. அதிலும், அவரே பேசிப் பதிவு செய்திருந்ததும், சந்தித்த சிலரின் குரல் பதிவுகளும் இருந்த இரண்டு கேஸட்டுகள். அட்டைப்பெட்டியை இறக்கித் தேடினேன். கிடைக்கவில்லை. அப்புறம் கிடைத்த விபரத்தைத்தான் ஏதோவொரு அத்தியாயத்தில் எழுதி வைத்திருக்கிறேனே!

நல்லவேளை, அவை சிதிலமடைந்திருக்கவோ, ஒலித்தரம் குன்றியோ இல்லை. ஒலிநாடாப் பதிவுகளை எம்ப்பீத்ரீ ஆக மாற்றித்தரும் தொழில்முறை நிறுவனத்தின் உதவியால் அவற்றை முழுசாகவும் பொறுமையாகவும் கேட்டேன்.

ஆனால், அவர் கொடுத்துவிட்ட கேஸட்டுகளில் ஒலிப்பதைத் தனியாகத் தொகுக்கவில்லை. இது நான் உருவாக்கும் தர்க்கபூர்வமான ஆவணம் அல்ல; ப்ளாஸ்ட்டிக் தன்மை சேர்ந்துவிடக் கூடாது என்று கவனமாக இருக்கிறேன். மாமா நேரில் சொன்னது, கேஸட்டுகளில் ஒலிப்பது, பொதுவாகவே அந்தச் சந்தர்ப்பங்கள் புனைகதையின் தோரணையில் உருப்பெறும் பட்சத்தில் சேரக்கூடிய விவரணைகள், விசாரணைகள் என்று எல்லாவற்றையும் பாத்தி பிரிக்காமல் கலந்துகட்டியே எழுதியிருக்கிறேன்.

மாமாவின் ஆன்மா இப்படி இது உருவாவதைத்தான் விரும்பியிருக்கும் என்று கூடத் தோன்றுகிறது. ஏனெனில், கடைசியாய்ச் சந்தித்தபோது என்னிடம் பேசிய இரண்டு மூன்று நாட்களில், அவர் உணர்ச்சிமயமாய் இருந்தார். தொடர் ஓட்டத்தில், அடுத்த ஓட்டக்காரன் கையில் கோலை ஒப்படைக்கும் அவசரம் இருந்தது அவர் குரலில். தமது நிஜமான போட்டியாளனாய் யாரைக் கருதினார் என்பது எனக்குப் புதிராகவே இருந்தது.

ஊர்திரும்பிய பிறகு, அவசர அவசரமாக அவர் காலமானது மேற்படிப் புதிரை அவிழ்த்தது என்றுகூடச் சொல்வேன்.

ஆக, இந்த நூலைப் பொறுத்தவரை, நேர்கோட்டில் எழுத முயற்சிக்கவில்லை. ஆனாலும், ஜிக்ஸா புதிரில் உதிரியாய்க் கிடக்கும் துண்டுகளைக் கோத்து அடுக்கி முழு உருவமாக்கும் சுவாரசியம் இருந்தது - இதை எழுதும்போது. வாசிக்கிறவர்களுக்கும் அதே அனுபவம் கிடைக்குமானால், மகிழ்வேன்.

பொதுவாக, என் நாவல்களில் கிருஷ்ணன் ஒரு பாத்திரமாக இடம்பெற்றதேயில்லை. மூன்றாம் மனிதர்களின் கதையில், எழுதுகிறவனுக்கு ஏது இடம்?!

இப்போது ஒரு முழுப் புத்தகம் கிருஷ்ணனின் குரலில் ஒலிப்பது, ஒருவிதக் கிளர்ச்சியைத் தருகிறது! இதற்கெல்லாம் நேரடியாகக் காரணம் தேட முடியாது - தேடுவதற்கான அவசியமும் இருக்கிறதா என்ன...

மாமாவுடைய வாழ்க்கையின் சகல விபரங்களும் எனக்குத் தெரியாது. **1961**-ல் நான் பிறக்கும்போதே, அவருக்கு நாற்பத்தொரு வயது ஆகியிருந்தது. ஆனால், சோமனைத் தேடி அவர் கிளம்பியதற்கு ஒரு காலக் கிரமம் இருக்கிறது. இந்த நூல் அந்தத் தேடல் பற்றியதுதான் என்பதால், அதற்கு மட்டும் ஒரு காலப் பட்டியல் கொடுத்தால் உசிதமாய் இருக்கும் என்று தோன்றியது - அதைத்தான் பின்னிணைப்பில் கொடுத்திருக்கிறேன்.

நூலின் தலைப்பு பற்றியும் ஓரிரு வார்த்தைகள்.

'எண்கோண மனிதன்' என்பது ஆரம்பத்திலேயே தோன்றிய தலைப்பு. இதை மாற்றுவதற்கான காரணங்கள் எதுவுமே, இந்த வாக்கியத்தை எழுதும் இந்த நேரம் வரை தென்படவில்லை. ஒன்று மட்டும் நிச்சயம், மிகச்சரியாக எட்டுப் பேர்களிடம்தான் மாமா விசாரித்தாரா என்று எண்ணிக்கை கூட்டிப் பார்த்து இந்தப் பெயரை வைக்கவில்லை.

ஒரேவிதமான சித்திரத்தை அளிக்கும் இரண்டு மனிதர்களை, இரண்டு தனிக் கோணங்களாகக் கொள்ள முடியுமா! உதாரணமாக, சம்பந்தமூர்த்தி மாமா எடுத்த அதே நிலைப்பாட்டிலிருந்துதான்

மொத்த நூலையும் எழுதியிருக்கிறேன். மேலதிகமாக ஓரிரு தகவல்கள் நானேகூடச் சேர்த்திருக்கிறேன் - திரு. மகாமுனியை நான் சந்தித்தது ஓர் உதாரணம். அதற்காக இரண்டும் வெவ்வேறு என்று கொள்ள முடியுமா?

இன்னொரு வாதமும் சரி என்று படுகிறது. சாதாரணமாக முகத்தைச் சுளித்துக்கொள்வதையே, 'மூஞ்சியை ஏன் அஷ்டகோணலாக்கிக்கறே?' என்பாள் என் அம்மா. ஆக, 'எட்டு' என்பதை ஓர் எண்ணாக மட்டுமே கொள்ளவேண்டியதில்லை; நடைமுறையான, ஆனால் அங்கீகரிக்கப்படாத, ஓர் அகராதியில், 'பல்வேறு' என்றும் பொருள்கொள்ள நியாயமிருக்கிறது...

இறுதியாக ஒரு விஷயம்.

என் தாய்வழி உறவினர்களில் மீந்திருப்பது, விசாலாட்சிச் சித்தி மட்டும்தான். அம்மாவின் சொந்தத் தங்கை. தொண்ணூறு வயதை எட்டியவள். ஹைதராபாதின் மணிகொண்டா பகுதியில் மகள் வயிற்றுப் பேரனுடன் வசிக்கிறாள். பேரன் மிகப்பெரிய தனியார் நிறுவனத்தின் உச்சபட்ச செயல் அதிகாரியாய் இருக்கிறார்.

சென்றவருடம் ஸ்ரீசைலம் சுற்றுலா சென்றபோது சித்தியைப் பார்க்கப்போனேன். தண்ணீராகக் கரைத்த மோரைச் சோற்றில் ஊற்றிப் பிசைந்துகொண்டிருந்தாள். என்னைப் பார்த்ததும், 'வாடா மூஞ்சூறு... வா!' என்று பிரியமாக அருகில் அழைத்து, ஒரு வாய் ஊட்டிவிட்டாள். கொள்ளுப் பேத்தியிடம்,

> இவன் ஒன்னை மாதிரி இருக்கும்போது இப்பிடித்தான், நான் சாப்புடறதுலே ஒரு வாய் வந்து வாங்கிப்பன்... எப்பிடிச் சித்தி ஒனக்கு மட்டும் இப்பிடி டேஷ்ட்டாப் பிசைஞ்சுக்கறேன்னு கேக்கவேறெ செய்வன்...

என்று சொல்லிச் சிரித்தாள்.

இந்த ஆண்டு ஆரம்பத்தில் திரும்பவும் ஹைதராபாத் போக நேர்ந்தது - மூன்றாம் தலைமுறைத் திருமணமொன்றை முன்னிட்டு. இது பிப்ரவரி கடைசிவாரத்தில். நான் போய்வந்த மறுவாரத்திலிருந்து தேசத்தைப் பூட்டி வைக்கிற மாதிரி ஆகிவிட்டது. என்னுடைய வீட்டிலேயே ஒரு அறையிலிருந்து இன்னொன்றுக்குப்

போவதென்றால், அரசாங்க அனுமதி பெற்றாக வேண்டும் என்கிற மாதிரி நிலைமை.

அது அல்ல விஷயம். இந்தமுறை போனபோது, சித்தியிடம் சம்பந்தமூர்த்தி மாமாவைப் பற்றிப் பேசவேண்டும், உபயோகமான தகவல்கள் ஏதும் அவளிடமிருந்து கிடைத்தால், நூலில் சேர்த்துவிட வேண்டும்; நூல் மார்ச் அல்லது ஏப்ரலில் தயாராகிவிடும் பட்சத்தில், அவள் கையில் கொடுத்து வாங்கிக்கொள்ள வேண்டும் - அதாவது, அவர்கள் தலைமுறையில் எஞ்சியிருக்கும் ஒரே ஆத்மா இந்த நூலை வெளியிடுகிறது என்கிற மாதிரி - என்றெல்லாம் திட்டமிட்டுக்கொண்டு போனேன். வெளியீட்டு விழாப் புகைப் படத்தை ஃபேஸ்புக்கில் போட்டுவிடலாம்!

இடுப்பில் நாடாமுடிச்சு அவிழ்ந்த உள்பாவாடை, முன்புறக் கொக்கிகளில் ஒன்றே ஒன்று மட்டும் கோத்திருக்க, மற்றவை அப்பட்டமாகத் திறந்து நடு மார்பின் வெண்ணிறம் தெரியப் படுத்திருந்தாள் சித்தி. மாதக்கணக்கில் இருந்தாலே ஜாஸ்தி என்று மருத்துவர்கள் கெடு விதித்திருந்தார்கள். ஆனால், பேசிக்கொண்டுதான் இருந்தாள். என்னை அடையாளம் காண்பதிலோ, வார்த்தைகளின் வேகத்திலோ, உச்சரிப்பிலோ ஒரு பிறழ்வுமில்லை. நினைவின் கோவை மட்டும் வெகுவாகக் குலைந்துவிட்டிருந்தது.

நீ பர்வதம் பிள்ளை க்ருஷ்ணன்தானே!

என்று கேட்டு அதிசயிக்க வைத்தவள், அடுத்த வாக்கியத்தில்,

கல்யாணம் பண்ணிக்க மாட்டேங்கறியாமே?

என்றும் விசாரித்து அதிர வைத்தாள்.

ஆனாலும், சொல்லித்தான் பார்ப்போமே என்று அந்தப் பெயரை உச்சரித்த மாத்திரத்தில்,

சம்பந்தமூர்த்தியா! யாரைடா சொல்றே?!

என்று வியந்தாள்.

***

www.ingramcontent.com/pod-product-compliance
Ingram Content Group UK Ltd.
Pitfield, Milton Keynes, MK11 3LW, UK
UKHW042134021026
15589UKWH00003B/820